எசப்பாட்டு

ஆண்களோடு பேசுவோம்..

ச. தமிழ்ச்செல்வன்

பாரதி புத்தகாலயம்

ESSAPATTU (in Tamil)
S.Tamilselvan
First Published: November, 2018
Published by
BHARATHI PUTHAKALAYAM
7, Elango Salai, Teynampet, Chennai - 600 018
Email: thamizhbooks@gmail.com / www.thamizhbooks.com

எசப்பாட்டு

ச. தமிழ்ச்செல்வன்

முதல் பதிப்பு: நவம்பர், 2018

வெளியீடு:

பாரதி புத்தகாலயம்

7, இளங்கோ சாலை, தேனாம்பேட்டை, சென்னை - 600 018
தொலைபேசி : 044-24332424, 24332924, 24356935

விற்பனை நிலையங்கள்
மதுரை: 37A, பெரியார் பேருந்து நிலையம் - 045 22324674
ஈரோடு: 39: 39 ஸ்டேட் பாங்க் சாலை - 9245448353
திண்டுக்கல்: பேருந்து நிலையம் - 9942331105, 9976053719
பழனி: பேருந்து நிலையம் அருகில் - 9442883696
திருப்பூர்: 447, அவினாசி சாலை - 9486105018
சேலம்: பாலம் 35, அத்வைத ஆஸ்ரமம் சாலை 0427 2335952
திருவல்லிக்கேணி: 48, தேரடி தெரு - 9444428358
வடபழனி: பேருந்து நிலையம் எதிரில் அடையார்
ஆனந்தபவன் மாடியில் - 9444476967
பெரம்பூர்: 52, கூக்ஸ் ரோடு - 9444373716
திருவாரூர்: 35, நேதாஜி சாலை - 9442540543
சேலம்: 15, வித்யாலயா சாலை சாலை
திருநெல்வேலி: 25A, ராஜேந்திரநகர் - 9442149981
அருப்புக்கோட்டை: 31, அகமுடையார் மஹால் - 9994173551
மதுரை: சர்வோதயா மெயின்ரோடு
குன்னூர்: N.K.N வணிக வளாகம் பெட்போர்ட்
செங்கல்பட்டு: 1 D ஜி.எஸ்.டி சாலை - 044 27426964
விருதுநகர்: 131, கச்சேரி சாலை - 0456 2245300
கும்பகோணம்: 352, ரயில் நிலையம் எதிரில் - 9443995061
வேலூர்: பேஸ் III, சத்துவாச்சாரி - 9442553893
நெய்வேலி: பேருந்து நிலையம் அருகில், - 9443659147
தஞ்சாவூர்: காந்திஜி வணிக வளாகம் காந்திஜி சாலை - 9655542400
கோவை: 77, மசக்காளிபாளையம் ரோடு, பீளமேடு - 8903707294
திருச்சி: வெண்மணி இல்லம், கரூர் புறவழிச்சாலை - 9994289492
திருவண்ணாமலை: முத்தம்மாள் நகர்
நாகர்கோவில்: 699 கே.பி.ரோடு R.V.புரம் - 9443450111
சிதம்பரம்: 22A / 18B தேரடி கடைத் தெரு,
கீழவீதி அருகில் - 9994399347
கரூர்: நாரத கானசபா அருகில் (TNGEA OFFICE)- 9442706676

நினைத்த நூல்கள்... நினைத்த நேரத்தில்...

thamizhbooks.com 9444960935

அச்சு : கணபதி எண்டர்ப்ரைசஸ், சென்னை - 600 002.

முன்னுரை என்றில்லாமல்.......

தமிழ் இந்து –திசையின் ஞாயிறு இணைப்பிதழான 'பெண்-இன்று'வில் 52 வாரங்களாக நான் எழுதி வந்த 'எசப்பாட்டு' என்கிற தொடரின் தொகுப்பு இது.வாரத்தொடர் எழுதுவது இதுவே முதல் முறை.நிறையக் கற்றுக்கொண்டேன்.பெண் இன்று ஆசிரியர் குழுத் தோழர்களுக்கு நன்றி.

பெண் இன்று ஆசிரியர் குழுவின் சார்பாக எழுத்தாளர் தோழர் ஆதி வள்ளியப்பன் பேசும்போது,ஆண்களின் மனதோடு பேசும் ஒரு தொடரை எழுத வேண்டும் என்றுதான் கேட்டுக்கொண்டார்.எந்த அளவுக்கு இந்தத் தொடர் ஆண்களின் மனதோடு பேசியது என்று எனக்குத் தெரியாது.

சில ஆண் வாசகர்கள் தொடர்ந்து எனக்கு மின்னஞ்சல் அனுப்பி தொடரின் கருத்துக்களோடு உடன்பட்டு வந்தனர்.சிலர் முதல் கட்டுரையைப் படித்துப் பாராட்டியவர்கள், அடுத்தடுத்த கட்டுரைகளில் அடப்போய்யா... என்று விலகிவிட்டார்கள்.அவர்களையும் இழுத்துப் பிடித்து வாசிக்க வைக்க நான் தவறிவிட்டேன்.இன்னும் கொஞ்சம் நுட்பமாக இயங்கியிருக்க வேண்டும் என இப்போது உணர்கிறேன் -வாழ்ந்து முடிக்கும் தறுவாயில்தான் வாழ்க்கையே பிடிபடுவதைப்போல.

திருப்பூரிலிருந்து ஒரு வாசகர் அவ்வப்போது செய்தித்தாளில் வரும் "கள்ளக்காதலனுடன் சேர்ந்து கணவனைக்கொன்ற மனைவி" கள் பற்றிய கத்தரிப்புகளை மெனக்கெட்டு ஸ்கேன் செய்து மின்னஞ்சலில் அனுப்பிக்கொண்டே இருப்பார்.ஆண்கள் மீது குற்றம் சொல்லிக்கொண்டே இருக்கிறீர்களே இதுக்கு என்னா பதில்? என்பது அவரது ஒரே கேள்வி.தொடரில் அதற்குப் பதில் சொல்லியிருக்கிறேன். என்றாலும் அது எதுவுமே அவர் செவிகளில் ஏறவில்லை.அவர் அந்த ஒரே கேள்வியுடன் வாழ்க்கை முழுவதையும் கழிப்பார் என நம்புகிறேன்.பொம்பளைங்க செவுட்டில் அறைகிற மாதிரி ஒரு கட்டுரை கூட எழுத மாட்டீர்களா என்கிற கேள்வியுடன் அவர் மின்னஞ்சல் தொடர்பை முறித்துக்கொண்டார்.உண்மையில் இத்தகைய ஆண் மனதோடுதான் நீண்ட உரையாடலை நாம் நடத்த வேண்டியிருக்கிறது.பொம்பளைங்களை ஒரு கட்டுக்குள் வைக்கலேன்னா நாடும் சமூகமும் நாசமாகப்போய்விடும் என்று

உறுதியாக நம்புகிற-வேறு எந்த வாதத்தையும் கேட்க மறுக்கிற-கள உண்மைகளைக் காண மறுக்கிற-கோடானகோடி ஆண்மனங்களால் இந்தியா ததும்பி நிற்கிறது. இந்தப் பெரும்பான்மைதான் பெண்விடுதலைக்குப் பெரிய சவால்.

''ஆண்களும் பெண்களுமாகச் சேர்ந்துதான் இந்த ஆண்களுக்குச் சாதகமான ஓர் உலகத்தை வரலாற்றின் போக்கில் உருவாக்கியிருக்கிறோம். இதை ஒரு சமத்துவமிக்க உலகமாக, நீதியான உலகமாக மாற்ற இருவரும் சேர்ந்துதான் போராட வேண்டும். நீண்ட காலம் சௌகரியமாக வாழ்ந்து அனுபவித்துவிட்ட ஆணுக்கு இதில் கூடுதல் பொறுப்பிருக்கிறது'' என்கிற நிலைபாட்டில் நின்று நான் இத்தொடரைக் கொண்டு செலுத்தியிருக்கிறேன்.

வாழ்க்கை குறித்த என் புரிதலை விரிவும் ஆழமும் ஆக்கிய நூல்களை எழுதியும், நேர்ப்பேச்சுகளிலும் சூடான உரையாடல்களிலும், சரியான நேரத்தில் ஓரிரு வார்த்தைகளில் கூட எனக்குப் பல விஷயங்களைப் புரிய வைத்த பெண்கள் பலருண்டு.

என் விடலைப்பருவத்துத் தடுமாற்றங்களை மன்னித்து, அப்புறமும் என்மீது அதே அன்பைப் பொழிந்து அவ்வழியே என்னை நல்வழிப்படுத்திய என் அம்மாவுக்குத்தான் அதில் முதலிடம். விடுதலைப்போராட்ட காலத்தின் நாடக ஆளுமையான மதுரகவி பாஸ்கரதாஸின் மூத்த/செல்ல மகள் அவர். ஓர் கலைஞனின் மகள் அல்லவா? அவரின் செதுக்கப்பட்ட வார்த்தைகள் அவர் வாழ்ந்த காலம் முழுவதும் என்னைச் செதுக்கிக்கொண்டே இருந்தன. சித்ரா பௌர்ணமி அன்று அவர் பிறந்தார். ஒவ்வொரு சித்ரா பௌர்ணமி இரவும் அம்மாவின் நினைவுகளில் கரைந்தபடி சுயவிமர்சனத்தில் நீந்தும் பொழுதாக எனக்கு அமையும்.

என் அம்மாவின் அம்மா ஒண்டியம்மாள். அவரை தம்பதி ஜமேதராக-ஜோடியாக-வெளியே எங்கும் என் தாத்தா பாஸ்கரதாஸ் அழைத்துச் சென்றதில்லை என்கிற ஏக்கம் சாகிற வரைக்கும் அவருக்கு இருந்தது. நான் கருத்தப்பிள்ளையாக இருந்ததால்தான் உன் தாத்தா என்னை வெளியே கூட்டிப் போனதில்லை என்பார் எங்களிடம். உலகமெங்கும் சுற்றிய விடுதலைப்போராட்ட காலத்துக் கலிஞரான எங்கள் தாத்தா மீதான கடுமையான விமர்சனம் இது. பாட்டியின் இந்த வார்த்தைகள் என மனதில் ஆழப்பதிந்துள்ளன.

என் அப்பாவின் அம்மா ஆதக்காள். குடிகாரராக இருந்த எங்கள் சுப்பையாத் தாத்தாவைத் திருத்தி மனுஷனாக்கி தன் நகைகளை விற்றுக்

காடுகரையெல்லாம் வாங்க வைத்து உருப்படியாக்கின பெரிய மனுஷி. அவள் பருத்த உடம்பின் மீது ஏறி விளையாடித்தான் நாங்கள் வளர்ந்தோம். அவள் உடம்பின் வாசம் இன்னும் என் உடம்பிலும் மனசிலும் எழுதும் என் கைகளிலும் ஒட்டிக்கொண்டிருக்கிறது.

எங்களோடு பிறந்து இள வயதிலேயே அகாலத்தில் எங்களை விட்டுப் பிரிந்த எங்கள் ஒரே தங்கை வளர்மதி திலகம், எங்களோடு வாழ்ந்த காலத்தில் எங்கள் எவரிடமும் எந்தக் கோரிக்கையும் வைத்ததில்லை. எந்தப்புகாரும் சொன்னதில்லை. அவளுடைய எதிர்பார்ப்பற்ற அன்பினால் எனக்குள்ளே பல மாற்றங்களை நிகழ்த்தியவள். அப்பாவித்தனத்தினாலேயே அவளுடைய மரணம் சீக்கிரம் வந்தது. அறிவிருந்தும் அவளைக் காக்க முடியாத குற்ற உணர்வு, பெண்கள் குறித்த என் பார்வையில் தொடர்ந்து தாக்கம் செலுத்துகிறது. ஆண்கள் நிரம்பிய ,எங்கள் பெரிய குடும்பத்துக்குச் சேவகம் செய்தே தன்னை இழந்தவள் எங்கள் தங்கை. அவளுடைய வாழ்வு என் பெண்கள் பற்றிய பார்வைக்கு அடித்தளமாக இருக்கிறது.

எதிர்பார்ப்புகள் எதையும் நிறைவேற்றாத என்னோடு, அன்றாடச் சண்டைகளோடும் அவற்றை மீறிய அளவற்ற அன்போடும், என்னைத் திருத்தி வாழ வைக்கும் முயற்சிகளோடும், என் சக பயணியாக வாழும் என் இணையரின் கூரான வார்த்தைகள் என் வாழ்க்கைக் கண்ணோட்டத்தைச் சீராக்கும் பாடங்களாகத் தொடர்கின்றன. எனக்கு எதிராக அவர் முன் வைக்கும் வாதங்களே என் பெண் குறித்த பார்வைகளைச் சரிப்படுத்தி வருகின்றன.

அப்பால், அந்த நாட்களில் என்னை ஈர்த்த, என் புரிதல்களை ஆழப்படுத்திய ஆளுமைகள் என தோழர் வி.பி. இந்திரா, மைதிலி சிவராமன், உ. வாசுகி, அ. மங்கை, வ. கீதா, அ. பிரேமா அருணாசலம், மா என்கிற பத்மா போன்றோரைக் குறிப்பிட வேண்டும். அறிவொளி இயக்கத்தில் எம்மோடு இயங்கிய பலநூறு பெண்களும் என்னைத் திருத்தமாக வாழக் கற்றுக்கொடுத்தார்கள். பெண்களோடு பேசவே கூச்சப்படும் குணாதிசயத்தோடு இருந்த என்னைக் கரைத்தவர்கள், வயது பேதமின்றி, அறிவொளிப்பெண்கள்தாம். யாரையும் வயதைப்பொறுத்து அக்கா, தங்கச்சி, மகள் என்று சட் சட்டென உறவுப்பெயரிட்டு அழைத்துக்கொண்டிருந்த என் முதுகில் ஓங்கி அறைந்து ”ஏன் இத்தனை போர்வை... நீங்க தமிழ்ச்செல்வன் நான் சித்ரா.. அப்படியே பேசிட்டாத்தான் என்ன?” என்று சொன்ன அறிவொளி இயக்கத்தின் ஒரு சின்னஞ்சிறு பெண் என் மூடாக்குகளை நொடிப்பொழுதில் கலைத்துப்போட்டாள். அந்த நாளை மறக்க

முடியாது. இப்போது என் பேத்தியுடன் இருக்கும் பொழுதுகளெல்லாம் அவளிடமிருந்து ஏதேனும் கற்றுக்கொள்ளும் பொழுதுகளாகவே ஆகின்றன.

பெண்களிடமிருந்து ஆண்கள் கற்றுக்கொள்ள நிறைய இருக்கிறது. நாம் மேலானவர்கள் என்கிற பம்மாத்திலிருந்து நாம் வெளியேறினால் பாடம் கற்க முடியும்.

ஆண்களின் மனப்பிரச்னைகளை அலசுகிற அளவுக்கு நீ என்ன அவ்வளவு பெரிய அப்பாட்டக்கரா என்கிற கேள்வி இத்தொடர் எழுதிய காலம் முழுவதும் எனக்குள் கேட்டுக்கொண்டேதான் இருந்தது. அதற்கு என்னிடம் இருக்கும் ஒரே பதில், ஆணாதிக்கம் அல்லது ஆண்பார்வை என்று என்னவெல்லாம் இந்த உலகத்தில் இருக்கிறதோ அத்தனை கீழ்மைகளும் மேன்மைகளும் எனக்குள்ளேயே இருக்கின்றன. மேன்மைகளை வளர்த்தெடுக்கவும் கீழ்மைகளை என் மனதிலிருந்து துடைத்தகற்றவுமான அகப் போராட்டத்தினூடேதான் இந்த என் *65* ஆண்டுகால வாழ்க்கையும் ஓடியிருக்கிறது. இந்த ஒரு தகுதியின் மீது நின்றுதான் தொடர்ந்து பேசியிருக்கிறேன் இத்தொடரில்.

இப்புத்தகம் பாதுகாக்கப்பட வேண்டிய பொக்கிஷம் அல்ல. ஒவ்வொரு அத்தியாயத்தையும் கிழித்து குழு விவாதங்களுக்குப் பயன்படுத்தி ,நாம் இன்னும் துவக்காமலிருக்கும் ஆணுக்கும் பெண்ணுக்கும் இடையிலான 'அந்தப் பெரிய உரையாடலை' த்துவக்க இந்தத்தாள்கள் ஏதேனும் ஒரு வகையில் உதவுமானால், அதுவே மிகுந்த மகிழ்ச்சி தரும்.

இத்தொடர் எழுத வாய்ப்பளித்த தமிழ் இந்து திசை இதழுக்கும் நூலாக்கியுள்ள எங்கள் பாரதி புத்தகாலயத்துக்கும் மனம் நிறைந்த நன்றி.

15-10-2018 தோழமையுடன்,

சிவகாசி-*626124* **ச.தமிழ்ச்செல்வன்**

உள்ளே....

ஆணுரிமை பேச மாட்டீர்களா?

என்னுடைய நண்பரின் மகன் ஆறாவது படிக்கும்போது . அவனுக்குப் பிடித்த பாடல் எது என்று கேட்டால் தயங்காமல் பளிச்சென்று பாடுவது" வேணாம் மச்சான் வேணாம் ..இந்தப் பொண்ணுங்க காதலு..."

இப்போது கொஞ்சம் வளர்ந்து விட்டான்.இப்போது அவனுக்குப் பிடித்த பாடல்களாக இருப்பவை,

"பொம்பளைங்க காதலத்தான்
நம்பிவிடாதே நம்பிவிடாதே
நம்பியதால் நொந்துமனம்
வெம்பிவிடாதே வெம்பிவிடாதே"
"இந்த பொண்ணுங்களே இப்படித்தான் புரிஞ்சுபோச்சுடா
அவங்க கண்ணு நம்ம கல்லறைன்னு தெரிஞ்சு போச்சுடா"

அவனுக்குப் பிடித்த நடிகர் எப்போதுமே சிவ கார்த்திகேயன்தான். ஏன் என்று கேட்டால் அவர்தான் பொம்பளைங்க பண்ற கொடுமையெல்லாம் பாட்டாகப் பாடுகிறார் என்கிறான். இந்த வயசிலே பொம்பளைங்க மேலே அப்படி என்னடா தம்பி வெறுப்புன்னு கேட்டால் அவன் உடனே சோகமாகி இரண்டு காரணங்களைச் சொல்வான்.

"நான் பையனா இருக்கறதாலே அடுத்த தெருவிலே இருக்கும் கடைக்குப் போய் சோப்பு,கடுகு,காப்பித்தூள்னு வீட்டுச் சாமான்கள் வாங்க எப்பவும் என்னைத்தான் அனுப்பறாங்க..அதுவும் அடுப்பிலே சட்டியை வச்சிட்டு, சட்டி காயறதுக்குள்ளே வாங்கியாறணும் ஓடுடா ஓடுடா என்று விரட்டுவார்கள்.ஒருநாள் ரெண்டுநாள்னா பரவால்லே.. தினமும் இதே டார்ச்சர்னா என்ன பண்றது" இதைச் சொல்லும்போது அவன் முகம் சிவந்து கண்கள் கலங்கியிருக்கும். சொல்லிவிட்டு அத்துயரம் தாங்காமல் தலையணையில் குப்புறச் சாய்வான்.சமாதானம் செய்து அப்புறம்... என்று கேட்டால் அவன் பள்ளிக்கூடத்தில் நடக்கும் கொடுமைகளைச் சொல்வான்.

"ஒருவாட்டி கேர்ள்ஸ் என்ன பண்ணாங்கன்னா... ஒரு பொண்ணோட ஜியாமெட்ரி பாக்ஸை அவளுக்குத் தெரியாம எடுத்து என்னோட டெஸ்க் மேலே வச்சிட்டாங்க... அப்போ மிஸ் வந்துட்டாங்க.. அப்புறம்தான் அந்தப்பொண்ணுக்கு ஜியாமெட்ரி பாக்ஸ் காணோம்கிறது தெரிஞ்சு, உடனே மிஸ் கிட்டே சொல்றா... மிஸ் உடனே அவ ஜியாமெட்ரி பாக்ஸை யார் எடுத்தான்னு கிளாஸ்லே கேக்குறாங்க... அப்போ ஒரு பொண்ணு என் டெஸ்க்கை மிஸ்கிட்டே காட்டுறா.. உடனே மிஸ் என்னை எழுந்திருக்கச் சொல்லி அவுட்னு கத்தறாங்க.. ஒரு பீரியட் முழுசும் என்னை வெளியிலே நிக்க வச்சாங்க.. நான் சொல்ல வந்த எதையும் அவங்க கேக்கத் தயாராக இல்லை. பொண்ணுங்க எது சொன்னாலும் உண்மைன்னு எல்லா மிஸ்ஸும் சாரும் உடனே நம்பறாங்க. பாய்ஸ் சொல்றதைக் காது கொடுத்துக் கேட்கக்கூட மாட்டாங்க. எனக்கு கேர்ள்ஸ்தான் எனிமீஸ்."

அறியாப்பருவத்தில் பசங்க எப்படியெல்லாம் யோசிக்கிறாங்க என்று நாம் இதைப் புன்னகைத்துக் கடந்துவிட முடியுமா? அந்தக்குழந்தையின் கண்ணீருக்கு சமாதானமான பதிலை நாம் சொல்ல வேண்டாமா? இவர்கள் மனதில் இள வயதில் உருவாகும் பெண் பற்றிய சித்திரங்கள் பின்னர் என்னவாகவெல்லாம் வடிவெடுக்கின்றன? நாளை இந்தச் சிறுவன் என்ன மாதிரியான ஆளாக வருவான்?

இந்தக் கேள்விகளுக்கெல்லாம் விடைகளைத்தேட நாம் மூளையைக் கசக்கவும் வேண்டாம். ரூம் போட்டு யோசிக்கவும் வேண்டாம். இப்பையன் போன்ற நேற்றைய பையன்கள் வளர்ந்து பெரியவர்களாகி "ஆண்கள் உரிமைப் பாதுகாப்பு சங்கம்" என்ற பெயரில் அமைப்பாகத் திரண்டு நம் கண் முன்னால் நின்றுகொண்டிருக்கிறார்கள். உலகமும் வாழ்க்கை யதார்த்தமும் ஒன்றைச் சொன்னால் அவர்கள் எகணைக்கு மொகணையாக வேறொன்றைச் சொல்லிக்கொண்டிருக்கிறார்கள்.

"சார்.. பெண் விடுதலை... பெண் விடுதலைன்னு பேசிப்பேசி நம்ம இந்தியாவினுடைய ஆதாரசுருதியாக இருக்கற குடும்பத்தையும் குடும்ப அமைதியையும் நாசம் பண்ணினதுதான் மிச்சம்" என்பது அவர்களின் இன்றைய வசனமாக இருக்கிறது. புதுடில்லியில் மட்டும் 8000 ஆண்கள் அச்சங்கத்தில் உறுப்பினர்களாக இருக்கிறார்கள். இந்தியா முழுவதும் 20 மாநிலங்களில் 50க்கு மேற்பட்ட நகரங்களில் இத்தகைய ஆண்கள் பாதுகாப்புக்கான அமைப்புக்கள் பல்வேறு பெயர்களில் இயங்குகின்றன. தமிழகத்திலும் சென்னை திருவல்லிக்கேணியில் ஐஸ் ஹவுஸில் ஆண்கள் பாதுகாப்பு அசோசியேஷன் அலுவலகம்

இயங்குகிறது.அச்சங்கத்தின் இணையதளத்தின் முகப்பில் ஆண்கள் இந்த நாட்டில் அனுபவிக்கும் துயரங்கள் பட்டியலிடப்பட்டுள்ளன.

அதில் முதலாவதாக குறிப்பிடப்பட்டுள்ளது- ஆண் பையனாகப் பிறந்த ஒரே காரணத்துக்காக எடுத்ததற்கெல்லாம் வீட்டார் கடைக்கு ஓடு ஓடு என்று துரத்தித் துன்புறுத்துவதில் துவங்குகிறது ஆணின் துயரம்.அவன் வளர்ந்து பெரியவனானால் எப்படியாவது படித்து எப்படியாவது வேலை வாங்கி எப்படியாவது சம்பாதித்து வீட்டிலுள்ள அம்மா,அக்கா,தங்கை,பாட்டி என்று பெண்களையெல்லாம் பராமரித்து அவர்கள் கேட்டதையெல்லாம் வாங்கிக்கொடுத்து நல்ல பையன்னு பேர் வாங்கணும்.பல ஆண்களின் வாழ்க்கை அவர்களின் அக்கா தங்கைகளுக்குக் கல்யாணம் பண்ணி வைக்கிற ஒரு காரியத்திலேயே சாம்பலாகிவிடுகிறது.அதற்குப்பிறகு கல்யாணம் ஒன்றைப் பண்ணித்தொலைத்தால் பொண்டாட்டியையும் பெத்த பொண்ணுகளையும் வாழ வைக்க உழைக்கணும்.இந்திய சமூகத்தில் எல்லாமே ஆணின் கடமை என்றாகி நிற்கிறது.இப்படிப் பிறப்பு முதல் இறப்பு வரை பெண்களுக்காகவே உழைத்து ஓடாய்த்தேயும் ஆண்களுக்குக் கிடைக்கும் சந்தோஷம்தான் என்ன? ஆணாதிக்கம் ,தந்தை வழிச்சமூகம்,பெண்மீது வன்முறை செலுத்துபவன் என்கிற அவப்பெயர்களோடு செய்த தியாகங்களைப்பற்றி மௌனம் காக்கும் கொடுமை.

இப்படிச்சொல்கிறது அந்த சென்னைச் சங்கத்தின் முகப்புப் பக்கம். அவர்கள் உருகி உருகி ஆண்களின் தியாக வாழ்வை எழுதினாலும் நடைமுறை உண்மைகள் நம் கண்களில் அவர்களுக்காகக் கண்ணீரை வரவழைக்காமல் உதட்டில் சிரிப்பைத்தான் தருவிக்கின்றன.

ஆண்கள் மீதான பாலியல் வன்முறைக்கெதிராக அகில இந்திய அளவில் இயங்கும் அமைப்புகளில் பெரியது Save Indian Family Foundation என்கிற அமைப்பு.ஒவ்வொரு அரைமணி நேரத்திலும் ஒரு பெண் மீது பாலியல் வல்லுறவு நிகழ்த்தப்படுகிறது.ஒவ்வொரு இரண்டு மணி நேரத்துக்கும் ஒரு வரதட்சிணைச்சாவு நிகழ்கிறது.கடந்த இருபது ஆண்டுகளில் மட்டும் இந்தியாவில் பத்து மில்லியன் பெண் சிசுக்கொலைகள் நிகழ்ந்துள்ளன என்றெல்லாம் புள்ளிவிவரங்கள் சொன்னாலும் இந்த இந்தியக் குடும்பங்கள் பாதுகாப்பு அமைப்பினர் என்ன சொல்கின்றனர் என்றால், இந்தியாவில் நடக்கும் தற்கொலைகளில் பெண்களின் எண்ணிக்கையைப்போல ஆண்களின் தற்கொலை இரண்டு மடங்காகும்.பெண்களின் கொடூரமான வார்த்தைகளைத் தாங்க முடியாமல் அவர்களின் குடும்பச்

சித்ரவதைகளைத் தாக்குப் பிடிக்க முடியாமல் தற்கொலை செய்துகொள்ளும் ஆண்கள் இவர்கள். இவர்களின் மரணம் உங்களுக்கு ஒரு பொருட்டே இல்லையா? என்று முகாரியில் எதிர்ப்பாட்டுப் பாடுகிறார்கள்.

ஆண்கள் அமைப்புகள் மட்டுமல்ல .அகில இந்திய மாமியார்கள் பாதுகாப்பு சங்கம்(*All-India Mothers-in-law Protection Forum*) ,அகில இந்திய நாத்தனார்கள் பாதுகாப்பு சங்கம் போன்ற அமைப்புகளும் இன்று சுறுசுறுப்பாகச் செயல்படத் துவங்கியுள்ளன. கொடுமைக்கார மாமியார்களையும் நாத்தனார்களையும் நம் சினிமாக்களும் தொலைக்காட்சித் தொடர்களும் காட்டிக்கொண்டிருக்கும் இதே நாட்களில் மாமியார்கள்,நாத்தனார்களின் "நியாயமான" உரிமைகள் மற்றும் கௌரவத்துக்காகக் குரல் எழுப்பும் அமைப்புகளும் பரவி வருகின்றன.

பெண் இன்று என்று பேசும் நாம் ஆண் இன்று என்பதையும் மாமியார்கள் இன்று என்பதையும் நாத்தனார்கள் இன்று என்பதையும் சேர்த்துப் பேசினால்தானே விவாதம்முழுமை பெறும்? ,அதிகாரத்தின் பின்பலத்தோடு, இந்தியாவைப் பின்னோக்கி இழுத்துச் செல்லும் "பண்பாட்டு நடவடிக்கைகள்" அதிகரித்துள்ள இந்த நாட்களில் இதுபோன்ற சங்கங்கள் மேலும் வலுப்பெறவும் செய்யலாம் என்பதால் நாம் இக்குரல்களை நகைத்துவிட்டு மட்டும் கடக்கக் கூடாது . என்னதான் சொல்றாய்ங்க இவிங்க என்று கேட்டுப் பதிலடி கொடுப்போம்.

எசப்பாட்டு - 2

குடும்பம் என்னும் கோட்டைக்குள்...

ஃபேமிலி என்றால் குடும்பம் என்றுதான் பொதுவாக நாம் பொருள் கொள்கிறோம்.. ஆனால் நம் நாட்டில் பரவலாக ஃபேமிலி என்றால் மனைவி என்ற பொருளில் அச்சொல்லைப் பெருவாரியான மக்கள் பயன்படுத்தி வருகிறார்கள்.ராணுவத்தில் நான் இருந்தபோது வட இந்திய நண்பர்கள் பலர் மனைவியை ஃபேமிலி என்று சொல்வதைக்கவனித்தேன். என்ன சகா குடும்பத்தோட வந்திட்டிங்களா என்று கேட்டால்,"இல்லையில்லே! நானும் ஃபேமிலியும் மட்டும்தான் வந்தோம்.பிள்ளைகள் ஊர்லே பாட்டி தாத்தாகூட படிச்சுட்டு இருக்காங்க" .இதுமாதிரி வட இந்தியாவிலும்தமிழகத்திலும் மிக இயல்பாக ஃபேமிலி என்றால் மனைவி என்கிற பொருளில் பேசுவோரை நிறையப் பார்த்துவிட்டேன். குடும்பம்னா அதுக்கு மையமாக இருப்பது மனைவிதான் என்று நம்மாட்கள் மனதில் அழுத்தமாக இருக்கிறது என்பதாக இதைப் புரிந்து கொள்ளலாம்.

ஆனால் இன்னொரு பக்கம்,ஆண்கள் உரிமைப் பாதுகாப்பு சங்கம் என்று பேர் வைக்காமல் ஏன் சார் "இந்திய குடும்பப் பாதுகாப்பு அமைப்பு"ன்னு பேர் வச்சிருக்கீங்க என்று *Save Indian Family Foundation* தலைவர் ஸ்வரூப் சர்க்காரைக் கேட்டால் அவர் கோபத்தோடு சொல்லும் பதில்,"நாங்க குடும்பம்னு சொல்றது கணவன், அவனுடைய அம்மா அப்பா,அக்கா தங்கைகள் கொண்ட குடும்பத்தைத்தான்" என்கிறார். அப்போ உங்க மனைவி? "அவளைக் காப்பாத்தத்தான் எத்தனை மாதர் சங்கம் இருக்கு? எத்தனை தொண்டு நிறுவனம் இருக்கு? "எங்க குடும்பத்துக்குத்" தான் பாதுகாப்புத் தர இந்தக் கேடு கெட்ட நாட்டிலே யாருமே இல்லை" என்கிறார். கணவனை மையமாக் கொண்டதுதான் குடும்பம்(மனைவி அதில் வெளி ஆள்) என்பது இந்தச் சங்கத்தினரின் வாதம்.

பெண் இல்லாத வீட்டை அறை என்கிறோம்.பெண் வந்தால் அது வீடாகிறது. குடும்பம் ஆகிறது. குடும்பத்தின் மையம் ஆணா பெண்ணா என்கிற விவாதம் அர்த்தமற்றது. இருவரும் இணைந்த ஓர் நிறுவனம்தான் குடும்பம். கணவனும் மனைவியும் பெரும்பாலும் ரத்த உறவுடையவர்கள் அல்லர். இந்தியாவில் ரத்த உறவுக்குள் மண உறவு

என்பது இன்னும் ஆங்காங்கு நீடிக்கிறது என்றாலும் அது எண்ணிக்கையில் மிகவும் சுருங்கி விட்டது. ரத்த உறவுக்குடும்பத்தில் பிறந்து வளர்ந்து பெரியவர்கள் ஆனதும் அவரவர் குடும்பத்திலிருந்து துண்டித்துக் கொண்டு ரத்த சம்பந்தமில்லாத கணவனும் மனைவியும் சேர்ந்து புதிய ஒரு குடும்பத்தை நிறுவுகிறார்கள். குழந்தைகள் என்கிற புதிய ரத்த உறவுகளை உருவாக்குகிறார்கள்.

புதிய குடும்பத்தை அவர்கள் உருவாக்கினாலும் அவர்களின் உணர்விலும் நினைவுகளிலும் 'தங்கள் குடும்பம்' எனத் தொடர்வது அவர்களின் முந்தைய ரத்த உறவுக்குடும்பம்தான். தூரத்து ஊர்களில்/ நாடுகளில் போய் வாழ நேர்ந்தாலும் அவர்கள் உணர்வால் 'அந்தக் குடும்பத்தின்' உறுப்பினர்களாகத்தான் இன்னும் வாழ்ந்துகொண்டிருப்பார்கள். இது இயல்பானதுதான்.

இயல்புக்கு மாறானது எதுவெனில், ஆண் தன் முந்தைய ரத்த உறவுக்குடும்பத்தோடு சாகும்பரியந்தம் உயிரோட்டமான உறவைக்கொண்டிருப்பதும் பெண் புகுந்த வீட்டையே தனக்கான நிரந்தர இருப்பாக மாற்றிக் கொள்ள வேண்டும் என்கிற பண்பாட்டுக் கொடுமைதான். நாற்றங்காலிலிருந்து பிடுங்கி நடப்பட்ட செடியாகப் பெண் ஆக்கப்பட்டிருக்கிறாள். இது பெண்களின் உளவியலில் ஏற்படுத்தும் மாற்றங்கள் குறித்து இலக்கியங்கள் கூட அதிகம் பேசியதில்லை.

ஆகவே, குடும்பம் என்றாலே இந்தியாவில் அது ஆண்கள் பாதுகாப்பு சங்கம்தான் என்பதை புரிந்துகொள்ளாதது போல நடிப்பவர்கள்தான் தனியாக இன்னும் ஒரு ஆண்கள் பாதுகாப்பு சங்கத்தை உருவாக்கிக்கொண்டு காமெடி பண்ணுகிறார்கள்.

இந்தக்கோணத்தில் பார்க்கும்போது, பாரதியின் "இதந்தரு மனையின் நீங்கி இடர்மிகு சிறைப்பட்டாலும் சுதந்திர தேவி நின்னைத் தொழுதிடல் மறக்கிலேனே "என்கிற வரிகளில் வரும் " இதம் தரும் மனை" என்கிற சொற்றொடர் ஆய்வுக்குரியதல்லவா? மனை, யாருக்கு இதம் தருகிறது? யார் இதம் தருகிறார்? இதமானதாக அந்த இல்லத்தை வைத்திருக்கும் கடமை யாருக்குரியதாக இன்றும் இருக்கிறது?

குடும்பத்தைப் பிணைத்து வைத்திருக்கும் இரண்டு அம்சங்கள் என உணர்வுப்பந்தம் மற்றும் பண்பாட்டு அழுத்தம் ஆகியவற்றைக் கூறலாம். கணவனுக்கும் மனைவிக்குமிடையிலான காதல், குழந்தைகள் மீதான பாசமும் நேசமும் போன்ற உணர்வுரீதியான பிணைப்பு குடும்பத்தின் மிக முக்கியமான ஆதாரசுருதியாக விளங்குகிறது.

காதல்,காமம் போன்ற இயற்கையான உந்துதல்களினால் குடும்பத்தில் மனித குல மறு உற்பத்தி காலம் காலமாகத் தொடர்கிறது.அதே போல இயற்கையான உந்துதலினால் தாய் தான் பெற்ற குழந்தைகளுக்குப் பாலூட்டிச் சீராட்டி வளர்த்தெடுக்கிறாள்.அதற்கு ஆண் துணை நிற்க வேண்டும்.இந்த இயற்கையான உந்துதலுக்கு மேலாக குடும்பம் இயங்குகிற காலத்தின் -நிலப்பரப்பின் -ஆளும் சிந்தனைகளை உள்ளடக்கிய ஆதிக்கப் பண்பாடு (*DOMINANT CULTURE*) குடும்பத்தின் மீது தாக்கம் செலுத்துகிறது.

“ஈன்று புறந்தருதல் என் தலைக் கடனே;
சான்றோன் ஆக்குதல் தந்தைக்குக் கடனே
வேல் வடித்துக் கொடுத்தல் கொல்லர்க்குக் கடனே........”

(பொன்முடியார்)

என்பதுபோல ஆளும் பண்பாடு ஆணுக்கும் பெண்ணுக்கும், பிறருக்குமான அவ்வக்காலக் கடமைகளைத் தீர்மானிக்கிறது. உலகத்தோடு ஒட்ட ஒழுக வேண்டி இக்கடமைகளைச்சரிவரச்செய்பவரே நல்ல குடும்பத்தார் ஆவர்.பெண்ணுக்குக் காலம் காலமாகக் குழந்தைகளைப் பெற்று வளர்த்துக் குடும்பத்தைப் பேணும் *CARING AND NURTURING* (பேணுவதால் அவள் பெண்-ஆளுவதால் அவன் ஆண்) கடமையே தரப்பட்டு வந்தது,ஆகவே குடும்பத்தில் இருக்கும் எல்லோருக்கும் இதம் தரும் கடமை பெண்ணுக்குரியதாகவே தொடர்ந்தது. ஆகவே அடுப்புப்புகையும் கரிச்சட்டிகளும் பானைகளும் அழுக்குமூட்டைகளும் பெருக்குமாறும் துடைப்பமும் தேங்காய் நாரும் உப்பும் புளியும் அவள் சொத்துக்களும் வாழ்முறைகளுமாகி,அவளை மூச்சுத்திணற வைத்தன. மெழுகுவர்த்தியாகத் தான் உருகிக் குடும்பத்துக்கு வெளிச்சம் தரும் கடமை கொண்டாள்.

.இது ஏன் இப்படியே தொடர வேண்டும்? என்கிற கேள்வி 19ஆம் நூற்றாண்டில் எழுந்தது.”விலகி வீட்டிலோர் பொந்தில்” வாழ்ந்து கொண்டிருந்த பெண்களின் கைவாளாகக் கல்வி வந்து சேர்ந்தது.

ஜனநாயக யுகத்தில் பெண்களும் படிக்கலாம் என்று வந்த பிறகு ,பெண்களும் வேலைக்குப்போகும் காலம் துவங்கிய பிறகு குடும்பம் என்னும் கோட்டைக்குள் என்ன நடந்தாலும் கேள்வி கிடையாது என்கிற ஆதிக்கப் பண்பாட்டின் மீது கல்லெறி விழத்துவங்கியது. குடும்பத்துக்குள் சமூகம் தலையிட சட்ட ஏற்பாடுகள்

முகிழ்க்கத்துவங்கின. வீட்டுச் சத்தம் கோர்ட்டுக்குப் போக வழி பிறந்தது.

பெண்கள் பாதுகாப்புக்கான அரசியல் சட்டத்தின் 498 ஏ பிரிவு மற்றும் குடும்ப வன்முறை தடுப்புச் சட்டம் 2005 என சட்டங்கள் வந்த பிறகுதான் இந்த ஆண்கள் பாதுகாப்பு சங்கங்களும் புற்றுக்குள் இருந்து வெளியேறிச் சீறத்துவங்கின. இதம் தந்த மனையாட்டிகள் எதிர்க்கேள்விகள் கேட்டுக் குடும்பம் என்னும் எஃகுக் கோட்டைகளில் விரிசல்களை ஏற்படுத்தத் துவங்கினர். அந்த விரிசல்களின் வழியே வெளியேறிச் சுதந்திரக்காற்றைப் பெண்கள் சுவாசிக்கத் துவங்கிவிட்டனர்,

ஆம். 'குடும்ப அமைதி' குலையத்தான் துவங்கியது. இதம் மட்டுமே தரக் கடமைப்பட்ட பெண் கேள்வியும் கேட்டு எரிச்சலூட்டுகிறாள். தராசில் ஆண் பக்கம் வலுவாகக் குவிந்திருந்த எடைக்கற்கள் விழத் துவங்கியுள்ளன. ஆகவேதான் இந்த சத்தம். ஆண்கள் பாதுகாப்பு சங்கங்களின் குரல் வரட்டும். நல்லது. எப்படியான சமூக உளவியல் இங்கே ஆழமாக இயங்கிக்கொண்டிருக்கிறது என்பதை அறிந்து கொள்ள இவை உதவும்.

எசப்பாட்டு-3

குற்றம் புரிந்தவன்... வாழ்க்கையில் நிம்மதி கொள்கிறான்....

சில ஆண்டுகளாகிவிட்டன இது நடந்து. இலக்கியம் பேசும் எங்கள் நண்பர் ஒருவருடைய இணையர் கர்ப்பம் தரித்திருந்தார். அப்போது அவருக்குப் பல மனக்குழப்பங்கள் ஏற்பட்டதாக எங்கள் நண்பர் கூறுவார். "வினோதமான கனவுகளெல்லாம் வருவதாக என் மனைவி கூறுகிறாள்" என்று சொல்வார். ஒருநாள் நண்பர் வேலைக்குப் போயிருந்த வேளையில் வீட்டில் தனியாக இருந்த அவருடைய துணைவியார் உடம்பில் மண்ணெண்ணெய் ஊற்றித் தீ வைத்துத் தற்கொலை செய்துகொண்டார். இறந்துபோன இளம் பெண்ணின் பெற்றோர் கதறிக்கொண்டு ஓடோடி வந்தனர். இது வரதட்சிணைக் கொலை என்று காவல்துறையில் புகார் அளித்தனர். நண்பர் கைது செய்யப்பட்டுச் சிறையிலடைக்கப் பட்டார். வரதட்சிணையாக கார் வாங்கித்தரச் சொல்லிக் கேட்பதாக தங்களின் மகள் எழுதிய கடிதத்தை நண்பரின் மாமனார் கோர்ட்டில் சமர்ப்பித்ததாகப் பத்திரிகைகளில் செய்தி வந்தது. அடப்பாவி என்று நாங்கள் அவரைச் சிறைசென்று பார்க்கக்கூட மனமின்றி வெறுப்பாக இருந்துவிட்டோம்.

அந்த நாட்களில் மருமகள் பற்ற வைத்தால் மட்டும் ரிமோட் சென்சிங்கில் கண்டுபிடித்து உடனே வெடிக்கிற ஸ்டவ்வுகள் பரவலாக அறிமுகம் ஆகியிருந்த நேரம். அவர் அப்படிச் செய்திருப்பாரா என்கிற சந்தேகம் எங்களுக்கு வந்தாலும் போன உயிருக்கு என்ன பதில் என்கிற கேள்வியும், வாங்க என வரவேற்று எங்களுக்குக் காப்பி கொடுக்கும் அப்பெண்ணின் அப்பாவி முகமும், அப்பெண் பெற்றோருக்கு எழுதிய கடிதங்களும் எங்கள் மனங்களை ஆக்கிரமித்து நின்றது. நண்பருக்கு இன்னொரு முகமும் இருந்திருக்கு என்கிற கருத்து எங்கள் மனங்களில் வளரத் துவங்கியிருந்தது. கடைசிவரை அவரைப்பார்க்கவோ அவருக்கு உதவவோ நாங்கள் யாரும் போகவில்லை. சட்டம் தன் கடமையைச் செய்யட்டும் என்று மௌனம் காத்துவிட்டோம்.

வழக்கு போய்க்கொண்டிருந்தது. நண்பரின் அப்பாவைக்கூடக் கைது செய்து பின்னர் பிணையில் விடுத்ததாக ஞாபகம். திடீரென்று ஒருநாள் நண்பரின் அம்மா தூக்கு மாட்டித் தற்கொலை செய்துகொண்ட செய்தி

வந்து எல்லோரையும் அதிர்ச்சிக்குள்ளாக்கியது.நாங்கள் உண்மையில் ஆடிப்போய்விட்டோம்.தன் ஒரே செல்ல மகன் சிறையிலிருப்பதும் ,ஊரெல்லாம் வெறுத்தொதுக்கும் அவமானமும், கொலைப் பழியும் என அவருடைய மனம் தாங்க முடியாத மன உளைச்சலில் சிக்கிக் கடைசியில் தற்கொலை செய்து கொண்டாரா அல்லது ஒரு மரணம் உண்டாக்கிய துக்கத்தையும் குடும்பத்துக்கு உண்டான அவமானத்தையும் இன்னொரு மரணத்தின் மூலம்தான் சரி செய்ய முடியும் என்று நினைத்தாரா என்பது இன்று வரை புரியாத புதிராகவே இருக்கிறது.இளம்பெண்ணின் மரணம் உண்டாக்கிய அதிர்வலைகளுக்கு எதிரலையாக அம்மாவின் மரணம் அமைந்தது என்னவோ உண்மைதான்.

தண்டனைக்காலம் முடிந்து விடுதலையாகி நண்பர் எங்கோ வெகுதூரம் வெளிநாட்டுக்குச் சென்றுவிட்டார். நல்லா வசதியாக இருக்கார் என்று கேள்விப்பட்டோம்.நல்லாருக்கட்டும். இன்றுவரை அவரைச் சந்திக்கவில்லை.ஒரு நண்பனுக்கு ஆபத்துக்காலத்தில் உதவவில்லையே என்கிற உறுத்தலை விட நம்மகூடவே இருந்த ஒருத்தர் இப்படிச் செஞ்சிட்டாரே என்கிற கோபம்தான் இப்போதும் தூக்கலாக இருக்கிறது.

அந்த நாட்களில் ஆண்கள் பாதுகாப்பு சங்கம் எல்லாம் தோன்றியிருக்கவில்லை.இருந்திருந்தால் நிச்சயமாக அவர்கள் எம் நண்பரின் பக்கம் நின்று "இது வரதட்சிணைச் சாவு அல்ல. மனக்குழப்பத்தால் விளைந்த சாவு" என்று வாதிட்டு வழக்காடியிருப்பார்கள்.சந்தேகத்தின் பலனை பாதிக்கப்பட்ட இந்த ஆணுக்கு வழங்க வேண்டும் என்று கோரியிருப்பார்கள்.இதெல்லாம் என் யூகமல்ல.இப்போது இந்தியாவில் இயங்கும் ஆண்கள் பாதுகாப்பு சங்கங்கள் எல்லாம் இதைத்தான் செய்து கொண்டிருக்கின்றன . வரதட்சிணைக் குற்றங்கள்,பாலியல் குற்றங்கள் செய்த ஆண்களைக் காப்பாற்றச் சட்ட உதவியெல்லாம் செய்வது இந்த ஆண்கள் சங்கங்கள்தாம்.

பெற்று வளர்த்த செல்ல மகளை நெருப்புக்குப் பலி கொடுத்துவிட்டுக் கதறி நிற்கும் அப்பெண்ணின் பெற்றோரைப்பற்றி இவர்கள் யோசிப்பதில்லை.இந்த ஆணின் அம்மா சாகவில்லையா அது உங்கள் மனங்களை உலுக்கவில்லையா என்று மட்டும்தான் கேட்கிறார்கள். வலுவான சட்டங்கள் இல்லாத கடந்த காலம் முழுவதிலும் வரதட்சிணைக்கொலையாளிகள் இப்படித்தான் இது மனக்குழப்ப மரணம் அது இது என்று சொல்லித் தப்பித்துக்கொண்டிருந்தார்கள்.

எப்படிப்பார்த்தாலும் இரண்டு பெண்களைத்தான் காவு வாங்கி நிற்கிறது இந்தக்கதை.இந்தக் கதை மட்டுமல்ல; எல்லாக்கதையுமே இப்படித்தான்.ஆணின் மனைவியானால் என்ன ,ஆணின் அம்மா ஆனால் என்ன? சாவது பெண்ணாகத்தானே அமைகிறது?.அதற்காக ஆண் சாகணும் என்று நான் சொல்லவில்லை. இந்த உறுத்தல்,உளைச்சல்,குற்ற மனம்,அவமான உணர்ச்சி இதெல்லாம் ஆணுக்கல்லவா ஏற்பட்டிருக்க வேண்டும் என்பதுதான் கேள்வி.

தான் செய்வது குற்றம் என்கிற தன்னுணர்வே இங்கு ஆணுக்கு இல்லை என்பதுதான் இந்தியாவின் குரூர யதார்த்தம்.

டெல்லி ஜோதிசிங்(நிர்பயா) பாலியல் வன்முறை வழக்கின் குற்றவாளி முகேஷ்சிங்கும், வழக்கறிஞர் ஏ.பி.சிங்கும் ''இந்தியாவின் மகள் ''என்கிற இந்தியாவில் தடை செய்யப்பட்ட ஆவணப்படத்துக்கு அளித்த நேர்காணல்கள் இந்திய ஆண் மனதின் அசலான பதிவுகள். நிர்பயாவைப் பாலியல் வல்லுறவு செய்தவன் எந்தக் கூச்சமும் குற்ற உணர்வும் இன்றிக்கூறுகிறான்'' ராத்திரி நேரத்தில் அவளுக்கு வெளியில் என்ன வேலை? ஒருத்தன் தன்னைக் கெடுக்கிறான் என்று சொன்னால் அவள் பேசாம அவனுக்கு ஒத்துழைக்கணும். அப்படி ஒத்துழைச்சிருந்தா அவளை வேலை முடிஞ்சதும் அப்படியே விட்டிருப்போம். சாகடிச்சிருக்க மாட்டோம்.தாக்கியிருக்க மாட்டோம்.கூட வந்த பையனை மட்டும்தான் அடிச்சிருப்போம்.'' அவளுக்கு அந்த அறிவில்லையே என்பதுதான் அந்தக் கொடூரனின் குரல். “தன்னுடைய தங்கைக்கு இப்படி நடந்திருந்தால் சத்தமே இல்லாம அவளைப் பண்ணை வீட்டுக்குக் கொண்டுபோய் எல்லோருடைய முன்னிலையிலும் பெட்ரோல் ஊத்திக்கொளுத்தியிருப்பேன்''என்பது வக்கீல் ஏ.பி.சிங்கின் பேட்டி..பல சாமியார்களும் ஆளும் கட்சிக்காரர்களும் எந்தக் குற்ற உணர்வுமின்றி ''இளம்பெண் ராத்திரி நேரம் பையன்களோடு சுத்தலாமா?'' என்று ஒழுக்க நியாயம்தான் பேசினார்கள்.

அந்தக்காலத்தில் ரத்தக்கண்ணீர் படத்தில் எம்.ஆர்.ராதா பாடுவதாக ஒரு பாடல் வரும்:

> குற்றம் புரிந்தவன் வாழ்க்கையில் நிம்மதி
> கொள்வதென்பதேது (2)

என்று துவங்கும் அப்பாடல், செய்த குற்றத்தை உணர்ந்து வருந்திப் புலம்பும் கதாநாயகனின் குரலாக வந்தது.ஆனால் அப்படித் திருந்தி வருந்திய தலைமுறையும் காலமும் போய்விட்டது.குற்றம் புரிந்த

ஆண்களுக்குக் குஷ்டரோகம் வந்து அடியே காந்தா... என்று புலம்பும் காட்சியும் இல்லை. மனைவியைக் கொன்றவன், மாதரை வன்கொடுமை செய்தவனெல்லாம் அதிகாரத்திலும் மதவாத அமைப்புகளிலும் சௌகரியமாக இருக்கிறான். இதுதான் இந்தியா. இது ஆண் இந்தியா.

தாம்சன் ராய்ட்டர் செய்தி நிறுவனம் ஆய்வுக்குப்பின் வெளியிட்ட பெண்கள் வாழத்தகுதியற்ற நாடுகளின் பட்டியலில் இந்தியா நான்காவது இடத்தில் இருக்கிறது. ஆப்கானிஸ்தான், காங்கோ, பாகிஸ்தான், இந்தியா, சோமாலியா என்கிற வரிசையில் இந்தியா இடம் பெற்றிருக்கிறது. பெண்கள் வாழத் தகுதியற்ற நாடு என்றால் என்ன அர்த்தம்? பெண்களை நல்லபடியா வச்சு வாழ வக்கற்ற ஆண்களின் நாடு என்பதுதானே?

இந்திய ஆண்கள் ஏன் இப்படி மனச்சாட்சியும் குற்றமனமும் அற்றவர்களாக (பெண்கள் விஷயத்தில்) ஆனார்கள்? அவர்களை மீட்டெடுக்க வழியே இல்லையா? ஆண்மனதின் உள்ளடுக்குகளில் என்னதான் இருக்கிறது?

எசப்பாட்டு-4

திட்டத் திட்ட திண்டுக்கல்லு..

எல்லாவற்றையும் என்னிடம் முழுசாகப் பகிர்ந்துகொள்ளும் என்னுடைய நண்பனுக்கும் அவனுடைய இணையருக்கும் நாளும் சண்டைதான் அல்லது சண்டையில் எத்தனை விதம் உண்டோ அத்தனை விதங்களிலும் சண்டை போட்டுச் சாதனை படைப்பவர்கள் அவர்கள்.

சில சண்டைகளுக்குப் பிறகு இருவரும் நாட்கணக்கில் ஒருவரோடு ஒருவர் பேசாமலே இருப்பார்கள். அவன் முகத்தில் அந்த ஜாடை எனக்கு எப்படியோ தெரிந்து விடும். 'என்னலே... மறுபடி சண்டையா' என்று கிளறினால் ' அட விடப்பா நீ வேற'.. என்று தவிர்ப்பான். 'சரி..' என்னான்னுதான் சொல்லேன். சொன்னாப் பாரமாவது குறையுமில்லே என்று நான் சொல்லணும். உடனே கொட்ட ஆரம்பித்து விடுவான்.

"நீங்கள்ளாம் கல்யாணமாகி எப்படி சந்தோசமா இருக்கீங்க.. ரெண்டு நாள் சண்டை போட்டாலும் பாக்கி அஞ்சுநாள் நல்லிணக்கமா வாழுறீங்க.. எனக்கு ஏழுநாளும் சனி, எட்டாம்நாளும் சனி என்று இருக்கிறது

அவ வாயைத்தொறந்தா இங்கே ரத்தம் கொட்டும் (என்று நெஞ்சைப்பிடிப்பான்) ... புருசன்கிற மரியாதையைக் கூட நான் எதிர்பார்க்கலே.. ஒரு சக உயிரை இப்படியெல்லாம் பேசலாமான்னு அவ மனசிலே ஒரு நிமிசம் தோணாதா.."

பலசமயம் அவன் கதையைச் சொல்லி முடிக்குமுன் இரண்டுமுறையாவது அழுது விடுவான். நமக்கும் மனசு சங்கடமாகிவிடும். சரி வா நானும் கூட வாறேன் என்று அவனோடு கிளம்புவேன்.

வீட்டு வாசலில் என்னைக்கண்டதும், முகம் மலர்ந்து 'வாங்கண்ணே' என்று அன்புடன் உபசரித்து நிற்பாள். 'அக்கா எப்படி இருக்காங்க கூட்டிட்டே வர மாட்டேன்றிங்க..' என்று பொய்யாய்க் கோபிப்பா

எங்களை வரவேற்பறையில் உட்கார வைத்துவிட்டு உள்ளே காப் போடப்போவாள். அந்த கேப்பில் "எல்லாம் நடிப்பு" எ ரகசியக்குரலில் என்னிடம் உதட்டைப்பிதுக்குவான். அவளோ விடைபெறும் வரை அன்பின் சொரூபமாகத்தான் நின்றாள்..

''ஏண்டா நாயே.. வரும்போதே பிரண்டைக் கூட்டிட்டு வந்தா உன்னை விட்ருவேன்னு பாத்தியா..'' என்று ஆரம்பிச்சு நீ போன அஞ்சாவது நிமிசமே ஆரம்பிச்சுட்டா என்று மறுநாள் வந்து என்னிடம் சொல்லி நேற்றைய சித்திரத்தை அழிப்பான். அவன் சொல்வதை நான் அப்படியே நம்புவதில்லை. அது அவனுக்கும் தெரியும்..

என் இணையரை அழைத்துக்கொண்டு குடும்பத்தோடு ஒரு ஞாயிற்றுக்கிழமை பூராவும் அவர்களோடு அவர்கள் வீட்டில் இருந்தோம். நாலு பேரும் சேர்ந்து பேசிச்சிரித்தபடி சமைத்தோம். நல்ல சாப்பாடு, நல்ல பேச்சு, நல்ல மதியத்தூக்கம், நல்ல மாலை நேரத்து பில்டர் காப்பி என எல்லாமே நல்லாத்தான் போச்சு.

"நேத்து மதியம்தான் நான் வயிறாரச் சாப்பிட்டிருக்கேனப்பா.. ஒவ்வொரு ஞாயிற்றுக்கிழமையும் மதியச்சோறு எனக்கு அவமானச்சோறுதான்'' என்று திங்கட்கிழமை வந்து அந்த ஞாயிற்றுக்கிழமைச் சித்திரத்தை அழிப்பான். "சாப்பிட வான்னு அவ சொன்னதே இல்லை. கொட்டிக்க வான்னுதான் சொல்வா.'' இவன் சொல்வது உண்மையா கண்டதெல்லாம் காட்சிப்பிழையா என்கிற குழப்பம் எனக்கு அதிகரித்துக்கொண்டே போனது. ஒரு நிதானத்துக்கு வர முடியவில்லை.

ஒருநாள் மாலை நண்பனிடமிருந்து தொலைபேசி அழைப்பு. என்னப்பா.. என்று பேசினேன். ஆனால் அவன் பேசவில்லை . அவள் சத்தமாக அவனைத்திட்டுவது கேட்டது. இப்பவாச்சும் என்னை நம்பு என்று அவன் செல்லை ஆன் பண்ணி என்னைக் கேட்க வைத்திருக்கிறான். அவர்களின் உரையாடலை அவர்களின் நலனுக்காக ஒட்டுக்கேட்டேன்.

அதற்கப்புறமும் கூட ஒருநாள் அவன் வீட்டுக்குப்போனேன். அவள் ...ாங்கண்ணே.. என்று அன்றலர்ந்த மலர்போல என்னை வரவேற்றாள்.

...த்தனை களேபரத்துக்கும் நடுவில் அவர்களுக்கு ரெண்டு ...தைகள் பிறந்து அவர்கள் ஒருபக்கம் வளர்ந்து கொண்டிருந்தார்கள். ...ட்டும் எப்பிட்றா.. என்று கேட்டபோது "அதெல்லாம் பயந்து ...பத்த பிள்ளைக..'' என்று ஆரம்பித்து தாம்பத்திய வாழ்க்கை ...ன் கொண்டிருந்த கனவுகள் எல்லாம் சிதைந்த துக்கத்தைக் ...ன். வெறும் இச்சை போட்ட பிச்சைதான் ரெண்டும் என்று ... முடிப்பான். உன் எதிர்பார்ப்புக்கு அவ இல்லைன்னா ...தத்தம் சொல்றே.. உன் எதிர்பார்ப்பையும் குத்தம் ...ல என்பேன் நான்.

வெறுப்பின் உச்சத்தில் சிலசமயம் சொல்லாமல் கொள்ளாமல் எங்காவது காணாமல் போய்விடுவான். நாலுநாள் அவளைச் சாவட்டும் என விட்டுவிட்டு அப்புறமாக தாடியுடன் வருவான்.

இரண்டாவது முறை அவன் கோபித்துக்கொண்டு காணாமல் போனபோது இதுதான் சமயம் என்று அவளிடம் உடைத்துப் பேசினேன்.

"அடிக்கடி இப்படி சண்டை போடுவிங்களா"

"வீடுனு இருந்தா ஒரு சண்டை சத்தம் இல்லாமலாண்ணே இருக்கும்" இப்படி ஆரம்பித்த ஃபார்மலான உரையாடல் நீண்ட நேரத்துக்குப்பின் மனம் திறந்தது.

நானும் வேலைக்குப் போகிறவள்தானே.அடுப்படி வேலைக்குப் பக்கத்திலேயே வர மாட்டார். அதிகபட்சம் ரெண்டு பசங்களையும் குளிக்க வைப்பார்..நல்லவேளையாப் பெண் குழந்தை இல்லை. இல்லேன்னா அதையும் நாந்தான் பாக்க வேண்டியிருக்கும். காலையிலே காப்பியோடு பேப்பர் படிக்க உக்காந்தா குளிங்க குளிங்கன்னு நாந்தான் விரட்டணும்.பேப்பரை நைட் வந்து படிக்கலாமில்லே.நீங்க வந்து ஒருவாட்டி சொல்லிட்டுப் போனதிலே ஒரு நாலுநாள் அடுப்படிக்கு வந்தார்.காய்கறி நறுக்கித்தாங்க என்றால் ஒரே சைசில் நறுக்குவதில்லை. உனக்கு அடி ஸ்கேல் வச்சு அளந்தா வெண்டைக்காயை நறுக்க முடியும் என்று கோச்சுட்டுப் போனவரு திரும்ப அடுப்படிப் பக்கமே வாறதில்லே.தப்பிக்கிற டெக்கினிக்குண்ணே அது.

ஒருவாட்டி சிங்கப்பூரிலிருந்து கணேசன் வந்தான்னு சொல்லி குடிச்சிட்டு வந்தார்.எங்க அக்கா மாப்பிளை குடிச்சுக் குடிச்சேதான் எங்க அக்காவை சாவடிச்சார்.குடிக்கிறதுலே அவ்வ்ளோ சந்தோஷம் இருந்தா அதை ஏன் எங்களுக்கும் பிள்ளைங்களுக்கும் தர மாட்டேன்றிங்கண்ணே.. நாங்களும் உங்க சந்தோசத்தைப் பகிர்ந்துக்கிறோமே..(பயந்து பயந்துதாண்டா அன்னிக்கு ஒரே ஒரு பெக் அடிச்சேன். அடிச்ச சந்தோசமும் இல்லே. அடிக்காமலே இருந்திருக்கலாம்..அதுக்காக என்னைக் குடிகார நாயாகவே ஆக்கிட்டாடா)

இப்படிக் கோச்சுட்டு சொல்லாம கொள்ளாம ஓடிப்போறாரே..இது பெரிய கெட்டிக்காரத்தனமான்னு கேக்குறேன்.எனக்குக் கோபம் வந்து நானும் கோச்சுட்டுப்போட்டா? பொம்பளை அப்படிப்போக மாட்டாங்கிற தைரியம்தானே?

அவளுடைய வசவுகளுக்குப் பின்னால் சில உண்மையான பிரச்னைகள் இருந்தன. ஆனாலும் மோசமான வார்த்தைகளில் தினமும் பேசுவது தப்புத்தான். வெக்கையான சூழல் எந்நேரமும் வீட்டில் நிலவினால் மென்மையான உணர்வுகள் கருகிப்போகுமே. அது குழந்தைகள் உளவியலையும் பாதிக்குமே என்பதை அவள் கடைசியில் ஏற்றுக்கொண்டாள். "அவரு செய்கையாலே என்னை டார்ச்சர் பண்றார். அது வெளியே தெரியாது. நான் வார்த்தைகளாலே பேசறது மட்டும் தப்பாப்போகுது... இத்தனைக்கும் மேலே நாந்தானே எல்லாமே அவருக்குச் செய்யிறேன்.."

திட்டுகளுக்கு அப்பால் அவன் மீது அவளுக்கு நேசம் இருந்ததை அடையாளம் காண முடிந்தது. அவ கொட்டித்தீர்க்கிற வசவுகளாலே 24 மணி நேரமும் அவ ஞாபகமாகவே இருக்க வேண்டியிருக்கு என்று அவன் ஒருமுறை புலம்பியது நினைவுக்கு வந்தது. அதற்காகத்தானோ இந்தச் சுடுசொற்கள் என்பதாக ஒரு மின்னலடித்தது என் மூளையில்.. தன் ஜோடியை முழுசாகத் தன் கட்டுப்பாட்டிலும் தன் ஆளுகையின் கீழும் வைத்திருக்க விரும்பும் உளவியலிலிருந்து புறப்படும் திட்டுகளாகவும் அவற்றைப் புரிந்துகொள்ள என் நண்பன் பழக வேண்டும்.

எசப்பாட்டு-5

சிம்மாசனத்தை விட்டிறங்காத கதை

ஒரு பள்ளியில் பெண் ஆசிரியர்களுக்கான பயிலரங்கில் ஆண்-பெண் சமத்துவம் பற்றிக் கலந்துரையாடிக் கொண்டிருந்தோம்.சில கேள்விகளை முன் வைத்து அதற்கான எதிர்வினைகளைக் கேட்டுக் கொண்டிருந்தோம். அதில் ஒரு கேள்வி-நீங்கள் பெண்ணாகப் பிறந்து விட்டோமே என்பதற்காக உங்கள் வாழ்க்கையில் மிகவும் வருந்திய தருணம் எது?

ஒரு ஆசிரியர் கூறியது,"எங்க அம்மா இறந்துட்டாங்க. அப்பா இப்ப எங்க அண்ணன் வீட்டோடு இருக்கிறார்.இரண்டு குழந்தைகளோடு மூணாவது குழந்தையா நீங்களும் எங்களோடே இருங்கப்பா என்று அண்ணன் அன்போடுதான் அழைத்துச்சென்றான்.அண்ணனும் அண்ணியும் வேலைக்குப் போகிறவர்கள். வசதிக்குறைவு ஒன்றுமில்லை. ஆனாலும் சின்னச் சின்ன அவமதிப்புகள் இருக்கு. இட்லியா தோசையா என்கிற முடிவு அவர் கையில் இல்லை.அவர் நினைத்த நேரத்தில் காப்பி கிடைப்பதில்லை.அண்ணி தரும்போது குடிச்சிக்கிடணும்.அண்ணன் ,அண்ணி குழந்தைகளோடு பீச்சுக்கு அல்லது ஃபேமிலி ட்ரிப் கிளம்பினால் ஹாட் பேக்கில் சமைத்து வைத்துவிட்டுத்தான் போகிறார்கள்.நீங்களும் வாங்களேன் என்று கேட்பதில்லை.கேட்டா வந்துடப்போறார் என்கிற அச்சம் இருவருக்கும் இருப்பதாக அப்பா சொல்றார்.அது சரி அவுங்க ஃப்ரீயா இருக்கணும்னு நினைக்கிறது தப்பில்லை.ஆனா என் நிலைமையைப் பாரு போட்டதைப் போடுற நேரத்திலே தின்னுட்டு வீட்டுக்கு வாட்ச்மேனாட்டம் இங்கியே கிடக்கிறேன்னு நான் அவரைப்பார்க்கப்போகும்போதெல்லாம் அப்பா புலம்புகிறார்.

அண்ணியிடம் இதெல்லாம் சொல்ல முடியலே.சொன்னாலும் கேட்கிற டைப் இல்லை அவங்க.சரி.வந்து எங்களோட இருங்கப்பான்னு நானும் என் ஹஸ்பண்டும் பலமுறை வருந்தி அழைத்தும் வர மறுக்கிறார்.அப்படியெல்லாம் வர முடியுமாம்மா..அது சரியா இருக்காதும்மா என்று மறுக்கிறார்.அவர் ம்க்கும்..னு செருமினாப்போதும் அம்மா காப்பியோடு போய் நிற்பார்.அப்படி ஒரு

ராஜா மாதிரி வாழ்ந்துட்டு ..இப்ப அம்மாவும் இல்லாம....நான் பொண்ணாப்பொறந்ததாலேதானே அப்பா என் வீட்டில் இருக்க மறுக்கிறார்...''அந்த வாக்கியத்தை முடிக்க முடியாமல் உணர்ச்சி மேலிட்டு அமர்ந்துவிட்டார்.

அமர்வு முடிந்த பிறகு நிதானமாக வந்து அவர் மேலும் பேசினார். படிச்சு வேலைக்குப் போற மருமகதான் வேணும்னு பார்த்து அப்பாதான் அண்ணியைக் கொண்டாந்தார் சார். பெண் குழந்தை படிச்சு வேலைக்குப் போய் சம்பாதிக்கணும் சொந்தக்காலில் நிக்கணும்னு என்னைப் படிக்க வச்சி வேலைக்கு அனுப்பினாரு சார்..ஆனா பாருங்க...''

ஆண் மனதின் இன்னொரு சிடுக்கு இது .

இந்தியத் திரையுலக மேதைகளில் ஒருவரான ரித்விக் கட்டக் இயக்கிய "மேக தாக தாரா" படத்தில் இதுபோன்ற ஒரு காட்சி வரும். வயதான அப்பா அம்மா, படித்துக்கொண்டிருக்கும் தம்பி தங்கைகள் என்கிற பெரிய குடும்பத்துக்காகத் திருமணமே செய்து கொள்ளாமல் கதாநாயகி சம்பாதித்துக் கொண்டிருப்பாள். ஈஸி சேரே கதி என்றாகி விட்ட அப்பா கண்ணீருடன் "இப்படி கிடைப்பிணமாகப் படுத்து பெத்த பொம்பளைப்பிள்ளை சம்பாத்தியத்தில் சோறு தின்னும் காலமும் என் வாழ்க்கையில் வந்து விட்டதே " என்று அழுவார். மகள் பேச்சை மாற்றி வேறு பக்கம் அவர் கவனத்தைத் திருப்புவாள். உணர்ச்சிகரமான காட்சி அது.

இரண்டு உலகப்போர்களுக்குப் பின் ஐரோப்பாவிலும் மேற்குலகம் முழுவதிலும் ஆண்கள் இல்லாத குடும்பங்களின் எண்ணிக்கை அதிகமாகியது. பெண்கள் தலைமையேற்றுக் குடும்பத்தை நடத்தும் யுகம் துவங்கியது.

"மனைத்தக்க மாண்புடையள் ஆகித்தற் கொண்டான்

வளத்தக்காள் வாழ்க்கைத் துணை."

என்கிற இலக்கணங்கள் அர்த்தமிழக்கத் துவங்கின. உழைக்கும் பெண்கள் பெற்ற பொருளாதாரத் தற்சார்பு, அதுகாறும் நிலைத்திருந்த திருமணம், குடும்பம் போன்ற பண்பாட்டு நிறுவனங்களில் ஆரோக்கியமான சிதைவுகளை உண்டாக்கின. மனைமாட்சியும் நன்மக்கட்பேறும் மட்டுமே பெண்களின் கடமையாகவும் பெருமையாகவும் இருந்த கதையில் புதிய திருப்பங்கள் உண்டாகத் துவங்கின. இனிமேலும் ஆணின் பாதுகாவலில் இருக்க

வேண்டியவள்தான் பெண் என்கிற நிலைமை மறைந்து புதிய யதார்த்தங்கள் மேலெழுந்து வந்தன.

போர்கள் இல்லாமலே ,இந்திய சமூகத்தில் பெண்கள் வேலைக்கு வந்தனர்.சாவித்திரி பூலே துவங்கி பெரியார் வரையான சமூக சீர்திருத்த இயக்கங்களுக்கு நன்றி சொல்ல வேண்டும்.தவிர வீட்டு வேலைகளையும் பார்த்து பிள்ளைகளையும் பெற்று வளர்த்து கூடுதலாக சம்பளமும் வாங்கித்தரும் மனைவி என்றால் டபுள் ஓகே என்று இந்திய ஆண் மனம் அதை ஏற்றதாகவும் கொள்ளலாம்.

பெண்கல்வியை வரவேற்று முற்போக்கான முடிவுகள் எடுத்துத் தம் பெண் பிள்ளைகளை படிக்க வைத்து வேலைக்கு அனுப்பிய ஆண்களால் கூட ஆண் ஆளுமையின் கீழ்தான் பெண் இருக்க வேண்டும்: பெண் தலைமையில் பெண் ஆளுகையின் கீழ் ஆண் என்பது இருக்க முடியாது என்கிற பண்பாட்டுச் சகதிக்குள்ளிருந்து தங்கள் கால்களை வெளியில் எடுக்க முடியவில்லை..பாரம்பரியத்தின் சுமையை இறக்கி வைக்கத் தெரியாமல் விழிபிதுங்கும் இந்திய சமூகத்தின் ஆண்மனம் இதனால் மிகவும் நெருக்கடிக்குள்ளாகிறது. பெண்களின் “குடும்பத்தலைவி” என்கிற புதிய பாத்திரத்தை மகிழ்வோடு ஏற்க மறுக்கிறது.ஏற்றுக்கொண்ட ஆண்கள் நகைச்சுவைக் கார்ட்டூன்களுக்குத் தீனி ஆகிவிடுகின்றனர்.

இது மாறிக்கொண்டிருக்கும் ஒரு காலகட்டம் என்ற தன்னுணர்வு ஆண் மனதில் இயல்பாக முகிழ்க்க வேண்டும்.

என்னுடைய நெருங்கிய நண்பர் ஒருவர் கல்லூரிப்பேராசிரியையாகப் பணியாற்றினார்.அவர் ஒருமுறை மனம் நொந்து சொன்னார்.”கல்யாணத்துக்கு முன்னாடி நான் சம்பாதிச்ச காசை என் அப்பா தொட மாட்டார்.அதை நீயே உன் அக்கவுண்ட்லே போட்டு வச்சிக்க என்று சொல்லி விடுவார்.கல்யாணத்துக்கு அப்பறம் என் சம்பளத்தை என்னால் தொடக்கூட முடியவில்லை. “நீ... நான்னு ஏன் பிரிச்சுப் பேசுறே என்று அவ்வளவு காசையும் கணவரே நிர்வாகம் பண்ணுகிறார். எனக்குன்னு இஷ்டம்போல செலவு செய்ய என்று கொஞ்சமும் எடுத்துக்க முடியலே.அவர் இஷ்டம்போல செலவு செய்யிறாரு. இதையெல்லாம் யாரோடு பேச?”

அந்தபெரியவர் மருமகள் எழும் முன்பாக அவளை எதிர்பாராமல் தானே அடுப்படிக்குச் சென்று காப்பி போட்டுக் குடிக்கலாம். மகனுக்கும் மருமகளுக்கும் சேர்த்தே காப்பியைப் போட்டுத்தரலாம். எவ்வளவு மகிழ்ச்சிகரமானதாக நாட்கள் ஒரு நாளில் மாறிவிடும்!ம்க்கும்

என்று செருமினால் காப்பி வரவேண்டும் என்று அதே சிம்மாசனத்தில் இன்னும் உட்கார்ந்துகொண்டிருந்தால்?

துவக்கத்தில் குறிப்பிட்ட ஆசிரியையின் அப்பாவிலிருந்து கடைசியாகக் குறிப்பிட்ட பேராசிரியரின் கணவர் வரை எல்லா ஆண்களின் மனசிலும் ஓடும் உணர்வு ஒன்றுதான். பெண் இன்று ஏற்றிருக்கும் புதிய பாத்திரத்தை அவர்களால் ஏற்றுக்கொள்ள முடியவில்லை. அதிகாரம் பறிபோன மன்னர் சிம்மாசனத்தை விட்டு இறங்க மறுக்கிறார். இன்னும் பழைய ஞாபகத்திலேயே "இதுதான் என் கட்டளை. அதுவே சாசனம்" என்று வெற்று வெளியில் சளம்பித் திரிகிறார்கள்.

எசப்பாட்டு-6

கடமைக்குக் காதலிப்பது...

மும்பையை மையமாகக் கொண்டியங்கும் ஒரு ஆண்கள் பாதுகாப்பு சங்கத்தினர் கொண்டாடும் விழாக்களில் ஒன்று "சூர்ப்பனகையின் மூக்கறுக்கும் விழா". சூர்ப்பனகை என்பவளை பொய் வழக்குப் போட்டு அப்பாவி ஆண்களை குடும்ப வன்முறைச் சட்டத்தின் கீழும் வரதட்சிணைக் குற்றச் சட்டம் 498 ஏ யின் கீழும் குற்றவாளியாக்கும் பெண்களின் குறியீடாக அவர்கள் முன் வைக்கிறார்கள். இதை அவர்கள் வேடிக்கைக்காகவோ மீடியாவைக் கவர்வதற்காகவோ செய்யவில்லை. கடுமையான ஆத்திரத்தோடுதான் செய்கிறார்கள். அவள் பொய்யுரையைக் கேட்டு 'சர்வயோக்கியனான' ராமன் மீது போர் தொடுத்த ராவணன் உருவ பொம்மையையும் அன்று அவர்கள் எரிக்கிறார்கள். ராவணன் என்பவன் பெண்களுக்கு ஆதரவான சட்டங்களின் குறியீடாக முன் வைக்கப்படுகிறான். இந்த நிகழ்வின் பின் உள்ள இந்துத்வ கதையாடல், சொல்லாடல்கள் பற்றித் தனியாகப் பேசலாம். பேச வேண்டும். விதிவிலக்காக எப்போதாவது "சட்டத்தைத் தவறாகப் பயன்படுத்தும்" பெண்களின் 'வஞ்சகத்'தை பொது விதியெனச் சித்தரிக்க முயல்கிறார்கள். அது ஒருபக்கம்.

தங்கள் மனைவிமார்களின் குறியீடாக சூர்ப்பனகையை இந்த ஆண்கள் முன் வைக்கும் உளவியல் எவ்விதம் உருவானது? திருமணம் என்கிற சமூக நிறுவனத்துக்குள் ஏற்பட்டுள்ள நெருக்கடியின் வெளிப்பாடாக இதைப் புரிந்துகொண்டு மேலும் விவாதிப்பதும் அவசியம். நம்முடைய நாட்டில் திருமணங்களும் மணமகன்/மணமகள் தேர்வும் எப்படி நடக்கிறது?

முறை மாப்பிள்ளை, முறைப்பொண்ணு என்கிற உறவும் உரிமையும் வெகுகாலம் நீடித்திருந்த சமூகம் நம்முடையது. யார் முறை மாப்பிள்ளை என்பதில் ஒவ்வொரு இனக்குழுவுக்கும் வேறுபாடுகள் இருக்கும். அத்தை மகனே போய் வரவா..அம்மான் மகனே போய் வரவா... என்று பாடுவது ஒரு சமூகம் எனில் எங்க அக்கா பெத்த முக்காத்துட்டே வாடி .. என்று அக்காள் மகளை முறைப்பெண்ணாகப் பார்ப்பது இன்னொரு சமூகமாக இருக்கும். முறை மாப்பிள்ளை என யாரும் இல்லாவிட்டால் வெளி வட்டத்தில் வரன் தேடப்போவார்கள். .தூரத்து உறவில் கூட ஆள்

சிக்காவிட்டால் சொந்த சாதியில் நம் உட்பிரிவுக்குள் சிக்குதா என்று பார்ப்போம்.உட்பிரிவுக்குள்ளும் அமையவில்லை என்றால் கல்யாண முறை உள்ள உட்பிரிவுகள் என்று ஒரு பட்டியலை ஒவ்வொரு சாதியிலும் வைத்திருப்பார்கள்.அந்தப்பட்டியல் சாதி(!)க்குள் தேடுவோம்.அதிலும் ஒண்ணும் தேறவில்லை என்றால் சரி போய்த்தொலையட்டும்..நம்ம சாதின்னு இருந்தாச் சரிதான் என்று சாதிக்குள் மண உறவை அமைக்கும் சமரசத்துக்கு இறங்கி வருவார்கள். இயக்கங்கள் நடத்தி வைக்கும் திருமணங்கள் மனுசனுக்கும் மனுசிக்குமானவையாக அமைவதுண்டு.

ஆனால்,இந்த எல்லா "ஏற்பாட்டுத் திருமணங்களிலும்" ஒரு ஆணையும் பெண்ணையும் சேர்த்து வைப்பது சமூகம்தான்.அச்சமூகம் முற்போக்கானதாகவும் இருக்கலாம்.பிற்போக்கானதாகவும் இருக்கலாம். திருமணம் என்பது எப்போதும் சமூக ஏற்பாடாகவே இருக்கிறது.ஒரு ஆணும் ஒரு பெண்ணும் தாங்களேதம் விருப்பத்துக்கும் அலைவரிசைக்கும் பொருத்தமான இணையைத் தேர்வு செய்து கொள்வது என்பது இன்றைக்கும் இந்தியாவில் நடைமுறைக்கு வராத பெருமூச்சுக்கனவுதான்.

சிக்மண்ட் ஃபிராய்டு சொன்ன ஒரு புகழ் பெற்ற வாசகம் உண்டு " கணவன் என்பவன் ஒரு பெண்ணுக்கு வாய்த்த பதிலிதான். அப்பெண்ணின் கற்பனையிலும் எதிர்பார்ப்பிலும் சித்திரமாக அவள் மனதில் உருவாகியிருந்த அந்தக் கணவன் இல்லை இவன்.அவனுக்குப் பதிலாக-மாற்றாகக் கிடைத்த பதிலிதான் இவன்"

இதை அப்படியே ஆணுக்கும் பொருத்திப்பார்க்கலாம்தான்.என்ன ஒரு வித்தியாசம் எனில்,பெண்ணை விட ஆணுக்குக் கூடுதலாகச் சில பெண் பார்க்கும் படலங்கள் வாய்க்கும்.அது போல ஆண் பார்க்கும் படலங்கள் பெண்ணுக்கு வாய்ப்பதில்லை.இன்று இணையத்தில் உலவும் மேட்ரிமோனியல் வலைத்தளங்கள் அதில் ஒரு சிறு உடைப்பை ஏற்படுத்திப் பெண்ணுக்கும் பல ஆண்களைப் "பார்க்கும்" வாய்ப்பை வழங்கியிருக்கிறது.

இந்த 'சமூகக் கல்யாணங்கள்' கணவன் மனைவிக்கான கடமைகளையும் நிர்ணயித்து வைத்துள்ளது..அக்கடமைகளில் முக்கியமானவைகளாக அந்தக் கணவனும் மனைவியும் ஒருவரை ஒருவர் நேசிக்க வேண்டும்.இணைந்து மனிதகுல மறு உற்பத்தி செய்ய வேண்டும்.நிலவும் சமூக வழக்கத்துக்கும் சமூக அமைப்புக்கும் பொருந்துகின்றவர்களாகப் பிள்ளைகளை வளர்க்க வேண்டும்.ஆண்

வேலைக்குப் போக வேண்டும். பெண் இல்லத்தரசியாக, இல்லாளாக, மனையாளாக, மனையாட்டியாக , வீட்டம்மாவாக, வீட்டுக்காரியாக, குடும்ப விளக்காக, குத்துவிளக்காக, ஊதுபத்தியாக, மெழுகுவர்த்தியாகத் தான் கரைந்து வீட்டுக்கு ஒளி தரவேண்டும். சமூகத்தின் இந்தக் கட்டளை ஆண்டவன் கட்டளையாகவும் மடைமாற்றம் செய்யப்பட்டு நம் தலையில் ஏற்றப்பட்டுள்ளது.

நல்ல தர்மபத்தினி எப்படி இருக்க வேண்டும் என்பதற்கான புகழ்(!) பெற்ற சுலோகம் ஒன்றுண்டு.

கார்யேஷூ தாசி
கரணேஷூ மந்திரி
ரூபேஷூ லட்சுமி
க்ஷமவா தரித்ரி
போத்யேஷூ மாதா
சயனேஸூ வேஸ்யா
சமதர்ம யுக்தா
குலதர்ம்பத்தினி

- சேவை செய்வதில் தாசியைப் போலவும், யோசனை சொல்லுவதில் மந்திரியைப்போலவும், அழகில் லட்சுமியைப் போலவும், மன்னிப்பதில் பூமாதேவியைப்போலவும், அன்போடு ஊட்டுவதில் அன்னையைப் போலவும், மஞ்சத்தில் கணிகையைப் போலவும், நடந்து கொள்ளக்கூடிய ஒருத்தியே குலதர்ம பத்தினி என்கிறது அந்த சுலோகம்.

இன்றைய நவீன ஜனநாயக யுகத்தில் உருவாகும் பெண் இப்படிக் கணவனுக்கான 'சர்வீஸ் செக்டாராக'த் தன்னைச் சுருக்கிக் கொள்ள ஒப்புவதில்லை. அதுதான் ஆணுக்கு எரிச்சலூட்டி, சீதையாக தீயில் ஏறு என்றாலும் ஏறும் பெண்ணாக இல்லாமல் எதிர்த்துப் பேசுகிறாளே என்று அவளைச் சூர்ப்பனகை என்கிறது.

ஃபிராய்டு சொன்னதுபோல ஆணும் பெண்ணும் சேர்ந்து வாழாமல் சமூகம் உருவாக்கும் பதிலிகள் சேர்ந்து வாழும் வாழ்க்கையாக நம் குடும்ப வாழ்க்கை இருக்கும்போது , போதாமைகள் உணரப்படுவதும் எதிர்பார்ப்புகள் நிறைவேறாமல் போவதும் ஏக்கங்களும் பெருமூச்சுகளும் நிராசைகளும் அதனடிப்படையில் எழும் கோபங்களும் வெறுப்புகளுமாக வாழ்க்கை புளித்துப்போகிறது.

ஆண் தலைமையேற்பவனாகவும் பெண் முற்றிலுமாக ஒரு குடும்ப சேவிகா ஆகவும் கட்டமைக்கப் பட்டுள்ள ஏற்றத்தாழ்வு குறித்து எந்தக் குற்ற உணர்வும் கொள்ளாமல் இந்தக் குடும்ப அமைப்பைக்

கட்டமைக்கும் சமூக அமைப்பின்மீது கோபம் கொள்ளாமல் சூர்ப்பனகையின் மூக்கறுக்கக் கிளம்புவது என்ன நியாயம்?

தேசப்பிரிவினையின்போது பல்லாயிரம் பெண்களின் மார்பகங்கள் அறுக்கப்பட்டதும் பெண் குறியில் பிறைச்சந்திரன் உருவமும் திரிசூலத்தின் உருவமும் சூட்டுக்கோலால் வரையப்பட்டதும் காதலிக்க மறுத்ததால் ஆசிட் வீசிப் பெண் முகம் சிதைக்கப்படுவதும் அழகாயிருப்பதால் சந்தேகம் கொண்டு மனைவியின் தலையை மொட்டையடித்து வீட்டுக்குள் பூட்டிவைத்த ஒரு விருதுநகர் மாவட்டக் கணவனின் முடியறுப்பும் எனக் காலம் காலமாகவும் இன்றைக்கும் நம் பெண்கள் மூக்கறுக்கப்பட்டுக் கொண்டேதான் இருக்கிறார்கள். இந்த வரலாற்றின் மீது நின்று தங்கள் குடும்பத்தையும் மனைவியையும் பார்க்காமல் என்றோ நிகழும் விதிவிலக்கான பொய்வழக்குகளை மட்டுமே பூதாகரமாக்கிச் சுருங்கி நிற்பது என்ன நீதி?

ஆண்களெல்லாம் ஒருபோதும் ராமர்களுமல்லர்; பெண்களெல்லாம் சூர்ப்பனகைகளும் அல்லர்.

எசப்பாட்டு-7

பட்டினிக் கொடுஞ்சிறைக்குள்....

உலகின் மிகப்பழமையான மதங்களில் ஒன்றான சமண மதத்தில் ''சந்தாரா'' என்றொரு மதச் சடங்கு கடைப்பிடிக்கப்படுகிறது. இந்த மானுட உடம்பென்னும் சிறைக்குள் அடைபட்டுக்கிடக்கும் ஆன்மாவை விடுதலை செய்யும் புனிதச் சடங்காக அது நிகழ்த்தப்படுகிறது.''சல்லெகானா'' என்றும் இது அழைக்கப்படுகிறது. மெலிந்துபோதல் என்று பொருள் தரும் இச்சடங்கில் இறங்குவோர் முதலில் திட உணவை மறுத்துப் பால் மட்டும் அருந்துவார்கள்.பின்னர் அந்தப் பாலையும் நிறுத்தி முழுப்பட்டினியாகக் கிடந்து உடல் மெலிந்து, ஆசைகள் மெலிந்து, பாப எண்ணங்கள் மெலிந்து - என எல்லாவற்றையும் மெலிய வைத்து, இறுதியில் இந்த உடம்பிலிருந்து ஆன்மாவை விடுவிப்பது.அதாவது இறந்து போவது.சுருக்கத்தில் இது பட்டினி கிடந்து சாவதுதான்.இது தற்கொலை முயற்சி என்று ராஜஸ்தான் உயர்நீதிமன்றம் சந்தாராவைத் தடை செய்தது.ஆனால் மேல்முறையீட்டு வழக்கில் உச்சநீதிமன்றம் 60 நொடிகளில் உயர்நீதிமன்ற உத்தரவுக்குத் தடை விதித்தது.அந்த வழக்குக்குள் இப்போது நாம் போகவில்லை.அது பேசப்படவேண்டிய ஒன்றுதான்.

இந்த சந்தாராவிலும் பட்டினி கிடந்து மோட்சம் அடைபவர்களில் பெரும்பான்மையானோர் பெண்கள்.இந்த உடலால் இனி யாருக்கும் பயனில்லை எனும்போது சந்தாராவில் இறங்கிச் சாகும் பழக்கம் இது. ஆண்டுதோறும் 250 லிருந்து 500 பேர் வரை இப்படித் தம்மை மாய்த்துக்கொள்கிறார்கள். ஒருவர் சந்தாரா சடங்கில் இறங்கினால் அதுபற்றி பத்திரிகைகளில் விளம்பரம் கொடுத்து அனைவரையும் வந்து தரிசிக்க(இறப்பை) அழைக்கிறார்கள்.சுற்றிலும் உட்கார்ந்து நூற்றுக்கணக்கானோர் மந்திரங்கள் ஓதியபடி பார்த்திருக்க இந்த மரணங்கள் நிகழ்கின்றன.

இதைப்பற்றி அறிய நேர்ந்தபோது நம் நாட்டுப் பெண்கள், நாம் எல்லோரும் பார்த்திருக்கப் பட்டினி கிடப்பதன் குறியீடாக இந்தச் சந்தாரா எனக்குப் பட்டது.அதீதமாக நான் சொல்லவில்லை. எங்கள் எல்லோருடைய நலனுக்காக எங்கள் அம்மா வாரத்தில் ஐந்து

நாட்களாவது உண்ணாநோன்பிருந்து விரதம் முடிப்பார்.அதற்காக மட்டுமின்றி அப்பாமீது கோபம் என்றாலும் பிள்ளைகளாகிய நாங்கள் சேட்டை செய்து அவர் சொன்னபடி கேட்காவிட்டாலும் அவர் சாப்பிடமாட்டார்.நாங்கள் வருத்தம் தெரிவித்து, அவரைச் சாப்பிட வைக்க மாலைப் பொழுதாகிவிடும். கோபத்தை வெளிப்படுத்த,அதிருப்தியை வெளிப்படுத்த,எதிர்ப்பை வெளிப்படுத்த பட்டினி கிடந்து தன்னை வருத்திக்கொள்வதை ஒரு ஆயுதமாக அல்லது வழிமுறையாகப் பெண்கள் கைக்கொள்வதை தொடர்ந்து பார்த்து வருகிறேன்.சமீபத்தில் சாதி மறுத்துக் காதல் மணம் புரிய மகள் ஒருத்தி முடிவு செய்தபோது, அவள் அப்பா அதை ஏற்கவில்லை. அக்குழந்தை பத்துநாட்களுக்கு மேலாக எதுவுமே சாப்பிடாமல் கிடந்து, மருத்துவமனையில் சேர்க்கும் நிலை வந்து, அதன் பிறகு அந்த அப்பா திருமணத்துக்கு ஒப்புக்கொண்டதைச் சொன்னாள்.

பொருளாதாரத் தற்சார்பு இல்லாமல்,ஆண்களை அண்டி வாழ விதிக்கப்பட்ட பெண்கள் தங்களை நிலை நிறுத்திக்கொள்ளவும் தங்கள் விருப்பங்களை நிறைவேற்றிக்கொள்ளவும் பலவிதமான "வீட்டு ஆயுதங்களை" *(DOMESTIC WEAPONS)* வடிவமைக்கிறார்கள். கொஞ்சிப்பேசுவது, சிணுங்கிச் சாதிப்பது, திட்டிச் சண்டை போடுவது, வீட்டு வேலைகளை வழக்கமான ஒழுங்கில் செய்யாமல் ஏனோ தானோ என்று செய்வது, பேசாமல் மௌனத்தில் உறைந்து கிடப்பது என்று பல.அதன் உச்சபட்ச ஆயுதமாக பட்டினியைக் கைக்கொள்வது..

ஒருமுறை என்னுடைய நண்பரான கல்லூரிப்பேராசிரியர் தன் மனைவியின் சூடான சொற்களைத் தாங்க முடியாமல் அவருடைய முதுகில் ஓங்கி ரெண்டு குத்து குத்திவிட்டார்.மாலையில் நாங்கள் சந்தித்தபோது 'இப்படிச் செஞ்சிட்டனே..நானே இப்படிச் செஞ்சிட்டனே..' என்று புலம்பியபடி தனது வலது கையை இடது கையில் குத்தியபடி குற்ற உணர்வில் மனம் துடித்தார்.சரி பேசிப்பேசி அவர் சமநிலைக்கு வரட்டும் என்று அவரைப் பேசவிட்டுக் கேட்டுக்கொண்டிருந்தேன்.

அவருடைய பேச்சின் இடையில் அவர் சொன்ன ஒரு வாக்கியம் இன்றைக்கும் அழுத்தமாக மனசில் நிற்கிறது." நாம வெளியே சுத்துறவங்க. நம்ம கோபத்துக்கு எத்தனையோ வடிகால் இருக்கு. ஒண்ணுமில்லேன்னா கோச்சுட்டு வெளியே வந்துடலாம். பாவம். வீட்டிலேயே கிடக்கிற பொம்பளைங்களுக்கு என்ன வடிகால் இருக்கு? நம்மளைத் தாக்க அவங்களுக்கு வார்த்தைகளை விட்டா வேற

என்ன ஆயுதத்தை நாம விட்டு வச்சிருக்கோம். நாம இல்லாதப்போ ''வரட்டும் அந்த மனுஷன்''னு வார்த்தைகளைக் கூர் தீட்டித் தீட்டி வைத்திருப்பதைத் தவிர அவங்களாலே வேறென்ன செய்ய முடியும்? நாம வந்த உடனே அந்தக் கூர் தீட்டப்பட்ட வார்த்தையைக் கத்தி மாதிரி நம்ம நெஞ்சிலே சொருகிட்றாங்க.. இத நாம புரிஞ்சிக்கிடறதில்லே.."

பட்டினி என்கிற தன்னைக்கொல்லும் ஆயுதத்தைப் பெண்கள் கையிலெடுக்காமல் பார்த்துக்கொள்ள வேண்டிய பொறுப்பு ஆண்களுக்கு உள்ளது. அந்த அளவுக்கு நுண்ணுணர்வுள்ளவர்களாக நாம் இருக்கிறோமா?

போராட்ட ஆயுதமாக மட்டுமில்லாமல் ஆணின் மனதுக்கு இனியவளாகத்தான் இருக்க வேண்டும் என்பதற்காகப் பட்டினி கிடந்து எடை குறைக்கும் பழக்கம் உலகம் முழுவதும் உள்ள பெண்களின் பிரச்னையாக இருக்கிறது. உடல் மெலிந்து கொடியிடையோடு இருப்பதுதான் ஆணின் கண்ணுக்கு "விருந்தாகும்" என்கிற கருத்து தலைமுறை தலைமுறையாக இருந்து வருகிறது. முற்றிலும் தன் பிடிக்குள் அடங்குபவளாக (உடல் ரீதியாகவும்) இருக்கும் பெண்ணை விரும்புகிற ஆண் உளவியலில் மாற்றம் தேவை. இது ஒரு பக்கம்.

Anorexia nervosa எனப்படுகிற "பசியற்ற உளநோய்" இளம் பெண்களிடம் பரவலாக உள்ள மனோவியாதியாக இன்று மாறியிருக்கிறது. இந்தியாவில் மட்டும் ஆண்டொன்றுக்கு ஒரு மில்லியன் பெண்கள் இந்நோய்க்கு ஆளாகி சிகிச்சைக்கு வருவதாகப் புள்ளிவிவரங்கள் சொல்கின்றன. தான் குண்டாகி விடுவேனோ என்கிற அச்சம்.. அய்யோ.. எடை போட்டுட்டேனே என்கிற பதட்டம் உளவியல் கூறாக அழுத்தம் பெற்று அதன் காரணமாக உணவை வெறுக்கும் மனநிலைக்குச் செல்வது, அதீதமான உடற்பயிற்சிகள், யோகாக்கள் என உடம்பை வருத்துவது என்று இது இழுத்துச் செல்கிறது.

வெளிப்படையாகப் பார்த்தால் இது முற்றிலும் பெண்கள் விஷயமாக அவர்களுக்குள் தீர்க்கப்பட வேண்டிய ஒன்றாகத் தெரியும். ஆனால் ,இதன் பின்னணியில் இருப்பது பெண் உடல் பற்றி இந்த ஆணாதிக்க சமூகம் தீட்டிக்கொண்டே இருக்கும் சித்திரம், செதுக்கிக்கொண்டே இருக்கும் சிற்பம்.. அந்த இடுப்பு வளைவுகளோடும் ஒடுங்கிய தோள்களோடும் ... என்பது மாதிரியான விளம்பரங்களும் திரைப்படங்கள் உள்ளிட்ட கலைப்படைப்புகளும் முன்வைக்கும் பெண் உடலின் முன் மாதிரிகள் பெரும் தாக்கத்தைப் பெண் குழந்தைகளின் உளவியலில் ஏற்படுத்துகின்றன.

மெலிந்த பெண்தான் கதாநாயகி- குண்டான பெண் காமெடியனுக்கு ஜோடி- என்கிற முன்வைப்புதான் எப்போதும் இருக்கிறது. அழகுசாதனப்பொருட்களின் விளம்பரங்கள் உலகமய ஊடகங்களின் வருகைக்குப்பின் வெள்ளம் போல நம் பெண் குழந்தைகளின் உள்ளங்களில் பாய்ந்து அவர்களை மூழ்கடிக்கின்றன.

பெண் உடலை வடிவமைக்கும் வெட்டி வேலையை ஆண்கள் கைவிட வேண்டும். ஆரோக்கியமான உடல்தான் பெண்ணுக்குத் தேவை. சரியான சாப்பாடு. சரியான தூக்கம். இவற்றை நம் பெண்கள் மேலே குறிப்பிட்ட பல்வேறு காரணங்களுக்காக இழந்துகொண்டிருப்பதை உடனடியாகத் தடுத்து நிறுத்த வேண்டும்.

அது ஆண்களின் கையில்தான் இருக்கிறது.

எசப்பாட்டு-8

மௌனமே கூர்வாளாய்

"இரவின் மௌனத்தை
பறவையின் முதல் குரல்
கலைக்கிறது"

- அ.வெண்ணிலா

மனிதர்களுக்கிடையிலான உறவை வளர்ப்பதில் பேச்சுக்கு ஒரு முக்கிய இடம் இருப்பதுபோல மௌனத்துக்கும் ஒரு இடம் உண்டு. கண்கள் பேசும்போது வார்த்தைகளுக்கு அவசியமென்ன என்பது காலம் காலமாக நம் கவிஞர்கள் எழுதிவரும் வரிகள்.வார்த்தைகளால் உணர்த்த முடியாதவற்றை மௌனத்தால் உணர்த்திவிடமுடிவதுண்டு. ஆனால் மௌனமே ஒருவரை வதைக்கும் ஆயுதமாகவும் மாறும்.

என்னுடைய நண்பருடைய மகளை நல்ல உத்தியோகத்திலிருக்கும் சொந்த சாதியைச்சேர்ந்த 'நல்ல குடும்பத்துப்' பையன் ஒருவருக்குக் கட்டிக்கொடுத்தார்.நல்ல சம்பாத்தியம்,சென்னையில் சொந்த வீடு,காரும் உண்டு.பையனுக்கு எந்தக்கெட்ட பழக்கமும் இல்லை. டீ,காப்பி கூடக் குடிக்க மாட்டார்.இரண்டு குழந்தைகள் பிறந்துவிட்டன. ஒரு ஆண்.ஒரு பெண்.அழகான,அன்பான குழந்தைகள்.அளவான குடும்பம்.பத்தாண்டு காலம் அமைதியாகச் சென்ற வாழ்க்கை.

இப்போது மகள் என் நண்பரிடம் வந்து அவரோடு சேர்ந்து வாழ முடியாது என்று கண்ணீருடன் நிற்கிறாள்.அடிக்கிறாரா என்று கேட்டால் இல்லை என்கிறாள்.திட்டுகிறாரா என்று கேட்டாலும் இல்லை என்கிறாள்.செலவுக்குக் காசு கொடுப்பதில்லையா என்றால் அப்படியெல்லாம் இல்லை என்கிறாள்.அம்மா வீட்டுக்குப் போகக் கூடாது என்கிறாரா என்றால் அதுவும் இல்லை.அவரே டிக்கட் ரிசர்வ் செய்து காரில் ஸ்டேஷனுக்கு அழைத்துச் சென்று ரயில் ஏற்றி விடுவார். திரும்ப ஸ்டேஷனுக்கு வந்து அழைத்துச் செல்வார்.

அப்புறம் என்னதானம்மா பிரச்னை என்றால் 'அவர் என்னோடு பேசி அஞ்சு வருசம் ஆச்சுப்பா..' என்று கதறி அழுகிறாள்.அப்புறமாக என் நண்பர் யோசித்து யோசித்து கடந்த காலங்களில் அவர்கள் தீபாவளிக்கு, பொங்கலுக்கு, கோடை விடுமுறைக்கு என்று

வரும்போதெல்லாம் அவர் எல்லோருடனும் சகஜமாகப் பேசியதாகவே அவருக்கு ஞாபகம். மகளுடன் மட்டும் பேசாமல் மற்ற எல்லோருடனும் பேசியிருப்பது ரொம்ப ஆழ்ந்து நினைவுகளைக் கிளறித்தான் கண்டுபிடிக்க முடிந்தது.

குழந்தைகளுக்கு ஆரம்பத்தில் அதொன்றும் பெரிதாகத் தெரியவில்லை. எல்லாமே அப்பா வாங்கிக்கொடுக்கிறார். தங்கள் மீது அன்பாயிருக்கிறார். ஒரு வயதுக்குப் பிறகு குழந்தைகளுக்குப் புரியத்துவங்குகிறது. ஏதோ ஒரு பிரச்னை அப்பா அம்மாவுக்கு இடையில் என்று.

இந்த முறை லீவுக்கு அவர் வந்து, விட்டுச் சென்றார். இடையில் வரவில்லை. அழைத்துச் செல்ல வரவில்லை. டிக்கட்டை போட்டு அனுப்பிவிட்டார். லீவு முடிந்து மகளும் குழந்தைகளும் கிளம்பும்போது பேரக்குழந்தைகள் காரணமே இல்லாமல் தாத்தாவைக் கட்டிக்கொண்டு கதறி அழுதபோது அவருக்கு விளங்கவில்லை. என்ன என்ன என்று துருவிக் கேட்டபிறகுதான் இப்படிச் சொல்கிறாள் மகள்.

பேரக்குழந்தைகள் அழுத காட்சியை அவர் சொன்னபோது எனக்கே கண்கலங்கிவிட்டது. ஆறு வயது ஏழு வயதுக் குழந்தைகள் இந்த மௌனத்தின் சுமையைத் தாங்க முடியுமா?

சண்டை என்று ஏதும் போடவில்லை. பொதுவாக, நண்பரின் மகள் நல்ல புத்திசாலி. நிறைய புத்தகம் வாசிப்பாள். மாப்பிள்ளைக்கு புத்தகம் வாசிக்கும் பழக்கம் இல்லை. வேலை விட்டு வந்தால், காப்பி டீ சாப்பிடுவார். குழந்தைகளுக்கு அவள் பாடம் சொல்லிக்கொண்டு இருக்கும்வரை டி.வி. பார்ப்பார். அப்புறம் சாப்பிடுவார். போய் கட்டிலில் படுத்துக்கொண்டு அவள் வரவை எதிர்பார்த்துக் காத்திருப்பார். அவள் எல்லா வேலைகளையும் முடித்துவிட்டு குழந்தைகளைத் தூங்க வைத்துவிட்டுப், பகலில் படித்துப் பாதியில் மடித்து வைத்த இடத்திலிருந்து புத்தகத்தை எடுத்து வாசிக்கத் துவங்குவாள். அங்குதான் இடைவெளி உருவாகத் துவங்கியிருக்க வேண்டும். அவளுடைய உலகத்துக்குள் (அவன் நுழைய முடியாத) அவள் சஞ்சாரம் செய்வதை ஏற்க முடியவில்லை. தன் பிடிக்குள் அடங்காத ஒரு ஆளுமை அவளுக்கு இருப்பது அவனைத் தொந்தரவு செய்திருக்கிறது. ஆனால் புத்தகம் படிக்காதே என்று நேரடியாகச் சொல்ல முடியவில்லை. அந்த வகையில் , அந்த அளவில், அவன் நல்லவன்தான்.

தனக்குள்ளேயே புழுங்கிப்புழுங்கிக் காலப்போக்கில் மௌனத்தை ஒரு ஆயுதமாக அவள் மீது பிரயோகிக்கத் துவங்கியிருக்க வேண்டும். இதை மையமிட்டுச் சில உரையாடல்களும் கிண்டல் கேலிகளும்

அவர்களுக்கிடையில் நடந்திருக்கிறது. இதுமட்டும்தான் காரணமா இல்லை அவன் மனதில் வேறு காயங்கள் இருக்கிறதா என்பதை அவன் மனம் திறந்தால் மட்டுமே அறிய முடியும்.

என்னய்யா உன் பிரச்னை என்று என் நண்பரும் நேரில் சென்று அவரோடு பேசியபோது மௌனத்தையே பதிலாகத் தந்திருக்கிறார் மாப்பிள்ளை. நாங்க நல்லாத்தானே இருக்கோம் என்பதுதான் திரும்பத் திரும்ப அவன் சொல்லும் பதில். இருவர் உள்ளம் திரைப்படத்தில் சிவாஜி கணேசன் சொல்லுவதுபோல ''இப்படியே சந்தோசமா.. நாங்க இருந்துடறோம்'' என்பது மருமகனுடைய பதிலாக இருக்கிறது.

ஆனால் மகளால் பேச்சற்ற அந்த வாழ்வைச் சகித்துக்கொள்ள முடியவில்லை.

இதயவீணை தூங்கும்போது பாட முடியுமா இரண்டு பேரும் பேசிடாமல் வாழ முடியுமா என்பது அவள் நிலை. சண்டை போட்டாக்கூடப் பரவால்லேப்பா. ரெண்டுநாள் சண்டை அப்புறம் ரெண்டுநாள் சமாதானம்னு அப்பிடியே கொண்டுபோயிறலாம் வாழ்க்கையை. குழந்தைகளுக்கும் என் கண்ணீரின் காரணம் புரிய ஆரம்பிச்சிடுச்சு. அவங்களுக்கு நான் என்ன சமாதானம் சொல்ல முடியும்?

நீதிமன்றத்தை நாடலாம். அங்கே அவன் நாங்க நல்லாத்தானே இருக்கோம் என்று சொல்லித் தப்ப முடியாது. பேசியாக வேண்டும். திருந்தியாக வேண்டும்.

குடும்ப வன்முறைத் தடுப்புச் சட்டம் *2005*இன் இரண்டாவது அத்தியாயத்தில் குடும்ப வன்முறை என்றால் என்ன என்பது சற்று விளக்கப்பட்டுள்ளது. அதில் ஒரு பிரிவு விளக்குகிற உணர்ச்சிப்பூர்வமான தாக்குதல் என்பதன் கீழ் இந்த மௌன ஒடுக்குமுறை வரும் என்று கருதுகிறேன்.

(iii) "verbal and emotional abuse" includes— (a) insults, ridicule, humiliation, name calling and insults or ridicule specially with regard to not having a child or a male child; and (b) repeated threats to cause physical pain to any person in whom the aggrieved person is interested;

என்கிற விளக்கத்தில் வருகிற அவமதிப்பு, தன் மதிப்பைக் குலைத்தல்*(humiliation)* என்கிற வார்த்தைகள் வக்கீலின் வாதத்தில் இன்னும் விளக்கம் பெறும்போது இந்த மாப்பிள்ளை குடும்ப வன்முறைத் தடுப்புச் சட்டத்தின் கீழ் வருவார். நான் நல்லாதானே வச்சிருக்கிறேன் என்று வாதிட்டுத் தப்பிக்க முடியாது. இதை ஆண்கள்

அறிய வேண்டும். இதைப்போலச் சில பெண்களும் இருக்கலாம். அவர்களும் திருந்தித்தான் ஆக வேண்டும்.

என்னுடைய சித்தப்பா ஒருவர் 20 வருடம் என் சித்தியுடன் பேசாமலே வாழ்ந்து இறந்துபோனார். அவர் இறந்த வீட்டில்தான் இதை என் சித்தி என்னிடம் சொன்னார். இத்தனைக்கும் அவர் ஒருமுறை என் கண்முன்னாலேயே என் சித்தியின் கன்னத்தில் அறைந்தார். அதெல்லாம் ஒரு குற்றமாகவே அவருக்குப் படவில்லை. சித்தி ஒரு கல்யாண வீட்டில் வைத்து சித்தப்பாவை ஏதோ சொல்லிவிட்டார் என்பதற்காக, அதை மன்னிக்க மாட்டாமல் பேச்சை நிறுத்திவிட்டார். என் சித்தியைப்போல சகித்துக்கொண்டு வாழ என் நண்பரின் மகளால் முடியவில்லை. அவள் இந்த ஜனநாயக யுகத்தின் குழந்தை அல்லவா?

இரவின் மௌனத்தைக் கலைக்க ஒரு பறவையின் சத்தம் வருவதுபோல இந்த மனிதர்களின் மௌனத்தைக் கலைக்க என்னதான் வரவேண்டும்?

எசப்பாட்டு-9

இட ஒதுக்கீடு

ஸ்பெயின் நாட்டின் தலைநகரான மேட்ரிட் மாநகரத்தின் மாநகரப் போக்குவரத்துக்கழகம் கடந்த ஜூலை மாதம் ஒரு தடையாணை பிறப்பித்தது. "பொதுப் போக்குவரத்து வாகனங்களான பஸ்,மெட்ரோ ரயில் போன்றவற்றில் பயணிக்கும் ஆண்கள் தங்கள் கால்களை அகலமாக விரித்து வைத்து உட்காரக்கூடாது. கால்களை ஒடுக்கி ஒரு இருக்கைக்குள் தங்கள் உடலை வைத்துக்கொள்ள வேண்டும்" என்பது ஆணை. ஏற்கனவே அமெரிக்காவின் நியூயார்க் உள்ளிட்ட பல நகரங்களில் இப்படி ஆண்கள் அகல விரித்து உட்கார்வதற்கு எதிராக விழிப்புணர்வு இயக்கம்*(2013-14*களிலேயே*)* நடத்தப்பட்டு அதை மீறி அகல விரித்து உட்காரும் ஆண்கள் கைது செய்யப்பட்டதும் நடந்தது.

ஆங்கிலத்தில் இதை *MANSPREADING* என்று கூறுகிறார்கள்.

இது பிறருக்கான இடத்தை அடைக்கும் பிரச்னையாக மட்டும் அங்கு பார்க்கப்படவில்லை. இடத்தை ஆக்கிரமிக்கும் ஆணாதிக்க மனோபாவத்தின் ஓர் வெளிப்பாடாக இது பார்க்கப்பட்டது. ஒட்டு மொத்த சமூகத்திலும் பொது வெளியில் ஆண்கள் இடத்தை அடைத்துக்கொண்டுதான் உட்கார்ந்திருக்கிறார்கள். அதுபற்றி அவர்களுக்கு எந்தத் தன்னுணர்வும் குற்ற உணர்ச்சியும் இருப்பதில்லை. அதன் தொடர்ச்சியாகவே பொதுப் போக்குவரத்துகளிலும் இப்படிக் காலை அகட்டி உட்காருகிறார்கள் என்று பெண்ணிய இயக்கங்கள் ஒரு பிரச்சார இயக்கத்தை நடத்தினார்கள்.

காலை அகட்டி ஹாயாக உட்காருவது பிறரை(சக பயணிகளை) மதிக்காத (எனக்கென்ன.... என்று விட்டேத்தியாகப் பொது இடத்தில் அமர்வது) ஒருவித ஆதிக்க மனநிலையாகவும் வாதிடப்பட்டது.

உலகம் பிறந்தது எனக்காக.. ஓடும் நதிகளும் எனக்காக.. ஓடும் பஸ்களும் எனக்காக.. இருக்கும் சீட்டெல்லாம் எனக்காக என்கிற ஆண் மனநிலையின் வெளிப்பாடுதான் இந்த அகட்டி உட்காரும் ஆண் பிரச்னை .

கடந்த சில ஆண்டுகளாக பெண்ணியவாதிகள் முன்னெடுத்த விழிப்புணர்வு இயக்கங்களின் காரணமாக சில நாடுகளில் இப்படிச் சட்டங்கள் இயற்றப்பட்டுள்ளன. பெரும்பாலான நாடுகளில் இப்படி அகட்டி உட்காருவது ஒரு அநாகரிகமான செயல் என்கிற அளவுக்குப் பொதுப்புத்தியில் ஏறிவிட்டது.

ருஷ்ய அதிபர் விளாடிமிர் புடின் கால்களை அகட்டி உட்காரும் கெட்ட பழக்கம் உள்ளவர் என்று ஹிலாரி கிளிண்டனும் பாரக் ஒபாமாவும் குற்றம் சாட்டியது ஊடகங்களில் சிலகாலம் பரபரப்பாக ஓடிக்கொண்டிருந்தது.

இதெல்லாம் ஒரு பிரச்னையா? கறார்ப்பெண்ணியவாதிகள் கிளப்பிவிட்ட, வேண்டாத வாதம் இது என்று ஆண்கள் உரிமைப்போராளிகள் மாற்றுக்கருத்துக்களை முன் வைக்கின்றனர். ஆண்களின் உடல்வாகு, அவர்களின் ஆணுறுப்பின் அமைப்பு இப்படி அகலமாக உட்கார்ந்தால்தான் வசதியாக இருக்கும் என்கிற சாதாரண உடலியல் பிரச்னை இது என்கின்றனர் அவர்கள். பெண்கள் யாரும் இப்படிக் கால்களை அகட்டி உட்கார்வதே இல்லையா? என்று எதிர்க்கேள்வி போடுகின்றனர்.

ஆனால் தந்தை வழிச் சமூகமாக மாறிவிட்ட நம் உலகம் பெண்களை எப்படி வளர்க்கிறது? உனக்கென ஒதுக்கப்பட்ட இடத்தில் விதிக்கப்பட்ட முறையில் நீ அமரவேண்டும் என்றே பெண்களை வளர்க்கிறது. பொதுவெளியில் மிகக்குறைவான இடத்தை எடுத்துக்கொள்பவர்களாகவே பெண்கள் வளர்க்கப்படுகின்றனர். கால்களை அகட்டி விரித்து உட்கார்வது பாலியல் வக்கிரப் பார்வைகளுக்குத் தீனி போடும் என்கிற கோணத்தில் அவர்கள் மனநிலை கட்டமைக்கப்பட்டுள்ளது.

மாத விலக்குக் காலங்களில் சானிடரி நாப்கின் பேடு வைத்துக் கட்டியிருக்கும் சமயங்களில் வேண்டுமானால் பெண்கள் கால்களை அகல விரித்து உட்காரும் தேவை ஏற்படலாம். மற்ற சமயங்களில் பொது வெளிகளில் பெண்கள் தங்கள் கால்களையும் உடம்பையும் ஒடுக்கி உட்கார்வதுதான் பெருவழக்காக இருக்கிறது.

தமிழகத்தில் பஸ்களின் இருக்கைகள் அமைக்கப்பட்டிருக்கும் லட்சணத்தில் ஆண்களும் கூட கால்களை ஒடுக்கி உட்கார்ந்தால்தான் இடைஞ்சலின்றிப் பயணிக்க முடியும் என்பது வேறு கதை. ஆண்கள் ஒடுக்கி உட்கார்ந்து பயணிக்கிறார்கள் என்பதும் உண்மை. அதன் காரணமாக ,உடலியல் பிரச்னை ஏதும் அவர்களுக்கு வரவில்லையே.

பொது வெளிகளை ஆண்கள் ஆக்கிரமிப்பது என்பது நீண்டநெடுங்காலமாக நடந்துகொண்டிருக்கும் ஒரு தொடர் நிகழ்வுப்போக்காகும். நாம் வேட்டைச் சமூகமாக இருந்த காலத்தில் தாய் வழிச் சமூகமாக இருந்தோம். வேட்டையாடிக் கொண்டு வந்த கால்நடைகளில் சுட்டுத் தின்றதுபோக எஞ்சி இருந்தவற்றை மேய்க்கத் துவங்கினோம். கால்நடைகளே சொத்துடமையின் துவக்கம். மாடு என்பதற்கு செல்வம் என்றொரு பொருள் (மாடல்ல மற்றயவை-குறள்) அதனால்தான் வந்தது. அச்செல்வத்தின் உடமையாளராக ஆரம்பத்தில் பெண்ணே இருந்தாள். அவளிடமிருந்து பிரிந்து செல்லும் ஆணுக்கு நாலு மாடுகளைக் கொடுத்துப் "போய் பொழச்சிக்கோ" என்று பெண் அனுப்பினாள். அப்படியே போகப்போக ஆண்களின் கையில் கால்நடைகள் பெரும் சொத்தாகச் சேர, கால்நடைகளும் மேய்ச்சல் கருவிகளும், மேய்ச்சல் நிலங்களும் என தனிச்சொத்து பொது வெளியில் உருவாகி அது ஆணின் கை போய்ச்சேர்ந்தது என்பது ஏங்கல்ஸ், மார்கன் போன்றோரின் வாக்கு.

அப்போ துவங்கி இந்த ஆணின் இட ஆக்கிரமிப்பு நடக்கிறது. மேய்ச்சல் நிலத்தை ஆக்கிரமித்த ஆண், பின்னர் விளைநிலமாக ஆனபோது அதற்கான நில ஆக்கிரமிப்புப் போர்களில் ஈடுபடலானான்.

இனக்குழுக்களில் வாழ்ந்த பெண்கள் அன்று நடப்பிலிருந்த, வரன்முறையற்ற (ஆண்களின்) பாலியல் தொல்லைகளுக்கு அஞ்சி ஒருவனுக்கு ஒருத்தி என்கிற ஒருதார மணமுறைக்குள் வந்து மாட்டிக் கொண்டனர். ஆணுக்கும் பெண்ணின் பாலுறவு சுதந்திரம் ஒருதார மணமுறையில் கட்டுக்குள் வந்துவிட்டபடியால் தனக்கான வாரிசுரிமையை எளிதாக நிலைநாட்டிக்கொள்ள முடியும் நிலை சாதகமாக அமைந்தது. பெண் கற்பு தமக்குப் பெருமை சேர்ப்பதை அறிந்த ஆண்கள் அதை மேலும் மேலும் இறுக்கமாக்கிவிட்டனர்.

இப்போக்கின் ஒரு பகுதியாக பெண்ணுக்கான இடம் வீட்டிலும் பொதுவெளியிலும் ஒதுக்கீடு செய்யப்பட்டுச் சுட்டிக்காட்டப்பட்டது. "அதோ அங்கே போய் அப்படி உட்கார்."

நடக்கும் திசையெல்லாம்
முட்ட நேர்கிற சுவர்கள்
சிலைபோலென்னை
இறுக்குகிற சுவர்கள்
நானொரு சமாதியுள்
நிறுத்தி வைக்கப்பட்ட உணர்வு..

-செ. பிருந்தா

சுவர்கள் என்பது குறியீடாக இக்கவிதையில் பெண்ணுக்கான பல தடைகளை உணர்த்தி நின்றாலும் அவளுக்கான இடம் பற்றியதான ஒன்றாகவும் இதை வாசிக்க முடியும்.

வீடுகளில் பெண்கள் அதிகம் புழங்கும் வெளியாக இருக்கும் அடுப்பாங்கரை எப்போதும் இத்துணூண்டாக இருப்பதும் ஆண்கள் புழங்கும் ஹால் எனப்படும் அறை பெரிதாக இருப்பதும் தற்செயலானதில்லை. மேய்ச்சல் நிலமெங்கும் சுற்றித்திரிந்த ஆண், விளைச்சல் நிலங்களையெல்லாம் ஆக்கிரமித்த ஆண் வீட்டுக்குள்ளும் அதிக இடத்தைத் தனதாக்கிக் கொண்டான்.

நெருப்பை அணையாமல் காப்பதற்காக அடுப்பறைகள் சிறியதாகக் கட்டப்பட்டன என்று ஆணுரிமைவாதிகள் அறிவியல் பேச முயலலாம். ஆனால் மின் அடுப்புகளும் கேஸ் அடுப்புகளும் என வளர்ந்துவிட்ட காலத்தில் அவ்வாதம் நிற்காது. வீடு கட்டும் கலை நுட்பத்துக்குள்ளும் ஆணாதிக்க மனோபாவம் இருப்பதை அடையாளம் காண முடியும்.

கால்களை அகட்டி அகட்டி நாம் பொதுவெளிகளை ஆக்கிரமித்தது போதும். பெண்ணுக்குரிய இடத்தை இந்த நூற்றாண்டிலேனும் திருப்பித்தந்து விடவேண்டும் என்கிற நியாய உணர்வுக்கு ஆண்மனம் திரும்ப வேண்டும்.

எசப்பாட்டு-10

பார்வை ஒன்றே போதுமே...

ப்ளஸ் ஒன் மாணவ மாணவியர் பங்கேற்ற ஒரு இலக்கியப்பயிலரங்கில் ''வாழ்க்கையில் இலக்கியத்துக்கான இடம்'' பற்றிப் பேசிக்கொண்டிருந்தேன்.30 பேரையும் வட்டமாக உட்கார வைத்து நடுவில் நான் நின்று பேசிக்கொண்டிருந்தேன்.உற்சாகத்துடன் போய்க்கொண்டிருந்தது அமர்வு.அதில் இரண்டு மாணவர்கள் மட்டும் நான் பேசியதைச் சற்றும் கவனிக்கவில்லை.இன்னும் சரியாகச் சொன்னால்,நான் ஒருத்தன் இருப்பதையே அவர்கள் சட்டை செய்யவில்லை.பெண்கள் மீது வைத்த கண்ணை எடுக்காமல் முறைத்துப் பார்த்துக்கொண்டிருந்தார்கள்.பார்வைக்கு இலக்கான பெண்கள் இயல்பாக இருக்க முடியாமல் பார்வை என்மீதும் கவனமும் அசூயையும் அப்பையன்கள் மீதுமாக இருந்தார்கள். அவர்களுடைய கவனத்தை என் பக்கம் திருப்ப நான் எடுத்த முயற்சிகள்(கனைப்பது,செருமுவது,குறுக்கே போய் நிற்பது போல) எதுவும் பலிக்கவில்லை.இதுதாண்டா சான்ஸ்.இத விட்றாதே என்பதாக இருந்தது அப்பையன்களின் அணுகுமுறை.வகுப்பாசிரியராக இருந்தால் கெட் அவுட் சொல்லிப் பிரச்னையை முடித்திருக்கலாம். நான் எழுத்தாளன் என்று அங்கு போயிருக்கிறவன்.அப்படிச் செய்வது எழுத்துக்கும் அழகல்ல.அந்த இரண்டு மணி நேரமும் அப்பையன்கள் இருவரையும் இலக்கியத்தின் பக்கம் ஈர்க்க முடியாமலே தோற்றுத் திரும்பினேன்.

இந்த "ஆண் முறைப்பு" என்பது ஆண்மையின் லட்சணங்களில் ஒன்றாக இருக்கிறது.இதற்கு மாற்றாகப் ''பெண் முறைப்பு '' என்பது இந்த அளவுக்கு இருப்பதில்லை.அண்ணலும் நோக்கினான் அவளும் நோக்கினாள் என்கிற கண்ணியமான எல்லைக்குள் அது நின்று விடுகிறது.சுற்றி இருக்கும் உலகத்தையே மறந்து முறைப்பது என்பது ஆணுக்கே உரிய பண்பாக இருக்கிறது.இது உளவியல் ரீதியாகப் பெண்களை மிகவும் பாதிக்கும் செயல்பாடாக இருக்கிறது.

"சார்...இதையெல்லாம் ஒண்ணும் செய்ய முடியாது.பசங்க 12-13 வயசிலே ''வயசுக்கு'' வர்றாங்க.டெஸ்டோஸ்டெரோன் போன்ற

பாலியல் சுரப்பிகள் தன் வேலையை ஆரம்பிச்சுடும்.இது உடலியல் சார்ந்த அறிவியல் பிரச்னை..சுரப்பிகளின் தூண்டுதலில் உடலில் ஏற்படும் மாற்றங்கள் அவன் பார்வையிலும் மாற்றத்தை ஏற்படுத்தத்தானே செய்யும்..மாற்றுப்பாலின ஈர்ப்பு என்பது இயற்கையானது..'' என்று நமக்கு அறிவியல் விளக்கம் கொடுக்க நண்பர்கள் தயாராகத்தான் இருக்கிறார்கள்.

இங்கு நாம் எடுத்துக்கொள்ளும் பொருள் 'வளரிளம் பருவத்தின்' சவால்கள் அல்ல.மாறாக,ஆண்களின் இந்த "முறைப்பின்" பல்வித வடிவங்களும் அது பெண்களின் உளவியலைப் (இரு விதமாகவும்) பாதிக்கும் விதங்களும் என்பதாகும்.

பெண்ணின் பாலியல் உணர்வுகள்,கருத்துக்கள்,வெளிப்படுத்தும் சுதந்திரம் மேய்ச்சல் கால நாகரிகத்திலேயே கட்டுப்படுத்தப்பட்டு முல்லைத்திணையின் விளைச்சலான கற்புநெறி என்பது பெண் மீது வலிந்து போர்த்தப்பட்டு விட்டபடியால் "பெண் முறைப்பு" என்பது பண்பாட்டால் கட்டுப்படுத்தப் பட்டுவிட்டது. ஆண்களைவிடப் பெண்களுக்கு பாலியல் ஹார்மோன்கள் இன்னும் சீக்கிரமாகவே 8-10 வயதுகளிலேயே பணியைத் துவக்கியபோதும் அவர்கள் "முறைக்காமல்" இருக்கக் காரணம் இந்தப் பன்னெடுங்காலத்துப் பண்பாட்டு ஒடுக்கு முறையே ஆகும்.

தொல்காப்பியர் காலம் தொட்டே இது தொடர்கிறது.தலைவன் மீது தான் கொண்ட காதலைக்கூடப் பெண்ணானவள் வெளிப்படையாகப் பேசி விடக்கூடாது.தலைவியின் உடல் மொழியே அவளது காதலை வெளிப்படுத்தும் மொழியாக இருக்க வேண்டும்.இதனை விளக்கும் தொல்காப்பிய நூற்பா,

"தன்னுறு வேட்கை கிழவன் முற்கிளத்தல்
எண்ணுங்காலைக் கிழத்திக்கில்லைப்
பிறநீர் மாக்களின் அறிய ஆயிடைப்
பெய்நீர்போலும் உணர்விற் றென்ப''

அதாவது புத்தம்புதிய மண் கலத்தில் வைக்கப்பட்ட நீர் மண்கலத்தின் வெளிப்புறத்தில் திவலையாகத் தெரிவதுபோல அவளது அக உணர்வு வெளிப்பட வேண்டும்.அடேங்கப்பா...என்னா ஒடுக்குமுறை!

சில ஆயிரம் ஆண்டுகளாகத் தொடரும் பெண்மீதான இந்த ஒடுக்குமுறையின் விளைவாக "பெண் முறைப்பு" உள்ளொடுங்கி

விட்டது.கற்புடைப் பெண்டிர் ஆடவரை முறைப்பது அழகல்ல. இதுகூடப் பரவாயில்லை.இன்னும் ஒரு படி மேலே போய் "கற்பெனப்படுவது பிற ஆடவர் நெஞ்சு புகாமை" அதாவது நீ ஒரு ஆம்பளை மனசுக்குள்ளே பூந்துட்டா அது அவன் தப்பில்லை. உன் தப்பு .உன் கற்பு சரியில்லை என்று பெண்களுக்கு விதி செய்யப்பட்டது.

"யான் நோக்கும் காலை நிலன் நோக்கும் நோக்காக்கால்
தான் நோக்கி மெல்ல நகும்"

என்று வள்ளுவப்பெருமானும் இந்தப் 'பெண் முறைப்பு'க்கான எல்லையைச் சொல்லிச் சென்றுள்ளார்.

ஆனால் ,இந்தக் கட்டுப்பாடு எதுவுமே விதிக்கப்படாத நம்ம ஆண் குதிரைகள் காலவெளி முழுவதும் கட்டற்றுத் துள்ளிக்குதித்தே பாய்ந்து வருகின்றன.

நம்முடைய நெடிய இலக்கியப் பாரம்பரியத்தில் பெண்ணுடல் வர்ணிக்கப்பட்ட-வர்ணிக்கப்படும்-அளவுக்கு ஆண் உடல் வர்ணிக்கப்படவில்லை.ஏன்? பெண்ணை உற்று நோக்கும் கட்டற்ற சுதந்திரம் ஆணுக்கு இருந்ததாலும் எழுதியவரெல்லாம் ஆண்களாக இருந்ததாலும் பெண்ணின் உடலை அங்குலம் அங்குலமாகக் கவிஞர்கள் வருணித்துத் தள்ளியிருக்கிறார்கள்.அந்த வாசிப்பு இன்னும் கூடுதலாக ஆண் முறைப்புக்கு எண்ணெய் ஊற்றி வளர்க்கிறது.அன்று ஆண் கையில் பேனா இருந்ததால் பாட்டெழுதினோம்.இன்று ஆண் கையில் கேமிரா இருப்பதால் பெண் உடலை இன்னும் உற்று நோக்கிப் படம் எடுக்கிறோம்.செல்போனில் அவளறியாவண்ணம் படமெடுத்துப் பரப்புரை செய்கிறோம்.இணையத்தில் உலா வரும் *Hidden cam pornography* – மறைகேமிராப் பாலியல் காட்சிகள் என்பவை இந்த ஆண் முறைப்பின் வக்கிர நீட்சியன்றி வேறென்ன?

இதில் விதவிதமான பார்வைகள் உண்டு.என்னோடு அலுவலகத்தில் பணி புரிந்த பெண் ஊழியர் ஒருமுறை சொன்னார்" சார்..ராஜன் சார் எப்போ பெண்களோடு பேசினாலும் பெண்களின் உதடுகளை முறைத்துப்பார்த்தபடிதான் பேசுகிறார்..கவனிச்சீங்களா?"கண்களை நேருக்கு நேர் பார்த்துப் பேசும் பழக்கம் ஆண் கண்ணுக்கு நீண்ட காலமாகவே இல்லை.உதடுகளில் பார்வை குவிப்போர்,மாராப்பில் பார்வை குவிப்போர்,சேலை விலகலில் பார்வை குவிப்போர்,ஒண்ணுமில்லாட்டி பாதங்களில் பார்வை குவிப்போர் எனப் பார்வைகள் பலவிதமாக இருக்கின்றன.இதற்கு இரையாகிப் பலியாகும் பெண் மனங்களும் உண்டு.

இப்போது மீண்டும் துவக்க வரிகளுக்குச் செல்வோம்.அந்த வகுப்பறையில் இருந்த 17 மாணவர்களில் இரண்டு பேர் மட்டும்தான் இப்படிச் சூழல் மறந்த தியான நிலைக்குச் சென்றவர்கள்.மற்ற பையன்கள் இலக்கியத்தைத்தான் பின் தொடர்ந்தார்கள்.அவர்களால் முடிந்தது இவர்களால் ஏன் முடியாது போயிற்று? பெண்ணை உடம்பாகப் பார்க்காமல் சக மனுஷியாக-சக மாணவியாக-பார்க்கும் பார்வை பண்படுத்தப்பட்ட மனதுக்கு வந்து விடும்தான்.

"ஓராயிரம் பார்வையிலே
உன் பார்வையை நான் அறிவேன்
உன் காலடி ஓசையிலே
உன் காதலை நான் அறிவேன்"

என்பதுபோலவும் "கண்கள் இரண்டும் என்று உன்னைக்கண்டு பேசுமோ" என்றும் பார்வைகளில் பண்பட்டவையும் ஆண்களிடத்து உண்டு.அத்தகைய பார்வைகள் வளரட்டும்.ஆனால் பெண்ணை வெறும் உடம்பாக-போகப்பொருளாக-மட்டும் வெறிக்கிற பார்வையை ஆண்மனம் செதுக்கிச் சீர் செய்ய வேண்டும்.முடியாத காரியமில்லை. வாசிப்பாலும் வளர்ப்பாலும் பண்படக்கூடியதுதான் ஆண் மனமும். பெண்ணை ஒடுக்குவதற்கு ஆணின் பார்வை ஒன்றே போதுமே என்கிற இழிநிலை ஒழியட்டும்.பெண்கள் சுதந்திரமாக இப்புவியில் வாழ ஆணின் 'பார்வையில்' தலைகீழ் மாற்றங்கள் நடக்கட்டும்.

எசப்பாட்டு-11

தாயுமானவர் ஆவோம்

தாய்மை எனப்படும் உணர்வு பெண்ணுக்கே உரியதா? தாய்மை உள்ள ஆண்கள் இந்த உலகத்தில் இருந்ததில்லையா? இப்போதும் இருக்கவில்லையா? தாயுருவில் வந்து பெண்ணுக்குப் பிரசவம் பார்த்துத் தாயுமானவன் எனச் சிவபெருமான் பெயர் பெறவில்லையா?-இது ஒரு புறம்.

பெண்மை முழுமை பெறுவது தாய்மையில்தான். பெண் பிறப்பே பிள்ளை பெற்றுப்போடத்தான். கல்யாணம் என்பதே ஆண் பெண் இணைந்து மனிதகுல மறு உற்பத்தி செய்யத்தான். இதுதான் இயற்கை – இது ஒரு புறம்..

“கல்யாணம் ஆதியிலிருந்து சந்ததியை விருத்தி செய்ய ஏற்பட்ட ஒரு புராதன நடத்தையாகும்” என்று துவக்கும் பொதுவுடைமைச் சிற்பி சிங்காரவேலர், “ வெறும் சம்போகத்திற்கும் ,கல்யாணத்துக்கும் உள்ள வித்தியாசம் வாழ்க்கையின் கால வித்தியாசத்தால்தான் ஏற்பட்டுள்ளது. உயிர்கள் உயர உயர,அவ்வுயிர்களில் ஆணும் பெண்ணும் சம்போகம் முடிந்த பிறகும்,சில காலம் கூடி வாழ நேரிட்டது. அது எதற்கெனில்,சம்போகத்தின் முக்கிய பயனாகிய சிசுக்களைக் காப்பாற்ற வேண்டியதாயிற்று. ஏனெனில் ,உயர்தர உயிர்களுக்கு உண்டாகும் சிசுக்கள்,பிறந்தவுடன் சீவிக்க எழாமல் சில காலம் அவைகளை ஈன்ற ஆண்,பெண் சவரட்சணையில் இருந்து தீர வேண்டி வந்தது. இத்யாதி காரணங்களால் உயர்தர உயிர்களில் ஆணும் பெண்ணும் கூடிய உடன் பிரிந்து போகாமல்,சிசுக்கள் வயது வரும்வரை கூடி வாழ வேண்டி வந்தது” என்று கல்யாணத்தின் ஆதி வேர்களை அறிவியல் பார்வையுடன் விளக்கிச் செல்கிறார். *(சிங்காரவேலர் சிந்தனைக்களஞ்சியம்-தொகுதி-2)*

”சிசுக்கள் வயது வரும் வரை” என்கிற கால அளவு 'கிளிக்கு ரெக்கை முளைச்சுடுத்து பறந்து போயிடுத்து' என்பதாக பிற உயிரினங்களைப்போல சட்டென மனித குலத்தில் நடக்கவில்லை. தத்தி நடந்து பின் ஓடும் பருவம் வந்தாலும் சமூகம் என்கிற அமைப்பில் பொருளாதாரம் உள்ளிட்ட தளங்களில் பெற்ற சிசுக்கள் காலூன்றி நிற்கிற வயது வரும் வரை தாய் தகப்பனின் ”சவரட்சணை ” தேவை என்றாகிக் கல்யாணம் குடும்பம் என்கிற நிறுவனமாக மாறி நிலைபெற்றுவிட்டது.

அதில் குற்றமில்லை.ஆனால் இந்த "சவரட்சணை" செய்யும் கடமைதான் தாய்மை என்பதாக விளக்கம் பெற்று அது பெண்ணுக்கே உரிய ஒன்றாக ஆகி இன்று பெண்ணடிமைத்தனத்தின் ஊற்றாக ஆகிவிட்டது. தந்தை பெரியார் 'பெண்கள் விடுதலை பெற வேண்டுமானால் குழந்தை பெற்றுக்கொள்ளாதீர்கள் கருப்பையை அறுத்தெறியுங்கள்' என்று ஆவேசமாக அறிவுரை வழங்கினார்.

இன்று மேலை நாடுகளில் பெண்ணியவாதிகள் 'தாய்மை' என்பதை ஒரு உன்னதமான மானுட உணர்வு என்று சொல்வதை மறுத்து அது 'ஆண்களால் நிர்வகிக்கப்படும் ஒரு நிறுவனம்' என்கிறார்கள்.அந்த நிறுவனத்தில் சிக்குண்டதால் நாங்கள் சுய அடையாளம் இழந்தோம். .தாய்மையிலிருந்து விடுதலை பெற்றால் மட்டுமே நாங்கள் மனுஷியாக அடையாளம் பெறுவோம்.இந்த தந்தைமைச்சமூகத்தில் பெண் என்றாலே 'கருப்பை' தான்.ஆணின் குழந்தையைச் சுமக்கும் ஓர் உடல்தான்."

நம் ஊர்களில் சின்னஞ்சிறு பெண் குழந்தையைக்கூட "தாயீ.."என்றழைக்கும் பழக்கம் இருப்பதை இந்தக்கோணத்தில் பார்த்தால் அவமான உணர்ச்சி மேலிடுகிறது.

உலகப்புகழ்பெற்ற எழுத்தாளரும் பெண்ணிய இயக்க முன்னோடியுமான சிமோன் தி பூவே தன்னுடைய "தி செக்கண்ட் செக்ஸ்" நூலில் "பெண்ணின் துரதிருஷ்டமே அவளுடைய உடல் மனித குல மறு உற்பத்திக்கேற்றபடி வடிவமைக்கப்பட்டிருப்பதுதான்" என்று குறிப்பிட்டார்."ஆகவே ஒரு பெண் திருமணம்,குழந்தைப்பேறு என்கிற சதிவலைகளுக்குள் சிக்கிக்கொள்ளாமல் தப்பிக்க வேண்டும்.அப்படியே பெற்றுக்கொள்ள வேண்டுமானால் எப்படிப் பெறுவது,எப்படி வளர்ப்பது எது எதெல்லாம் யாருடைய வேலை என்பவற்றையெல்லாம் பற்றிப் பேசிக் கறாரான புரிந்துணர்வு ஒப்பந்தம் செய்து கொண்டுதான் பெற்றுக்கொள்ள வேண்டும்.ஏனெனில் இன்றைய நிலையில் குழந்தைப்பேறும் குழந்தை வளர்ப்பும் அசலான அடிமைச் சாசனங்கள்" என்று மேலும் தொடர்கிறார்.

அறிவு பெற்ற பெண்கள் இயக்கமாகி குழந்தை பெற்றுக்கொள்ள மாட்டோம் எனக் குரல் எழுப்புகின்றனர்.'தாய்மை'யின் அழித்தொழிப்பில்தான் பெண்மை உயிர்த்தெழும் என்கின்றனர்.ஒய் திஸ் கொலவெறி என்று ஆண் மனம் கேட்கிறது.

ஒன்றிரண்டு காட்சிகள் நினைவுக்கு வருகின்றன.

ஒரு ரயில் நிலைய பிளாட்பாரத்தில் ரயிலுக்குக் காத்திருந்தபோது ஒரு இளம் தாய் (பார்த்தால் படிக்காத உழைப்பாளிப்பெண்ணாகத் தெரியும் தோற்றம்)அழுகின்ற தன் குழந்தையை சமாதானம் செய்யப் போராடிக்

கொண்டிருந்தாள். அது நெடுநேரமாக நைய் நைய் என்று அழுதுகொண்டே இருந்தது. என்னென்னவோ செய்து பார்த்துவிட்டாள்.ம்கூம்ம்... ஒரு கட்டத்தில் "சனியனே..."என்று கத்தி குழந்தையைத் தன்னிடமிருந்து பிய்த்துஅப்படியே நட்டுக்கக் கீழே போட்டுவிட்டாள். எதிர்பாராமல் தரையில் விழுந்த அதிர்ச்சியில் குழந்தை ஒரு நிமிடம் திகைத்து மீண்டும் முன்னைவிடப் பெருங்குரல் எடுத்துக் கத்த ஆரம்பித்து விட்டது. தூரத்தில் பீடி குடித்துக்கொண்டிருந்த புருசன்காரன் பதறிப்போய் ஓடி வந்து குழந்தையைத் தூக்கி இடக்கையில் பிடித்துக்கொண்டு வலக்கையால் அப்பெண்ணைச் சப்புச் சப்பென்று நாலு உதை விட்டான். அவள் அழுது கொண்டே குழந்தையை வாங்கி அணைத்துக் கொண்டாள். குழந்தையின் அழுகை இப்போது நின்றுபோயிருந்தது.

குழந்தை பெற்ற பெண்களுக்கு ஒத்தாசையாக இருக்கவென்று சாப்பாட்டுக்கு வழியில்லாத வயதான மூதாட்டிகளைக் கூட்டி வந்து விடுவார்கள். அநேகமாக அம்மூதாட்டிகள் தவறாமல் சொல்லும் ஒரு சொலவடை உண்டு. "பிள்ளை தூக்கிப் பிழைக்கிறதை விடப் பிச்சை எடுத்துப் பிழைச்சிடலாம்"

இளம் தம்பதியினரான இரண்டுபேர் தங்கள் 2 வயதுக்குழந்தையுடன் எங்கள் வீட்டுக்கு வந்தார்கள். குழந்தையைத் தூக்கி வைத்துக்கொள்வது, ,உச்சா போக தூக்கிச் செல்வது போன்ற சகலத்தையும் கணவன் செய்தான். ஆனால் குழந்தைக்குச் சோறு ஊட்டுவது,பால் ஆற்றிப் பக்குவம் பார்த்து கொடுப்பதை எல்லாம் அந்தப் பெண்ணே செய்தாள்.நீங்க சோறு ஊட்ட மாட்டிங்களா? என்று கேட்டேன்."அதுக்கு ரொம்பப் பொறுமை வேண்டியிருக்கு தோழர்.. என்னாலே பத்து நிமிசத்துக்கு மேலே தாக்குப்பிடிக்க முடியலே.கோபம் வந்துடுது.ஒரு உருண்டை சோத்தை ஊட்டுவதற்கு ஒருமணி நேரம் பின்னாடியே அலைய வேண்டியிருக்கு"என்றார்.

மேலே சொன்ன மூன்று காட்சிகளையும் தாய்மையை வெறுக்கும் பெண்ணியவாதிகளின் கோபத்தையும் இணைத்துப் பார்த்தாலே புரியும். கூடுதல் விளக்கம் ஏதும் தேவையில்லை.

குழந்தையைப் பத்து மாதம் சுமந்து பெற்றுப்போடுவது, தாய்ப்பால் ஊட்டுவது ஆகிய இந்த இரண்டு வேலைகளைத்தவிர, குழந்தை வளர்ப்பின் பாக்கி அத்தனை வேலைகளையும் கணவன் தன் வேலையாக மனப்பூர்வமாக ஏற்க வேண்டும்.சமையல் மற்றும் வீட்டு வேலைகளில் சரிபாதியை ஆண் ஏற்க வேண்டும்.(இவையெல்லாம் கற்றுக்கொள்ள முடியாத தொழில் நுட்பங்கள் இல்லையே) அப்போதான் கல்யாணம்.இதைச் சட்டம்,ஆக்கி நடைமுறைப்படுத்த வேண்டும்.

" தாய்மை நிலை என்று சொல்ல வந்தால் இரு கட்சிக்கும் அதனைப் பொதுவில் வைப்போம்."

எசப்பாட்டு-12

சந்தேகம் என்னும் பெருநெருப்பு

கருத்தரங்குகள், பொதுக்கூட்டங்களில் பெண் விடுதலை குறித்த கருத்துக்களைப் பேசிவிட்டு மேடையைவிட்டிறங்கினால், யாராவது ஒருவர் கொஞ்சம் தனியாப்பேசணும் என்று விரலை நீட்டி வேண்டி அழைப்பது இப்போதெல்லாம் அதிகமாகி வருகிறது. அப்படி அழைப்பவர்கள் எல்லோருமே விதிவிலக்கின்றித் துவங்கும் வார்த்தைகள் "பொம்பிளைங்களுக்காக இப்பிடி மாஞ்சு மாஞ்சு பேசறிங்களே, எங்க அண்ணன் கதையைக் கொஞ்சம் கேளுங்க"

நிச்சயமாக அவர்களிடம் ஓர் உண்மைக்கதை இருக்கும். சமீபத்தில் ஒருவர் சொன்ன கதை. "எங்க அண்ணனுக்குக் கல்யாணம் ஆகி நாலு வருசம் ஆச்சு. ஒரு பெண்குழந்தை இருக்கு. திடீர்னு எங்க அண்ணிக்கு அண்ணன் மேலே சந்தேகம் வந்துடுச்சி. எதிர்வீட்டிலே இருக்கிற பொண்ணுக்கும் எங்க அண்ணனுக்கும் முடிச்சுப் போட்டு ஏகமாகக் கற்பனை பண்ணி அண்ணனை வார்த்தைகளாலே டார்ச்சர் பண்ண ஆரம்பிச்சாங்க. இப்போ உச்சத்திலே நிக்கிறாங்க. எதுத்த வீட்டுப்பொண்ணு அவ கணவனோடு ஸ்கூட்டர்லே உட்காந்து எங்க அண்ணிக்கு இயல்பா டாட்டா சொன்னாக்கூட அவ உங்களுக்குத்தான் டாட்டா சொல்றா என்று அண்ணனை டார்ச்சர் பண்றது, ஜன்னல் பக்கம் நின்னா குத்தம், வாசல்படியிலே நின்னா குத்தம்னு சொந்த வீட்டிலே சுதந்திரமா இருக்க முடியாம எங்க அண்ணன் நடைப்பிணமாக வாழ்ந்துக்கிட்டிருக்கார்."

இன்னொருவர் சொன்ன கதையில் அவருடைய மருமகள் தன் மகனை சித்திரவதை செய்வதாகச் சொன்னார். சம்பாத்தியம் முழுவதையும் கணவன் தனக்குத் தெரியாமல் அவனுடைய அப்பா அம்மாவுக்கும் தங்கைக்கும் வாரி வழங்கிக்கொண்டிருப்பதாக அவளுக்கு சந்தேகம்.

இன்று முகநூல் நட்புவட்டங்கள் பெருகி வரும் சூழலில் தன் கணவருடைய முகநூல் பக்கத்தில் வரும் 'ஐ லவ் யூ டா.. செல்லம்...' போன்ற வரிகளைத் தடவித்தடவிப் பார்த்து அதில் கூடுதலாக என்னமாச்சும் ஒட்டி இருக்கிறதா என்று பார்த்துச் சண்டைகள் போடுவதும் அதிகமாகியிருக்கிறது.

பல பரிமாணங்களில் பிரச்னைகள் இருக்கின்றன. சந்தேகம் என்கிற ஒன்றை மட்டும் நாம் எடுத்துக்கொள்வோம்.

சந்தேகம் என்கிற நெருப்பில் அவிந்து போன எத்தனையோ குடும்பங்களின் கதைகளை, 19 ஆம் நூற்றாண்டில் வெளியான இப்சனின் "பொம்மை வீடு" துவங்கி எத்தனை கதைகள்! அது. பொம்மை வீடு கதையின் நாயகி டோரா, சந்தேகப் பட்ட அவள் கணவனை உதறி வீட்டைவிட்டு வெளியேறுவாள். அப்படி எத்தனை பேரால் உறவுகளை உதிர்த்து விட்டு வெளியேறிவிட முடிகிறது.

இப்படி ஆண்கள் சொல்லும் கதைகளை அப்படியே நம்மால் ஏற்றுக்கொள்ள முடியுமா? நெருப்பில்லாமல் புகையாது என்பதே என் கட்சி. "பெண்களைப் பார்த்துப் பல்லிளிக்காத ஆண்கள் உண்டா?" என்று சுந்தரராமசாமி ஒரு கதையில் எழுதியிருப்பார். மனதுக்குள் இளிப்பது, வெளித்தெரிய இளிப்பது, வழிவது, பின்னாலேயே போவது என்று அதில் பல படிநிலைகள் இருக்கின்றன. அதைப் பெண்கள் எளிதாகக் கண்டுபிடித்து விடுவார்கள். அப்படிப் 'பிடிபட்ட' ஆண்கள் செய்த குற்றம் சிறிதாக இருந்தாலும் வீட்டிலேயே இருக்கும் பெண்கள், தங்கள் கற்பனையில் அதை ஊதிப்பெருக்கித் தாங்களும் மன உளைச்சலுக்கு ஆளாகி அவனையும் வாழ விடாமல் கலங்க வைப்பதும் நடக்கத்தான் செய்கிறது. தப்புச் செய்தவன் என்று சொல்வதற்கும் தப்பான ஆள் என்று தீர்ப்புச் சொல்வதற்கும் இடையில் எவ்வளவு பெரிய வேறுபாடு இருக்கிறது? பெண்கள் இதைப் புரிந்து கொள்ள வேண்டாமா என்பது ஆண்களின் புலம்பலாக இருக்கிறது.

இதற்கு மறுபக்கமாக, ஆண்கள் பெண்கள் மீது சந்தேகப்பட்டால் என்னவெல்லாம் செய்வார்கள் என்பதற்கு லாரி லாரியாக 'உண்மைக் கதைகள்' இருக்கின்றன.

மத்திய கால வரலாற்றில் சேஸ்டிடி பெல்ட் எனப்படும் "கற்புப்பாதுகாப்பு இடுப்புக்கச்சைகளை" உலோகத்தில் தயாரித்து பெண்களுக்கு மாட்டி, பூட்டுப் போட்டு சாவியை எடுத்துக்கொண்டு ஆண்கள் போர்க்களத்துக்கும் புனிதப்பயணங்களுக்கும் வியாபாரத்துக்கும் போன கதைகள் ஏராளம் உண்டு. கி.ராஜநாராயணன் தொகுத்த பாலியல் கதைகள் புத்தகத்திலும் இதுபோன்ற (தமிழ் வடிவம்) கதைகள் உண்டு.

'சார்..அதெல்லாம் எந்தக்காலத்துக்கதை.இப்ப ஏன் அதைப் பேசணும்?' என்று கேட்பவர்களுக்காக என் சொந்த ஊரில் நடந்த ஓர் உண்மைச்சம்பவத்தைச் சொல்கிறேன்.

கோவில்பட்டி நகரத்தில் ராணுவ வீரனான ஒரு இளைஞன் தன் அக்காள் மகளை விரும்பித் திருமணம் செய்கிறான். அவளோ பேரழகி.(அழகி என்று சொல்வதன் அடிப்படைகள் நாட்டுக்கு நாடு, காலத்துக்குக் காலம் ஆளுக்கு ஆள் மாறுபடக்கூடியது) அவனுக்கு மனைவி மீது சந்தேகம் எப்படியோ வந்து விட்டது. அவளுடைய பேரழகே அவன் மனதில் சந்தேக நெருப்பை மூட்டிவிட்டதைப் பின்னர் அறிய முடிந்தது. அவன் ராணுவத்தில்

நிம்மதியில்லாமல் இருப்பான்.ஆண்டுக்கு இருமுறை விடுப்பில் வந்து மனைவியோடுஇருந்துவிட்டுப்போகும்போதுஅவளுக்குமொட்டையடித்து அவள் அழகைக் குறைத்துவிட்டுப் போவான். அவள் காலம் பூராவும் மொட்டைத்தலையோடே வாழ்ந்து கொண்டிருந்தாள். இடையில் அந்த ராணுவ வீரனின் தம்பி தன் அண்ணியிடம் பாலியல் சேட்டைகள் செய்யப்போக, அவள் கத்திக் கூப்பாடு போட்டு 'உன் அண்ணனுக்குச் சொல்கிறேன்' என்று மிரட்டி இருக்கிறாள்.தம்பி முந்திக்கொண்டு, அண்ணனுக்குப் போன் பண்ணி, அண்ணி தன்னிடம் தப்பாக நடக்க முயற்சித்ததாகச் சொல்லி விட்டான்.ஏற்கனவே சந்தேகச் சகதியில் விழுந்து கிடந்த அண்ணன் ஆத்திரம் கொண்டு பறந்து வந்தான்.அவளை அடித்து உதைத்துக் காயப்படுத்தி மீண்டும் மொட்டை அடித்து அவளை நிர்வாணமாக்கி,அவள் பிறப்புறுப்பில் சுண்ணாம்பு,மூக்குப்பொடி போன்றவற்றைத் திணித்து, வீட்டுக்குள் வைத்துப் பூட்டி விட்டான். தனிமைச்சிறைக்குள் பல நாள் பட்டினி கிடந்த அப்பெண் எப்படியோ கதவின் ஆணிகளை நெம்பிக் கதவைத்திறந்து கொண்டு நிர்வாணமாக வெளியே ஓடி வந்தாள்.அக்கம் பக்கத்தார் அவளுக்கு ஆடை கொடுத்து அரசு மருத்துவமனையில் சேர்த்தனர்.52 நாட்கள் சிகிச்சை பெற்ற அப்பெண்ணை அனைத்திந்திய ஜனநாயக மாதர் சங்கத்தினர் சந்தித்து தைரியப்படுத்தி வழக்குப்பதிவு செய்தனர்.ராணுவத்துக்கு ஓடி விட்ட அவனைக்கைது செய்து கொண்டுவர காவல்துறை தீவிர முயற்சி எடுக்கவில்லை.மாநிலங்களவை உறுப்பினர் திரு டி.கே.ரெங்கராஜன் தலையிட்ட பின்னரே அவன் கைது செய்யப்பட்டு நீதிமன்றத்தில் நிறுத்தப்பட்டான். இன்றைக்கும் அந்த வழக்கு முடியவில்லை.நடந்துகொண்டிருக்கிறது.

சந்தேகம் பெண்ணுக்கு வந்தால் வார்த்தைகளாகவும் வசவுகளாகவும் அழுகையாகவும் வெளிப்படுகிறது. ஆணுக்கு வந்தால் அது எளிதாக வன்முறை வடிவம் எடுக்கிறது.ஏன்?

பெண்ணை சக மனுஷி என்று பார்க்காமல், ஒரு உடம்பாகவும் அது தன் உடமை என்றும் பார்க்கும் ஆணாதிக்க மனோபாவமே வன்முறைக்குக் காரணம். தற்சார்பில்லாமல் ஆணைச்சார்ந்ததாகப் பெண்ணின் வாழ்க்கை இருப்பதால் வாழ்க்கை உத்தரவாதமற்ற நிலையில் "தனக்கு மட்டுமே சொந்தம்" என்கிற உணர்வு பெண்ணுக்குக் கூடுதலாகி, ஏமாந்து விடக்கூடாதென்ற பதட்டத்தில் அழுகையில் முகம் புதைக்க வேண்டி வருகிறது.மனம் திறந்த பேச்சை விட வேறு என்ன தீர்வு இருக்க முடியும்?

சந்தேகத்தின் பாற்பட்ட எதிர்வினையிலும் கூட ஆண் பெண் பேதம் படிந்துள்ளது.

எசப்பாட்டு-13

ஆண்மை என்னும் கற்பிதம்

"கேட்டர்பில்லர்" என்கிற ஜப்பானியத் திரைப்படம் பார்த்தேன். வாகாமத்ஸு இயக்கி 2010இல் வெளியான படம் அது. சீன-ஜப்பான் போரில் பங்கேற்ற ஜப்பானிய ராணுவ வீரன் 'குரோகாவா'வை மையமாகக் கொண்டு படம் சுழல்கிறது. முதல் காட்சியில் சீன நாட்டுக் கிராமம் ஒன்றில் புகுந்த ஜப்பானிய ராணுவம் அந்தக் கிராமத்தை அழித்துத் துவம்சம் செய்கிறது. குரோகாவாவும் தேசபக்தியுள்ள ஜப்பானிய ராணுவ வீரனாக, கடமை உணர்வுடன், தப்பி ஓடும் சீன மக்களைச் சுட்டுக்கொல்கிறான். அலறித் துடிக்கத் துடிக்கச் சீனப்பெண்களை பாலியல் வல்லுறவு செய்கிறான். சொத்துக்களைச் சூறையாடுகிறான். அடுத்த காட்சியில் போர் முடிந்து, குரோகாவா "பேராண்மை மிக்க போர் நாயகன்" என்கிற தேசிய விருதினைப் பெறுகிறான். மூன்று தேசிய மெடல்கள் நெஞ்சில் அசைந்தாட அவனுடைய சொந்த கிராமத்துக்குத் திரும்புகிறான். ஆனால் போரில் இரு கால்கள், இரு கைகள் இழந்து கேட்கும் பேசும் ஆற்றலையும் இழந்து ஒரு முண்டமாகக் கொண்டுவரப்படுகிறான். ஊரே எல்லையில் நின்று அவனை வரவேற்கிறது. அவனது மனைவி அவனது கோலத்தைப் பார்த்துக் கதறினாலும், அவனைப் பாதுகாக்கும் கடமையை ஏற்று, அவனை அழைத்துச் செல்கிறாள். துவக்கத்தில் பரிவுடன் அவனைக் கவனிக்கிறாள். ஆனாலும், அவளுக்குப் போருக்கு முந்தைய பழைய வாழ்க்கை நினைவுக்கு வந்துகொண்டே இருக்கிறது. அவனது முரட்டுத்தனமான பாலியல் ஆவேசத்தில் மூச்சுத்திணறிய இரவுகள் அவள் நினைவில்புரள்கின்றன. அவளது உணர்வுகளைச் சற்றும் மதியாத அவனது அலட்சியம் அவள் நெஞ்சில் முள்ளாய் நிற்கிறது. இப்போது அவனுக்குக் கையும் இல்லை காலும் இல்லை. ஆனால் தின்ன ஒரு வாய் இருக்கிறது. பாலுறவு கொள்ள ஆணுறுப்பு மிச்சமாய் இருக்கிறது. இதை வைத்துக் கொண்டு தினசரி அவளை இம்சிக்கிறான். அவளிடம் கோருவது அவனது 'உரிமை' எனக் கருதுகிறான். அவன் குணம் மாறவில்லை. அவன் அதே ஆணாகவேதான் இப்போதும் இருக்கிறான். அவன் வாய்க்குச்சமைத்துப்போடவும் அவனது பாலியல் தேவைக்குத் தன் உடலைத் தரவும் மனைவி என்கிற 'கடமை' அவளை நிர்ப்பந்திக்கின்றன.

அவன் முன்னர் செய்த கொடுமைகளுக்குப் பழிதீர்க்கும் உணர்வு அவளுக்கு மேலோங்குகிறது. கருணைக்கும் பழிதீர்க்கும் உணர்வுக்கும் இடையில் சிக்கித்தவிக்கும் அவளது உளவியல்தான் கதையின் மையம்.

இப்படம் பார்த்தபோது முதலில் எனக்கேற்பட்டது குற்ற உணர்ச்சி. ஆண்மை என நாம் நம்புகிற எல்லாவற்றையும் இப்படம் கலைத்துப்போட்டது..ஆண்மை,பெண்மை என்பதெல்லாம் வெறும் கற்பிதங்கள்.சமூகமும்,அவ்வச்சமூகத்தில் நிலவும் பண்பாடும் கட்டமைத்தகற்பிதங்கள்.பெண்மை என்பதோடு பல குணாதிசயங்களை இணைக்கிறார்கள். அச்சம், மடம், நாணம், பயிர்ப்பு, நளினம், அழகு, சேவை மனப்பான்மை,தன்னல மறுப்பு,அப்புறம் இந்தத் தாய்மை எனப் பல இணைப்புகள்.பல சமயங்களில் இந்த இணைப்புகளே முன்னின்று 'இதுதான் பெண்மை' என நம்ப வைக்கின்றன. அதேபோல ஆண்மை என்கிற கற்பிதத்தைக் கட்டமைக்கும் பல இணைப்புகள் இருக்கின்றன. வீரம், ஆளுமை(பெண்ணை ஆளுதல் முக்கியம்),அதிகாரம் செலுத்துதல்,சாதி காத்தல்,மதம் காத்தல்,தேசியப் பெருமிதம் எனப் பெரிய பட்டியலே இருக்கிறது.பெண்ணுக்கு ஒரு குழந்தையைக் 'கொடுப்பது'(!) ஆண்மையின் லட்சணங்களில் ஒன்றென உலகமே நம்புகிறது.அதற்கு வாய்ப்பில்லாதவரை ஆண்மையற்றவன் என விளிப்பது வழக்கமாக இருக்கிறது. ஆண்மை என்றாலே இதுதான் என நம்பும் உலகமாகவும் இருக்கிறோம்.

பிற சாதிப் பெண்கள் மீது கை வைப்பதன் மூலம் அச்சாதியை இழிவு படுத்தித் தன் சாதியின் ஆதிக்கத்தை நிலை நாட்டுதல் என்பது நம் கண்முன்னால் அன்றாடம் நிகழ்கிறது.நிலவுடமை கோலோச்சிய நாட்களில் பண்ணையடிமைகளின் வீட்டுப் பெண்களைப் பெண்டாளும் ஆண்டைகள் பற்றிய கண்ணீர்க்கதைகள் எத்தனை! ஆண்மை அங்கே சாதியுடன் கை கோர்க்கிறது.இதன் உச்சமாக, தூத்துக்குடி மாவட்டம் டி.சங்கரலிங்கபுரம் கிராமத்தில் தாழ்த்தப்பட்ட மக்கள் ஆண் நாய் வளர்க்கக் கூடாது என்று அவ்வூர் உயர்சாதியினர் ஊர்க்கட்டுப்பாடு விதித்திருந்த செய்தி கேட்டுத் தமிழகமே அதிர்ச்சியடைந்தது - சில ஆண்டுகளுக்கு முன்.உயர்சாதி வீடுகளில் வளரும் பெண் நாய்களுடன் 'கீழ்ச்சாதி' வீட்டு ஆண் நாய்கள் உறவு கொண்டால் சாதித்தூய்மை கெட்டுப்போகுமே!

பட்டங்கள் ஆள்வதும் சட்டங்கள் செய்வதும் பாரினில் பெண்கள் நடத்த வந்தோம் என்று பாரதி பாடினான்.அவன் பாடியது விரிந்த பொருளில்தான் என்றாலும் சாதிப்பட்டங்களைக்கூட நம் சமூகம்

பெண்களுக்கு அளிக்கவில்லை என்பதையும் நாம் இவ்வரிகளுக்கூடாக வாசிக்க முடியும். ராமசாமி நாடார், ராமசாமித்தேவர், ராமசாமி உடையார் என்று இருப்பதைப்போல கல்யாணி நாடார், கற்பகத்தேவர் உமா உடையார் என்று எப்போதும் இருப்பதில்லை. சாதியும் ஆண்மையின் ஓர் அங்கமாகி நின்றது.

இந்தியா-பாகிஸ்தான் பிரிவினையின் போது இந்துப்பெண்களை இஸ்லாமியர்களும் இஸ்லாமியப் பெண்களை இந்துக்களும் பாலியல் வல்லுறவு செய்து தங்கள் மத ஆதிக்கத்தை பெண்ணின் உடல் மீது கொடியேற்றினார்கள். பெண்களின் பிறப்புறுப்பில் பிறைச்சந்திரனையும் திரிசூலத்தையும் சூடு போட்டு வரையவில்லையா? பெண்களின் மார்பகங்களை அறுத்தெறியவில்லையா? அங்கே ஆண்மை மதவெறியாக ரூபம் கொண்டது.

போர் என்று வந்துவிட்டால் எதிரி நாட்டுப்பெண்களை ராணுவம் பாலியல் வல்லுறவு செய்வது தேசியக் கடமை ஆகிவிடுவதை வரலாறு பதிவு செய்கிறது. செர்பியாவிலும் குரோஷியாவிலும், இந்தியா பாகிஸ்தானிலும் தேசப்பெருமை காக்க அல்லது எதிரி தேசத்தை இழிவு படுத்த ஆண்மை திமிறி எழுந்ததைக் கண்டோம். இலங்கை ராணுவத்தினரால் பாலியல் வல்லுறவுக்கு ஆளான நம் சொந்தத் தமிழ்ப்பெண்களின் கதறல் ஒலி இன்றும் நம் செவிகளில் ஒலித்துக்கொண்டே இருக்கவில்லையா? இங்கெல்லாம் ஆண்மை தேசியத்தை முகமூடியாக அணிந்து வந்தது.

ஆனந்த் பட்வர்தனின் புகழ்பெற்ற ஆவணப்படமான" ஃபாதர் சன் அண்ட் ஹோலி வார்"(தந்தை மகன் மற்றும் புனிதப்போர்) பதிவு செய்த காட்சிகளில் மதப்பகைமை வளர்ப்போடு ஆண்மை தூண்டப்படுவதும் இணைந்து வளர்வதும் விளக்கம் பெற்றிருக்கும். இந்துப்பெண்கள் 16 குழந்தைகளுக்கு மேல் பெற்றுக்கொள்ள வேண்டும் எனச் சாமியார்கள் வீர உரை ஆற்றும் காட்சிகள் அப்படத்தில் பலமுறை வந்துகொண்டே இருக்கும்.

"சுதந்திரம், வீரம் முதலிய குணங்கள் 'ஆண்மை'க்குத்தான் உரியதாக்கப்பட்டுவிட்டது ஏன்? 'ஆண்மை'க்குத்தான் அவை உண்டு என்று ஆண்மக்கள் முடிவு கட்டிக்கொண்டு இருக்கிறார்கள்." என்று துவங்கும் தந்தை பெரியார் 'ஆண்மை' உலகில் உள்ளவரையிலும் பெண்மைக்கு மதிப்பு இல்லையென்பதைப் பெண்கள் ஞாபகத்தில் வைத்துக்கொள்ள வேண்டும். உலகத்தில் 'ஆண்மை' நிற்கும் வரையில் பெண் அடிமையும் வளர்ந்தே வரும். பெண்களால் "ஆண்மை" என்ற

தத்துவம் அழிக்கப்பட்டால் அல்லாது பெண்மை விடுதலையில்லை என்பது உறுதி" என்று தொடர்கிறார். பெரியாரின் இவ்வாசகத்தோடு கேட்டர்பில்லர் படத்தின் நாயகியின் மனதில் எழும் பழி தீர்க்கும் உணர்ச்சியை இணைத்துப்பார்க்கத் தோன்றுகிறது. குற்ற உணர்ச்சி தாளாமல் அப்படத்தின் நாயகனான ராணுவவீரன் தற்கொலை செய்து கொள்வதோடு படம் முடிவடையும்.

ஆனால், பெண் விடுதலையை ஆண்மை அழிப்பு என்கிற ஒன்றோடு மட்டும் நிறுத்திப் பேசுவது சரியா? அது போதுமானதா; என்கிற கேள்விகள் எழுகின்றன. அதுபற்றியும் பேசுவது அவசியம்.

எசப்பாட்டு-14

தோழமை என்ற போதிலும்....

தொழிற்சங்க இயக்கத்தில் கிளைச்செயலாளராகவும் மற்றும் சில பொறுப்புகளிலும் அடிமட்ட ஊழியராக அம்பாசமுத்திரத்தில் நான் பணியாற்றிய காலத்திலும், பெண்கள் முன் வைத்த கேள்விகள்/குற்றச் சாட்டுக்கள் பல. அவற்றில் ஒன்று, "தொழிற்சங்கக் கூட்டங்களில் பெண்கள் பங்கேற்க முடியாதவண்ணம், கொஞ்சம்கூட நேரம் குறித்த உணர்வே இல்லாமல் கூட்டங்களை நீங்கள் நடத்துகிறீர்கள்" என்பது. ஆண் தோழர்கள் கூட்டம் முடிந்து வீட்டுக்குப் போனால் சூடான உணவு உங்கள் தட்டுகளில் தயாராக இருக்கும். எங்களுக்கு அப்படியா? மட்டுமின்றி, மாலையில் பள்ளி முடிந்து வீட்டுக்கு வந்த குழந்தைகள் வேறு காத்திருப்பார்களல்லவா? சாயங்காலம் அலுவலகம் முடியும் நேரத்தில்,காத்திருக்கும் குழந்தைகள், காத்திருக்கும் வீட்டு வேலைகள் பற்றிய பதட்டம் எங்களைத் தொற்றிக்கொள்கிறது. ஆனால் உங்களுக்கு 'அப்பாடா வேலை முடிந்தது' என்கிற விட்டு விடுதலையான உணர்வு பற்றிப்படர்கிறது.பஸ் நிறுத்தத்தில் நாங்கள் பதைப்புடன் காத்திருக்கும்போது, நீங்கள் நிம்மதியாக, நிதானமாகக் கேலிச்சிரிப்புகளுடன் டீக்கடையை நோக்கிப் போவதைப் பார்த்தபடிதான் தினமும் பஸ் ஏறுகிறோம். நாங்கள் இப்படி உங்களைப் பார்த்துக்கொண்டிருக்கிறோம் என்கிற தன்னுணர்வாச்சும் உங்களுக்கு இருக்கா தோழர்?

எங்களுக்குத் திருமணமான புதிதில் அதிகாலையில் தூக்கம் கலைந்து எழும்போது "அச்சச்சோ லேட் ஆயிடுச்சே" என்கிற பதட்ட உணர்வோடு என் இணையர் எழுவார். தூக்கம் கலைந்து சோம்பல் முறித்து,தூக்கத்தை விட்டுப் பிரிய முடியாத செல்லக்கோபத்துடன் நானும் எழுவேன். இந்த பேதத்தைத் தாமதமாகத்தான் நான் உணர்ந்தேன்- ஒரு பாயிலிருந்து எழுகிற இரு ஜீவன்களின் வேறு வேறான உணர்வும் உலகமும்.

வீட்டில் என்னைத் திருத்திக்கொண்டேன். வீட்டு வேலைகளைப் பகிர்ந்துகொள்ளத் துவங்கியதால் நான் திருந்தி விட்டதாக என் ஆண் மனம் கருதிக்கொண்டது. வேலைத்தளத்தில், தொழிற்சங்கத்தில், எங்களைத் திருத்திக் கொள்ள முயற்சித்தோம். ஆனால் அது அவ்வளவு

எளிதான காரியமாக இருக்கவில்லை. பெண்கள் குறித்த, ஏற்ற இறக்கமான, பல்வேறு புரிதல்களும் கருத்துக்களும் உள்ள ஆடவர்களின் கூட்டு மனமாக எங்கள் தொழிற்சங்கக் கிளை இருந்தது.

ஒருவர் இன்னும் பெண்களை 'சைட்' அடிக்கிற கட்டத்தையே தாண்டியிருக்கவில்லை. என்ன வயதானாலும் 'விடலைப்பருவம்' தாண்டாத பல ஆண் தோழர்கள் இருந்தனர். பார்வையோடு நிறுத்தாமல் பெண் ஊழியர்களிடம் எப்போதும் வழிந்து/வலிந்து பேசும் வகை இன்னொன்று. இதைப் பயன்படுத்தி அவர்கள் தலையில் தங்கள் வேலையில் ஒரு பகுதியைக் கட்டிவிடும் புத்திசாலிப் பெண்களும் சிலர் இருந்தனர். பெண்கள் மீது இரக்கமும் கருணையும் பொங்கும் மனதுடன் பலர் இருந்தனர். ஆனால் அவர்களைப்பொறுத்தவரை, பெண்கள் வேலை முடிந்ததும் வீட்டுக்குப் போய்விட வேண்டும். தொழிற்சங்கம், போராட்டம் இதெல்லாம் ஆம்பிளைங்க சமாச்சாரம். நாம பாத்துக்கிடலாம். பாவம் அவங்களை ஏன் கஷ்டப்படுத்தணும்? மாநாட்டுக்கு மட்டும் வந்து அவங்க ஓட்டுப் போட்டாப்போதும் என்பது அவர்களின் நிலை.

பெண்களும் தொழிற்சங்கப் பணிகளில் ஈடுபடவேண்டும். ஆனால் செயலாளர் போன்ற முக்கியப் பொறுப்புக்களில் அவர்கள் இருக்க வேண்டிய அவசியமில்லை. துணைப்பொருளாளர், துணைத்தலைவர் போன்ற 'டம்மி'ப் பொறுப்புக்களில் இருந்தால் போதும். பெண்களுக்கும் இடம் அளித்துவிட்ட மன நிறைவு சங்கத்துக்கு முக்கியம் என்கிற இடத்தில் ஒட்டுமொத்தத் தொழிற்சங்கமும் இருந்தது. இப்பவும் அப்படியேதான் இருக்கிறது-எங்கள் கிளை மட்டுமல்ல - எல்லா வகையான பொது இயக்கங்களும்தாம். ஒட்டுமொத்த தேசமும்தான்.

இங்கே தொழிற்சங்க இயக்கத்தை மட்டும் தனியாகக் குற்றவாளிக்கூண்டில் நிறுத்துவது போதாது. பெண்கள் குறித்த நம் சமூகத்தின் பார்வைதான் இங்கேயும் பிரதிபலிக்கிறது. சமூகத்தை மாற்றப் பிறந்த தொழிற்சங்க இயக்கம் தன்னையும் மாற்றிக்கொண்டு இச்சமூக மாற்றத்துக்காகப் போராட வேண்டிய கட்டத்தில் நிற்கிறது என்பதுதான் கூடுதலான சுமை.

நம்முடைய கிளை அளவில் இந்த மனநிலைகளை மாற்றுவதற்கு ஏதாவது செய்யலாம் என நாங்கள் யோசித்தோம். மாதம்தோறும் ஒரு இலக்கியக்கூட்டம். மாதம் ஒரு உலகத் திரைப்படம் திரையிடல். மாதம் ஒரு வாசகர் வட்டக்கூட்டம் என தொழிற்சங்க இயக்கத்தோழர்களை

அழைத்துச் சென்றோம். தொழிற்சங்கப்பணிகளையே வழக்கமான பாணியில் அல்லாமல் கலாபூர்வமாகத் திட்டமிட்டுச் செய்தோம். காலப்பிரக்ஞையுடன் கூட்டங்களை ஒழுங்கு செய்தோம்.கலைகளும் இலக்கியங்களும் காற்றைப்போலத் தோழர்களின் மனக்கதவுகளின் உள் அறைகளுக்குள் ஊடுறுவிப் பரவின.வறண்ட நிலத்தில் புல்லும் செடியும் முளைக்கத் துவங்கின.

எங்கள் வட்டாரம் முழுவதிலும் இருக்கின்ற உழைக்கும் பெண்களைத் திரட்டி ஒரு மாநாடு நடத்தலாம் என்கிற ஆலோசனை பெண் தோழர்கள் தரப்பிலிருந்து வந்தது.

பல பாடங்களைத் தந்த அந்த மாநாட்டில் முக்கியமாக நாங்கள் கண்டது ஒன்று.என்ன மாதிரியான பணிகளில் நம் வட்டாரப் பெண்கள் ஈடுபடுத்தப் படுகிறார்கள்.எப்படியான பணிகளைப் பெண்கள் விரும்புகிறார்கள் என்பது.தங்கள் குடும்பப் பொறுப்புக்களைப் பிரதானமாக வைத்துக்கொண்டு அதற்கு இடையூறு இல்லாத வேலை நேரம் அமைகின்ற பணிகளை அவர்கள் விரும்பி ஏற்கிறார்கள்.பீடி சுற்றுவதை வீட்டிலேயே செய்து கொள்ளலாம் என்பதால் லட்சக்கணக்கான பெண்கள் அத்தொழிலில் நின்றனர். பீடிக்கம்பெனி முதலாளிகளுக்கு இது ரொம்ப சௌகரியம்.பென்சன்,பிராவிடண்ட் பண்டு, தற்செயல் விடுப்பு,மாத விடுப்பு,பேறுகால உதவி ஏதும் தரவேண்டியதில்லை. வீட்டுத்தோட்டம் போடுவதுபோல இது ஒரு வீட்டு வேலையின் பகுதி மாதிரி ஆகிவிடுகிறது.சின்ன இடைவெளி கிடைத்தாலும் அதில் புகுந்து கூடுதல் உழைப்புச் சுரண்டலுக்கு முதலாளித்துவம் வழி தேடும்தானே?

வீட்டு வேலைகளுக்குச் செல்லும் பெண்கள் அந்தந்த வீட்டுக்காரர்களின் கருணை மற்றும் நியாய உணர்வின் தன்மைக்கும் அளவுக்கும் ஏற்ப ஊதியம் பெற்றனர்.செங்கற்சூளைகளிலோ ஒரே வேலை செய்தாலும் ஆணுக்கு நிகரான கூலி பெண்ணுக்கு இல்லை. உழைப்புச் சந்தை பெண் உழைப்பை ஒருபடி கீழே வைத்திருப்பதை அம்மாநாட்டில் நடுத்தர வர்க்கப்பெண்களும் ஆண்களும் கண்டார்கள். அங்கே உழைப்பல்ல பால் பேதமே ஆட்சி செய்கிறது.பண்பாட்டில் பொதிந்துள்ள ஆணாதிக்க மனோபாவத்தை முதலாளித்துவ உழைப்புச் சந்தை சாதுர்யமாகப் பயன்படுத்திக் கொள்கிறது.

400 பேர் பங்கேற்ற அம்மாநாட்டின் சகல பணிகளையும் பெண்களே செய்தார்கள்.நோட்டீஸ் அச்சிட அச்சகம் செல்வது முதல் மாநாட்டுக்கான நிதி வசூல்,,தோரணம் கட்டுவது,மைக் செட்காரரைப்

பிடிப்பது, சமையல், சாப்பாடு பரிமாறுதல் வரை அனைத்து வேலைகளையும் அவர்களே செய்தார்கள். நாங்கள் ,ஆண்கள் பொறுப்பேற்று 200 பேர் கொண்ட தொழிற்சங்க மாநாட்டை நடத்த ஆகும் செலவில் பாதிச் செலவில் அவர்கள் மாநாட்டை முடித்தார்கள். அவர்கள் எழுந்து வந்துகொண்டிருப்பது எங்களுக்கு மகிழ்ச்சியையும் சிறு அச்சத்தையும் ஒருசேர அளித்தது.

பரிசீலனைக்கூட்டத்தில், மாநாட்டு அனுபவத்தின் மீது நின்று ஒரு பெண் தோழர் கேள்வி எழுப்பினார். "அந்தப் பீடிக்கம்பெனி முதலாளிக்கும்' எங்களுக்கு துணைத்தலைவர் பொறுப்பைத் தாண்டி வேறு முக்கியப் பொறுப்பை அளிக்க மறுக்கும் தொழிற்சங்கத்துக்கும் என்ன வேறுபாடு இருக்கிறது?"

"அதை அப்படி சமப்படுத்திப் பார்க்கக் கூடாது" என்று உடனே மறுத்துவிட என் உதடுகள் துடித்தன. ஆனால் அப்படிச் சொல்லிவிடாதே என்று என் மனம் தடுத்தது.

எசப்பாட்டு-15

கண்களைப் பழக்குவது....

லெக்கின்ஸ் அணிவது சரியா தப்பா என்று பத்திரிகைகளில் விவாதங்கள் நடந்த நாட்களில் கிராமப்புறப் பெண்கள் அதிகமாகப் பங்கேற்ற ஒரு பயிலரங்கில் இந்தக் கேள்வியை நான் முன் வைத்தேன். அந்தப்பெண்கள் தப்பு என்றுதான் சொல்வார்கள் என்று எதிர்பார்த்தேன். அதற்குப்பிறகு அவ் விவாதத்தை எந்தத்திசையில் கொண்டு செல்லலாம் என்று என் நகரத்து மூளை திட்டமிட்டுக் கொண்டிருந்தது. ஆனால் அவர்கள் வேறு ஒரு கேள்வியைப்போட்டு என் மூளையின் போக்கை நிறுத்தினார்கள். அவர்கள் யார் அணிவது சரியா தப்பான்னு கேளுங்க என்றார்கள். 'மெட்ராஸ் மாதிரி மாநகரத்து பெண்கள் லெக்கின்ஸ் அணியலாம். நாங்கள் அணிய வேண்டியதில்லை' என்று கருத்துரைத்தார்கள்.

அவ்விவாதத்தில் திரண்டு வந்த மையக்கருத்து என்னவெனில், ஆண்களின் கண்களை ஈர்க்காத உடைதான் பெண்ணுக்குப் பொருத்தமான/பாதுகாப்பான உடை என்பது. அப்போ பெண்களின் உடையை ஆண்கள்தான் தீர்மானிக்கணுமா அது உங்கள் சுதந்திரத்தைப் பாதிக்காதா? உடைத்தேர்வு உங்கள் உரிமை இல்லையா? என்று கேட்டபோது என்னா சார் பண்றது? இதுங்களோடதானே வாழ்ந்தாக வேண்டியிருக்கு? என்றார்கள்.

ஒரு புகழ்பெற்ற ஜோக் உண்டு. பாரீஸில், ஒரு ஓவியக்கண்காட்சிக்குக் குழந்தைகளை அழைத்துக் கொண்டு சென்றார்களாம். அங்கே ஒரு ஆணும் பெண்ணும் ஆடையின்றி நிர்வாணமாக நிற்பதுபோல ஓர் ஓவியம் இருந்ததாம். அப்படத்தைக்காட்டி, இதில் ஆண் யார் பெண் யார்? என்று ஆசிரியர் கேட்டபோது, ஆடை அணியாமல் இருக்கிறார்களே எப்படி ஆணா பெண்ணா என்று கண்டுபிடிக்க முடியும் என்று குழந்தைகள் பதில் சொன்னார்களாம்.

நாம் பிறந்த சமூகம்தான் நமக்கு ஆடையணிவிக்கிறது-ஆணுக்கு ஒருவிதமாகவும் பெண்ணுக்கு இன்னொருவிதமாகவும். அப்படியே பார்த்துப்பார்த்துப் பழகிய கண்கள் அதில் ஏதேனும் மாற்றம் செய்தால் துணுக்குற்று ஆட்சேபிக்கத் துவங்கிவிடுகிறது. குறிப்பாகப் பெண்களின் உடை குறித்த ஆட்சேபங்கள் ஆண்களின் கண்களிலிருந்துதான் புறப்பட்டு வருகின்றன.

மக்கள் சீனத்துக்குச் சென்று திரும்பிய ஒரு நண்பர் சொன்னார், "சார்.. அங்கெல்லாம் பொம்பளைப் புள்ளைங்க இடுப்பை ஒட்டிக் குட்டியா ஒரு சின்ன டவுசர் போட்டுட்டுத்தான் ரோடெல்லாம் அலையுதுங்க. ஆனாலும் ஒரு பையன் கூட அதைத் திரும்பிப் பார்க்கணுமே. ம்கூம். போன நாங்கதான் மொறைச்சி மொறைச்சிப் பார்த்துட்டுத் திரிஞ்சோம். நாலு நாளில் எங்க கண்ணுக்கும் அது பழகிப்போயி சாதாரணமா ஆயிடுச்சி." மாசேதுங் தலைமையில் சீனத்தில் நடந்த புரட்சியைப் பின் தொடர்ந்த கலாச்சாரப்புரட்சியின் பகுதியாக தேசம் முழுவதிலும் ஆண்கள் பெண்கள் அத்தனைபேரும் ஒரே மாதிரி பச்சை, ஊதா, சாம்பல் வண்ணத்தில் முழுக்கைச் சட்டையும் நீளமான கால்சட்டையும் – ராணுவத்தினர்போல- அணியத்துவங்கினர். ஆணா பெண்ணா என்று கண்டுபிடிக்க முடியாது. பால்பேதம் இப்படி ஒரே இரவில் உடையின் மூலம் *(De-Sexing)* முறியடிக்கப்பட்டது. அதன் தொடர்ச்சிதான் இன்றைக்கும் பெண்கள் என்ன உடை அணிந்தாலும் அங்கே ஆடவர் திரும்பிப் பார்க்காத காரணம். இப்படி ஆண்களின் கண்களைப் பழக்கி விட முடியும் என்பதற்குச் சீனா முன்னுதாரணம்.

ஆணோ பெண்ணோ அவரவருக்குப் பிடித்தமான உடையை அணிந்து கொள்ளும் சுதந்திரம் சமூகத்தில் நிலவ வேண்டும். இன்றைய நாகரிக யுகத்தில் ஆடைத்தேர்வு என்பது ஒருவர் தன்னை இந்த உலகம் எப்படிப்பார்க்க வேண்டும் என்கிற மனவிருப்பின்பாற்பட்டதாக இருக்கிறது. அந்த மனவிருப்பத்தை ஊடகங்கள் வழியாக ஃபேஷன் வியாபாரிகள் தகவமைக்கிறார்கள் என்பது ஒரு முக்கியமான உண்மையாக இருப்பினும், ஆடைத்தேர்வில் அவரவர் அழகுணர்ச்சியும் பாதுகாப்புணர்வும் புழக்க வசதியும் தீர்மானகரமான பங்காற்றுகின்றன. இது ஆண், பெண், திருநங்கை என எல்லாப் பாலினத்துக்கும் பொதுவானது.

ஆனால், பெண்ணின் ஆடைத்தேர்வில் ஆணின் விருப்பமே கோலோச்சுகிறது என்பதுதான் காலம் காலமாகத் தொடரும் அவலம். ஆணின் விருப்பம் என்பது அவ்வக்காலத்தின் சாதியப் படிநிலையும், மதப்பழக்கம் உள்ளிட்ட பண்பாட்டுக்கூறுகளும் பொருளாதாரத்தோடு இணைந்த வர்க்கப் பார்வையும் சேர்ந்து செதுக்கப்படுவதாகவே இருக்கிறது. ஆண் பார்வை என்பதும் தனித்ததாக இல்லை.

"முழங்கால் சேலையைக் கணுக்காலுக்கு
இறக்கிக் கொடுத்த மணலி கந்தசாமி வாழியவே.."

என்றொரு நாட்டுப்புறப் பாட்டு கீழைத்தஞ்சை வட்டாரத்தில் உண்டு. விவசாயக்கூலிகளாகவும் பண்ணையடிமைகளாகவும் '40 கள்

வரையிலும் வாழச் சபிக்கப்பட்ட பெண்கள் வரப்பில் நிற்கும் ஆண்டைகளின் வக்கிரப்பார்வைக்குத் தீனியாகவும் வேலையில் சுணக்கம் இருக்கக் கூடாது என்பதற்காகவும் தங்கள் சேலைகளை முழங்காலுக்கு மேலே தூக்கிக் கட்டிக்கொள்ள நிர்ப்பந்திக்கப்பட்டார்கள். செங்கொடி இயக்கத்தின் தலைமையில் போராடித்தான் அந்தச்சேலை கணுக்கால் வரை இறங்கியது.

"குப்பாயம் தந்த கர்த்தரே வாழி" என்றொரு நாட்டுப்புற வழிபாட்டுப் பாடல் குமரிப்பகுதியில் உண்டு. இந்த ஒரு வரிப் பாட்டுக்குப் பின்னால் ஆடைச் சுதந்திரத்துக்கான ஒரு போராட்ட வரலாறே அடங்கியிருக்கிறது. சாணார், ஈழவர், காவேரிநாவிதர், பறையர், புலையர், சாம்பவர், வள்ளுவர், சேரமர் போன்ற 18 சாதிகளில் உள்ள பெண்கள், மேலாடை அணிவதை திருவாங்கூர் சமஸ்தானத்தின் ஆதிக்க சாதிகள் தடை செய்திருந்தன.

1812இல் திருவிதாங்கூரில் ஆங்கிலப் பிரதிநிதியாகப் பணியாற்றிய கர்னல் மன்றோ 'கிறிஸ்தவராக மாறிய பெண்கள்' மற்ற தேசக் கிறிஸ்தவப் பெண்களைப் போலத் தங்கள் மார்பை மறைத்துக் கொள்ள உரிமை அளிக்கும் ஆணையைப் பிறப்பித்து, சாணார் உள்ளிட்ட சாதிப் பெண்களின் உடுத்தும் உரிமைக்கு வித்திட்டார். குப்பாயம் எனப்பட்ட மேல் சட்டையையும் பாதிரிகளின் மனைவிமார்களே கையால் தைத்துக் கொடுத்ததாக வரலாறு சொல்கிறது. இதைத்தொடர்ந்து கிறித்துவத்தில் சேராத பெண்களும் மேலாடை அணிந்தனர். அதை ஆதிக்க சாதிகள் வன்முறையை ஏவித் தடுத்தன.

பெரும் போராட்டங்கள் வெடித்த பின்னணியில் 1855ஆம் ஆண்டு திருவிதாங்கூர் சமஸ்தானம் அடிமை முறையை ஒழித்துச் சட்டம் இயற்றி ஒடுக்கப்பட்ட சாதிப் பெண்கள் எல்லோரும் மேலாடை அணிவதை அங்கீகரித்தது.

முதலாளித்துவ வளர்ச்சிக்காலத்தில் பெண்களும் நடுத்தர வர்க்கத்தின் பகுதியாக வேலைக்கு வந்த நாட்களில் பொதுவெளியில் எந்த மாதிரி உடுத்திவர வேண்டும் என்பதை அன்றைய ஆண் கண்கள் வடிவமைத்தன. ஐரோப்பாவில் அது ஹைஹீல்ஸ் அணியக் கட்டாயப்படுத்தியது. இந்தியாவில் பொது வெளியில் உலவிய முதல் தலைமுறைப் பெண்களின் நடை உடையைக் கேலி செய்து அவர்களைத் தம் விருப்பிற்கேற்பத் திருத்த முயன்றது.

"கண்ணுனு இருந்தா இமை வேணும்
கழுத்துனு இருந்தா நகை வேணும்

பொண்ணுன்னு இருந்தா துணை வேணும்-வெள்ளிக் கண்ணு மீனா வீதி வழி போனா..தையத்தக்கா தையத்தக்கா உய்யா..”என்று ஈவ் டீஸ் செய்தது.

பெண்களின் ஆடைக்கட்டுப்பாட்டுக்கென்று நீண்ட வரலாறே இருக்கிறது.

முதன் முதலில் எங்கள் கிராமங்களுக்கு நைட்டி வந்தபோது அதற்குமேலே ஒரு துண்டு அல்லது துப்பட்டாவைப் போட்டுக்கொண்டுதான் ஆண்களின் கண்களைப் பெண்கள் சமாளித்தார்கள்.அப்புறம் கொஞ்ச நாளில் ஆண் கண்கள் பழகிவிட, இப்போதெல்லாம் நைட்டிபோட்டுக்கொண்டு தெருக்களில் நடப்பது இயல்பான ஒன்றாக ஆகிவிட்டது. ஆகவே ஆண்களின் ‘கண்களைப் பழக்குவது’ முக்கியமான பிரச்னையாகப்படுகிறது.அதற்கான கற்பித்தல் முறைகளோடு கூடிய பயிற்சி நிறுவனங்களைக் கட்டமைக்க வேண்டும் போல. மற்றபடி பெண்களின் ஆடைக்கும் ஆண்களின் பாலியல் தூண்டலுக்கும் எந்த சம்பந்தமும் கிடையாது.நான்கு வயதுப் பெண்குழந்தையைப் பாலியல் வன்முறை செய்கிற நாட்டில் ஆடையில் என்னதான் இருக்கிறது?

எசப்பாட்டு-16

உறவுகளின் மறுபக்கம்

"வீடு வரை உறவு, வீதி வரை மனைவி
காடுவரை பிள்ளை கடைசிவரை யாரோ.."

என்கிற கண்ணதாசனின் பாடல் 'பாதகாணிக்கை' படத்தில் வரும். அப்பாடலில் உறவுகளின் தீர்மானிக்கப்பட்ட இடங்கள் பற்றிய பட்டியல் வந்துகொண்டே இருக்கும். தொட்டிலுக்கு அன்னை .. கட்டிலுக்குக் கன்னி..பட்டினிக்குத் தீனி....கெட்ட பின்பு ஞானி! " என்று பாடல் அடுக்கிச் செல்லும்.ஓர் ஆணை மையமாகக் கொண்டுதான் இந்த உறவுகள் இப்பாடலில் பட்டியலாகின்றன.ஆனால் ஒரு பெண்ணுக்கு இந்த உறவுகளெல்லாம் எப்படி அர்த்தமாகின்றன? என் வாழ்க்கையின் பல்வேறு சந்தர்ப்பங்களில் நான் கண்ட பல காட்சிகள் இப்போது நழுவுபடக்காட்சி போல மனத்திரையில் ஓடுகின்றன.

எங்கள் குடும்பத்துக்கு நெருக்கமான ஒரு தம்பதியருக்கு ஒரே செல்ல மகள்.அன்பைப்பொழிந்து வளர்த்தார்கள்.அவள் விரும்பியதெல்லாம் வாங்கிக்கொடுத்தார்கள்.விரும்பிய கல்லூரியில் சேர்த்தார்கள்.தாத்தா,பாட்டி,அத்தைகள்,சித்திகள்,சித்தப்பாக்கள்,மாமாக்கள் என அந்த ஒட்டுமொத்தக் குடும்பத்தின் செல்லப்பிள்ளையாக அவள் வளர்ந்தாள்..அவர்களின் வம்சத்தில் பெண் குழந்தைகள் அபூர்வம் என்பது கூடுதல் அன்புக்குக் கூடுதல் காரணம்.ஆனால் அவள் விரும்பிய மாப்பிள்ளை, தம் சாதி இல்லை என்றானதும் ஒட்டுமொத்தக் குடும்பமும் அவளைநிராதரவாகக்கைவிட்டுவிட்டது. குடும்பத்துக்குள் இந்தக்குழப்பம் நிலவிய காலகட்டத்தில் நான் ஒருநாள் உள்ளே நுழைந்தேன்.அந்தக் குழந்தையின் முகத்தைப் பார்க்கவே முடியவில்லை.அத்தனைபேரின் அன்பையும் பெற்ற பெருமிதமும் மகிழ்ச்சியும் பொங்கி ஒளி சிந்தும் அந்த முகம் இருண்டு கிடந்தது. அனாதை ஆசிரமத்தில் முகத்தில் ஏக்கம் தேக்கி நிற்கும் குழந்தையாக அவளைக்கண்டேன்.

அவர்கள் யாரும் அவளைத் திட்டவில்லை.அடிக்கவில்லை. செல்போனைப் பறித்து வைத்துக்கொண்டு அறைக்குள் அடைத்துப் பூட்டவில்லை.வேலைக்குப் போவதைத் தடுக்கவில்லை.வழக்கமான அப்பாக்கள் செய்யும் எதையும் அவர்கள் செய்யவில்லை.ஆனால்

மழையெனப் பொழிந்த அன்பையும் அக்கறையையும் மட்டும் நிறுத்தி விட்டார்கள். உறவுக்காரப் பையன் ஒருவனை அவர்கள் அவளுக்கு முன் மொழிந்தார்கள். "இதுக்கு ஓகே சொன்னால் எப்பவும்போல எங்கள் அன்புமழை மீண்டும் பொழியும். அல்லது உன் விருப்பம். நீயே உன் வாழ்வைத் தேர்வு செய்துகொள்." என்று சொல்லாமல் சொன்னார்கள்.

"மனதில் ஒருவரை நினைத்துக்கொண்டு இன்னொரு ஆணுடன் எப்படி மாமா நான் வாழ முடியும்?" என்று அவள் என்னிடம் விசும்பி வெடித்துச் சொன்ன வார்த்தைகளுக்கு உடனே பதில் சொல்ல முடியவில்லை. நண்பரிடம் பேசிப்பார்த்தால், அவர் "நாங்க ஒண்ணும் அவள் காதலுக்குக் குறுக்கே நிற்கவில்லையே. எங்க சொந்த சாதி சனமெல்லாம் அவ்வளவு முற்போக்கா இன்னும் மாறலையே சார். அவுங்க புறக்கணிப்பை எப்படி எங்களாலே தாங்க முடியும் சொல்லுங்க. .அவ்வளவுதான். அதுக்கு மேலே அவள் விருப்பம்" என்று கத்தரித்துப் பேசினார். தூக்கி வளர்த்த அருமைத் தாத்தா தன் காலில் விழுந்து கெஞ்சிய காட்சியை அவள் தாங்க முடியாத வேதனையுடன் சொல்லி அழுதாள்.

இது ஒரு காட்சி.

இன்னொரு காட்சி. ஒரு கருத்தரங்கில் மருத்துவர் கு.சிவராமன் விவரித்த அவருடைய குடும்பத்தில் நடந்த ஒரு நிகழ்வு. அவருடைய அக்கா ஒருவர் படித்து நல்ல உத்தியோகத்தில் இருந்தவர். ஒருநாள் தன் நீண்ட கூந்தலைக் கத்தரித்து பாப் வெட்டிக்கொண்டு வீட்டுக்கு வந்துவிட்டார். ஒட்டு மொத்த வீடும் முகத்தை அப்பக்கமாகத் திருப்பிக்கொண்டு பேச மறுத்துவிட்டதாம்.

எங்கள் தெருவில் கல்லூரியில் படிக்கும் ஒரு பெண், மாணவர் சங்கத்தில் சேர்ந்து கல்லூரியில் செயலாளராகிவிட்டாள். அதையெல்லாம் அவ்வீடு தடுக்கவில்லை. (பெண்கள் கல்லூரிதானே.) மாநில அளவில் நடக்கவிருந்த சங்கப் பயிலரங்கில் பங்கேற்க அவள் சென்னை செல்ல வேண்டும் என்று கேட்டபோதும் அவ்வீடு அதை மறுக்கவில்லை. போகலாம். ஆனால் தம்பியைத் துணைக்கு அழைத்துக்கொண்டு போ என்றது. அவளோ நாங்க எல்லோரும் பெண்களாகச் சேர்ந்துதான் போகிறோம். அதெல்லாம் ஒரு பயமும் இல்லை. எப்போதான் நானும் தனிப் பயணத்துக்குப் பழகிக்கிறது? துணைக்கு ஆள் கூட்டிட்டுப் போனால் தோழர்கள் சிரிப்பார்கள். மானக்கேடாக இருக்கும் என்று பலவாறாகச் சொல்லிப் பார்த்தாள். ஆனால் வீடு மசியவில்லை.

இன்னொரு கல்யாணக்காட்சி. இருவரும் ஒரே துறையில் பணி புரிகிறவர்கள். சாதி மறுத்த காதல் திருமணம். இருவீட்டாரும் சம்மதித்தனர். சாதி மறுத்த, சடங்கு மறுத்த – குறிப்பாகக் கழுத்தில் தாலி ஏறாத, திருமணமாகத்தான் தன் திருமணம் நடக்கணும் என்பது பெண்ணின் நெடுங்காலக் கனவு. அறிவுடைய பெண்களின் இயல்பான கனவுதானே. ஆனால் எல்லாவற்றுக்கும் ஒப்புக்கொண்ட மாப்பிள்ளையின் பெற்றோர் தாலி கட்டாமல் திருமணம் என்பதை மட்டும் ஒப்புக்கொள்ளவில்லை. மண்டபம் வரை வந்த அவர்கள் அந்த ஒரு ஆட்சேபணையுடன் மண்டபத்து வாசலிலேயே நின்றார்கள். உள்ளே வர மறுத்தார்கள்.

உறவுகள் தரும் பாதுகாப்பிலும் அரவணைப்பிலும்தான் பெண் வளர்கிறாள். ஆனால் சுற்றத்தாரின் அந்த அன்பும் அரவணைப்பும் நிபந்தனையற்ற உணர்வுகள் அல்ல. இந்த சமூகம் பெண்ணுக்குக் குடும்பத்திலும் பொது வெளியிலும் என்ன இடம் என்று தீர்மானித்திருக்கிறதோ அவள் எப்படி வாழ வேண்டும் என்று கட்டமைத்திருக்கிறதோ அவள் எந்த மாதிரி நடந்துகொள்ள வேண்டும் என எதிர்பார்க்கிறதோ அதைச் செயல்படுத்தும் அமலாக்க அதிகாரிகளாகவே உறவுகள் செயல்படுகின்றன.

விதி மீறும் ஆணுக்கு இதில் விதிவிலக்கும் அங்கீகாரமும் எளிதாகக் கிடைத்து விடுகிறது.

சிறு வயதில் கடைக்குப்போக, லாரியில் தண்ணீர் பிடித்து வர என்று பல சின்னச் சின்ன வீட்டு வேலைகளை எரிச்சலுடன் செய்யும் பையன்கள் பெரியவர்களாகும்போது இதையெல்லாம் செய்ய வேண்டாம் என்று குடும்பமே சொல்லி விடுகிறது. பெரியவனாகப் பெரியவனாக ஆணுக்கு வீட்டிலும் வெளியிலும் கிடைக்கும் சுதந்திரத்தின் அளவு அதிகரித்துக்கொண்டே செல்கிறது. ஆனால் பெண் குழந்தை பெரியவளாகப் பெரியவளாக அவள் சுதந்திரம் குறுக்கப்படுகிறது. குடும்ப வன்முறை அவளை ஒடுக்கி, நிச்சயிக்கப்பட்ட கதாபாத்திரக்கூட்டுக்குள் அவள் தன்னைத் தானே அடைத்துக்கொண்டு உள் பூட்டுப் போட்டுக்கொள்ள நிர்ப்பந்திக்கிறது. இதை உத்தரவாதப்படுத்தும் கடமைதான் அவளுடைய நெருங்கிய உறவுகளுக்குத் தரப்பட்டுள்ளது.

குடும்ப வன்முறையை எதிர்கொள்ளும்போதும், தன் தனித்துவத்திற்காகவும், தன் விருப்பப் படியான வாழ்க்கைத் தேர்வுகளுக்காகவும் அவள் இந்த நாட்டின் ஜனநாயக ஏற்பாடுகளையும் சட்டங்களையும் நோக்கித்தான் உதவிக்கரம் நீட்ட வேண்டியிருக்கிறது.

சட்டம் உத்தரவாதம் செய்துள்ள பல உரிமைகளை இயல்பாகப் பெறவிடாமல் தடுக்கும் அரண்களாக அவளது சுற்றமும் உறவும் நிற்கின்றன. சாதியும், மதமும், உள்ளூர் பழக்க வழக்கம் என்னும் பண்பாட்டு அசைவுகளும் இவ்வுறவுகளை இயக்கும் மாயக்கரங்களாகத் திகழ்கின்றன.

உறவுகள் என்னும்போது மாமியார்- மருமகள், நாத்தனார் என்கிற இந்த உறவுகள் பகை உறவுகளாகவே காலம் காலமாக நம் சமூகத்திலும் இலக்கியங்களிலும் சித்தரிக்கப்பட்டு வருகின்றன. பெண்ணுக்குப் பெண்ணே எதிரி என்கிற புளித்துப்போன பழைய வசனத்தைத் தூக்கிக்கொண்டு வந்து விடுவார்கள். கணவன் என்கிற ஆணைச் சார்ந்தவைதான் இந்த உறவுகள் என்பது எப்போதும் சொல்லப்படுவதே இல்லை. அந்தச் சிக்கலிலிருந்தும் ஆணுக்கு விடுதலை கொடுத்து விடுவார்கள்.

ஆணுக்கு ஒரு விதமாகவும் பெண்ணுக்கு ஒரு விதமாகவும் அர்த்தமாகிற இந்த சுற்றமும் நட்பும் பற்றி-உறவுகளின் மறுபக்கம் பற்றி பொதுவெளியில் பேசத்துவங்க வேண்டும்.

எசப்பாட்டு-17

எப்ப வேணாலும் பற்றும் நெருப்பு

"மலரினும் மெல்லியது காமம் சிலர் - அதன்
செவ்வி தலைப்படுவார்"

ஆண்-பெண் உறவு குறித்த ஒரு தொலைக்காட்சி விவாதத்தின்போது ஆண் ஒருவர் கூறிய கருத்தால் அதிர்ச்சியடைந்த பெண்ணுரிமைப் போராளி ஓவியா அவர்கள் நேர்ப்பேச்சில் அதுபற்றி என்னிடம் பகிர்ந்துகொண்டார்.அந்த ஆண் சொன்னது :" காம உணர்வோடு ஆண்கள் அலைகின்ற இரவு நேரங்களில் பெண்கள் ஏன் வெளியே வருகிறீர்கள்?" என்பது.பொதுவாக ராத்திரி நேரங்களில் பெண்கள் வெளியே வரக்கூடாது என்பது எழுதப்படாத சட்டமாக நம் நாட்டில் இருந்து வருகிறது.அதனால்தானோ என்னவோ தேசப்பிதா காந்தி மகான் "நள்ளிரவில் உடல் முழுக்க நகை அணிந்துகொண்ட இளம் பெண் ஒருத்தி ஒரு ஊரிலிருந்து இன்னொரு ஊருக்கு பத்திரமாக நடந்து செல்லும் நாளே உண்மையான சுதந்திரம் பெற்ற நாள்" என்று அறிவித்தார்.பொருளாசையும் பெண் மீதான பாலியல் வன்முறையும் இல்லாத நாட்டைக் காந்தி கனவு கண்டார்.

ராத்திரி நேரத்தில் காம இச்சையுடன் ஆண்கள் அலைவார்கள் என்கிற விளக்கம் அதிர்ச்சி அளித்தாலும் எல்லா ஆண்களுக்கும் அது பொருந்தாது என்றாலும் அதில் பகுதி உண்மை இல்லாமலும் இல்லை.

கட்டற்ற பாலுறவுக்காலம் தாண்டி மனித குலம் வரலாற்றில் நடந்தபோது பகலில் பொருள் உற்பத்திக்கான உழைப்பும் இரவில் மனிதகுல மறு உற்பத்திக்கான இணைதலும் எனக் காலப்பிரிவினை செய்துகொண்டிருக்க வேண்டும்.

பெண்ணுக்கு மட்டும் கற்புநெறியைத் திணித்த சமூகம் ஆணுக்கு அதைக்கட்டாயமாக்காமல் கண்டும் காணாமல் விட்ட இடைவெளியை இன்றுவரை ஆண்மனம் கண் சிமிட்டலுடன் பயன்படுத்திக்கொண்டு வருகிறது. அதில் ராவென்ன பகலென்ன?

மதுரை மாவட்டம் பொதும்பு கிராமத்தில் மாணவிகளிடம் பாலியல் துன்புறுத்தல் செய்த தலைமை ஆசிரியர் இன்று உயர்நீதிமன்றத்தால்

தண்டிக்கப் பட்டிருக்கிறார். அவர் சேட்டைகள் அரங்கேறிய காலம் இரவல்லவே? பட்டப் பகலில் டூட்டி நேரத்தில்தானே? கூட்ட நெரிசல் இருக்கும் இடங்களி லெல்லாம் 'ஆண்' விழித்துக்கொள்வதால்தானே "கொஞ்சம் தள்ளி நிற்கக் கூடாதா? ஏன் சார் இப்படி இடிச்சிக்கிட்டு நிக்கறீங்க? கண்டக்டர்.. கொஞ்சம் பஸ்ஸை நிறுத்துங்க.." என்கிற பெண் குரல்கள் கேட்டபடி இருக்கின்றன. அது ராவா பகலா என்றில்லாமல் ஒலிக்கின்றன. இன்னும் குறிப்பாகச் சொன்னால் பீக் அவர்ஸ் எனப்படும் பகல் நேரத்திலேயே அதிகம் கேட்கும்.

ஒருமுறை அரசுப்பேருந்தில் நீண்ட பயணம் செய்யப் பதிவு செய்து மூன்றாவது வரிசையில் சீட் கிடைத்து சன்னல் ஓரமாக உட்கார்ந்தேன். இரண்டாவது வரிசை பெண்களுக்கு என்று அப்போது ஒதுக்கீடு இருந்தது. அந்த பெண்களுக்கான இரண்டாவது வரிசையின் சன்னல் ஓர இருக்கைக்கும் சன்னலுக்கும் இடையில் இருக்கும் ஒரு கை போகிற அளவுக்கான இடைவெளியை தகரத்தைப் பற்ற வைத்து அடைத்திருந்தார்கள். மற்ற இருக்கைகளில் அந்த இடைவெளி இயல்பாக இருந்தது. ஒரு கணம் என் உடல் முழுதாக அதிர்ந்தது. ரொம்பக் கேவலமாக உணர்ந்தேன்-- ஓர் ஆணாக அந்தப் பின் இருக்கையில் அமர்ந்திருக்க. சீட்டை மாற்றிக்கேட்டு வேறு இருக்கையில் போய் அமர்ந்தேன். அந்த அடைப்பு ஒரு நெடிய வரலாற்றை என் மனக்கண்ணில் வரைந்து காட்டியது. பாதிக்கப்பட்ட பெண்களின் குரல்கள் மனச்செவியில் ஒலித்தன.

எதுதான் ஆணின் பாலுறுப்பாக இயங்குகிறது என்கிற கேள்வி மனதில் எழுந்தது. இந்த பஸ்ஸில் கை, வேறு சந்தர்ப்பங்களில் முன் சீட்டுக்குக் கீழே நீளும் கால், நெரிசல் நேரங்களில் முதுகும் முழங்கையும் மூக்கும் என எல்லா உறுப்புகளுமே பாலுறவு உறுப்புக்களாகிப் பணியாற்றத் துவங்கி விடுகின்றன. ஆடவர் எல்லோரும் இப்படி அல்ல. ஆனால் பொது வெளியில் ஒரே ஒருவர் இப்படி இருந்தாலே சூழலை நாசம் செய்துவிட முடியும். ஒரு பெண்ணையேனும் இயல்பாக இயங்கவிடாமல் செய்துவிட முடியும். அவள் மனதை வாழ்நாள் முழுமைக்குமாகக் காயப்படுத்திவிட முடியும். ஆண்களைக் கண்டாலே வெறுக்கும் நிலைக்குத் தள்ளிவிட முடியும்.

சென்னையில் ஒருமுறை நண்பர் குடும்பத்துடன் நானும் சேர்ந்து கடற்கரைக்குப் போயிருந்தோம். நண்பரின் இணையர் ஒரு கல்லூரிப் பேராசிரியர். அவருடைய அறிவாற்றலும் ஆங்கிலப்புலமையும் எப்போதும் நான் வியந்து நோக்குபவை. நாங்கள் கடற்கரையை விட்டு திரும்பி நடந்துகொண்டிருந்தோம். சாலைக்கு வந்ததும் வரிசையில்

நின்ற வண்டியை எடுக்க நண்பர் சென்றார்.நான் குனிந்து என் செருப்புகளில் ஒட்டியிருந்த மணலை உதறிச் சுத்தம் செய்து கொண்டிருந்தேன்.பேராசிரியை தன் குழந்தையைத் தோளில் வைத்தபடி நின்று கொண்டிருந்தார். அப்போது எங்களை பைக்கில் கடந்து சென்ற ஒருவன் ஏதோ சொன்னான். "பாப்பா கையிலே பாப்பா" மாதிரி ஏதோ சொன்னான்.சரியாகக் காதில் விழவில்லை. 'ஏய், நில்லு' என்று நான் குரல் கொடுப்பதைக் கேட்க வண்டி நிற்கவில்லை. பேராசிரியை சட்டென உடைந்துவிட்டார்.கண்களில் கண்ணீர் ததும்ப குழந்தையுடன் நடக்கத் துவங்கினார்.சிரிப்பும் பேச்சுமாகக் கடந்த அந்த மாலைப்பொழுதின் மன நிறைவைச் சிதைக்க ஒருவனால் முடிந்தது.ஒரு பெண்ணைப் பார்த்ததுமே 'மூட்' வந்து விடுகிறதா ஆணுக்கு?பல காலம் கடந்துவிட்டபோதும், அந்தப் பேராசிரியரின் கண்ணீர் இன்றும் என்னைத் துரத்திக் கொண்டே இருக்கிறது.

என் செல்லமான மகள்களில்(நண்பரின் மகள்) ஒருத்திக்கு மாப்பிள்ளை பார்த்துக் கல்யாணம் செய்து வைக்கும் பொறுப்பு எனக்கு இருந்தது-நண்பர் காலமாகிவிட்டபடியால். நல்ல பையன்.நல்ல சம்பளம். பீடி,சிகரெட்,மது என எந்தக் கெட்ட பழக்கமும் இல்லை. ஆனால் எப்போது மூட் வரும் என்று சொல்ல முடியாத அளவுக்கு திளைக்கிற ஆளாக இருந்திருக்கிறான்.சமாளிக்க முடியாத கட்டத்தில் அவள் பேசத்துவங்கினாள்.எதிர்ப்புக் காட்டியிருக்கிறாள்.பையன் வீட்டார் அவளைத்தான் திருத்த முயன்றார்கள்.அவளுடைய அம்மாவிடம் எல்லாவற்றையும் பேச முடியவில்லை.ஒரு கட்டத்தில் என்னிடம் சொல்லி அழுதாள். "எனக்கு உடம்பு சரியில்லாமல் ஆஸ்பத்திரியில் அட்மிட் ஆகி, கையில் ட்ரிப்ஸ் ஏறிக்கொண்டிருக்கிறது பெரியப்பா அப்போதுகூட அவர் கதவைச் சாத்திவிட்டு...."

பெண்ணை உடம்பாக மட்டுமே பார்க்கும் பார்வைதான் மையம் என்று நாம் முடிவுரை எழுதிவிடலாம் எளிதாக.ஆனால் இதை எப்படிச் சரி செய்யப் போகிறோம்?

ஆண் மனதின் அரசியல் உணர்வு பத்திரிகைகள்,விவாதங்கள்,தொலைக்காட்சிகள் மூலமாகச் செதுக்கப்பட்டுச் சீர்படுத்தப் படுகிறது. அவரவர் துறை சார்ந்த–தொழில் சார்ந்த அறிவும் உணர்வும் பயிற்சிகள் மூலம் சீர்பட்டுச் செழுமை பெறுகின்றன.பொருளாதாரம் சார்ந்த அறிவும் கூட செதுக்கப்பட்டு விடுகிறது.ஆனால்,ஆணின் காமம் சார் உணர்வும் அறிவும் ஆரோக்கியமாகப் பொதுவெளியில் விவாதிக்கப்பட்டுச் சீர்செய்யப்படாமல் இருட்டுக்குள் புதர் மண்டிய காடாக வளர்ந்தும் உறைந்தும் கிடக்கிறது.எப்போ வேணுமானாலும்

எங்கே வேண்டுமானாலும் அது 'விழித்துக்' “கொள்ளும் அபாய நிலையில் நீடிக்கிறது. ரேடியோ அல்லது தொலைக்காட்சியில் சில சேனல்கள் கிடைக்காமல் திருகிக்கொண்டும் ரிமோட்டில் மாற்றிக்கொண்டும் சலித்திருக்கிறோம். ஆணின் காமச் சேனல் மட்டும் எந்த இடத்திலும் எந்தச் சூழலிலும் ‘பக்’கெனப் பற்றிக்கொள்கிறதே. இது சரியா? பொதுத்தளங்களில் போட்டுடைத்துப் பேசிச் சீர்படுத்தப் பட வேண்டிய ஒன்றல்லவா?

எசப்பாட்டு-18

இரண்டு மனம் வேண்டாம்

"ஆரணியில் 15 வயதுப் பெண்ணுக்கு மயக்க ஊசி போட்டு பாலியல் வன்முறை செய்த அரசு டாக்டர் கைது "

"தூத்துக்குடி-தாளமுத்து நகரில் பள்ளிச் சிறுமிகளுக்குப் பணம்,தின்பண்டங்கள் கொடுத்து பாலியல் வக்கிரம் செய்த மூன்று முதியவர்கள் கைது"

"கோவையில் வளர்ப்பு மகளைப் பாலியல் பலாத்காரம் செய்த கட்டிடத் தொழிலாளி கைது"

இவைபோன்ற செய்திகளைத் தொடர்ந்து வாசித்து வாசித்து நம் கண்கள் மரத்துப் போகின்றன. காலப் போக்கில் இது வழக்கமாக நடக்கிற ஒன்றுதானே என்று நாம் பக்கங்களைப் புரட்டிவிடுவோமோ என்கிற அச்சம் வருகிறது. செய்தியாகும் நிகழ்வுகளைவிடச் செய்தியே ஆகாமல் அன்றாடம் நடக்கும் பாலியல் தொல்லைகள்தாம் மிக மிக அதிகம் என்கிற உண்மை இன்னும் அச்சத்தையும் அவநம்பிக்கையையும் ஏற்படுத்துகிறது.

இத்தகைய செய்திகளுக்கு ஊடே கடந்த ஆண்டில் வாசித்த .ஒரு செய்தியை விவாதப்பொருளாக்க வேண்டும். "சிறுமியிடம் பாலியல் வக்கிரத்துடன் நடந்துகொண்ட ஓய்வுபெற்ற பெரியவர் ஒருவர் 'கையும் களவுமாக'ப் பிடிபட்டார்.அவரது சொந்த மகன்,மகள்கள் முன்னால் கூனிக்குறுகி நிற்கும் நிலை ஏற்பட்டது.அதைத்தொடர்ந்து அவர் அவமானம் தாங்காமல் தற்கொலை செய்துகொண்டார்." என்பதுதான் அச்செய்தி.வாழ்நாள் முழுதும் கண்ணியமான மனிதராக அறியப்பட்ட அவர், இந்த ஒரு செய்கையால் தீராப்பழியுடன் அவமானச்சாவு சாக நேரிட்டுவிட்டது.மயிர்நீப்பின் வாழாக் கவரிமான் போலத் தன் வாழ்வை முடித்துக்கொண்ட அந்தக் கௌரவமான மனிதர், ஏன் அப்பெண் குழந்தையிடம் மட்டும் கௌரவக் குறைவாக நடந்துகொண்டார்? அந்த நேரத்தில் தன் மகள்கள் பற்றிய தன்னுணர்வு அவருக்கு ஏன் வரவில்லை?

'யாரும் பார்க்கவில்லை' என்கிற சூழலில் ஒன்றாகவும், மற்ற நேரங்களில் ஒன்றாகவும் இரட்டை நிலையில் ஆண் மனம்

இயங்குகிறது.. அந்தப் பெரியவர் ரொம்ப காலமாக இப்படி நடந்துகொள்பவராக இருந்திருக்கலாம். மறைவாக இருந்துகொண்டிருந்த ஒன்று முதன்முறையாகப் பிடிபட்டிருக்கலாம்.-பலநாள் திருடன் ஒருநாள் பிடிபடுவது போல. அல்லது இத்தனை காலம் மனதின் கற்பனையில் மட்டும் நிகழ்ந்துகொண்டிருந்த ஒன்று முதன்முறையாக நிகழ்த்தப்பட்டும் பிடிபட்டிருக்கலாம். அல்லது அந்த நிமிடத்தில் ஒரு தப்பெண்ணம் தோன்றி அவரைத் தூண்டியிருக்கலாம். பாலியல் இன்பம் துய்க்கவும் வேண்டும் அது வெளியே தெரியாமலும் இருக்க வேண்டும் என்கிற உளவியல்தான் பெண் குழந்தைகளைப் பலிகடா ஆக்குகின்றன.

புதுமைப்பித்தனின் 'விபரீத ஆசை' என்கிற கதை இவ்விவாதத்தை முன்னெடுத்துச்செல்ல உதவும் என்று தோன்றுகிறது. நோய்வாய்ப்பட்டுக் கிடக்கும் நண்பனுக்கு எல்லா உதவிகளும் செய்கிறான்.. 'அண்ணா..அண்ணா..' என்று அவன் மனைவியும் இவன் உதவியை ஏற்றுக்கொள்கிறாள். ஒருநாள் காலையில் இவன் நண்பன் வீட்டுக்குள் நுழைகிறான். அப்போது அவன் மனைவி கணவர் பக்கத்தில் பதற்றத்துடன் நிற்கிறாள். 'அண்ணா..வந்து பாருங்களேன்.. என்னவோ போல இருக்காரே..' என்று இவனை அழைக்கிறாள். இவனும் போய் அவன் நாடியைப் பார்க்கிறான். நாசியைப்பார்க்கிறான். அங்கிருந்தது மாஜி நண்பன்தான். ஆனால் இத்தனையும் இவன் புலனறிவுக்குப் பட்டதே ஒழிய இவன் மனம் முழுதும் நண்பனின் மனைவியின் உடல் மீதே இருந்தது. குளித்துவிட்டு இடையில் கட்டிய துண்டுடன் ஈரத்தலை சொட்ட அவள் நிற்பது மட்டுமே இவன் மனதை ஆக்கிரமித்து நிற்கிறது.'அவன் தூங்கிக்கொண்டுதான் இருக்கிறான். பயப்படாதீர்கள்' என்று சொல்லி அவளை உள் அறைக்கு அழைத்துச் செல்கிறான். புதுமைப்பித்தன் "நான் மிருகமானேன். அவள் பிணமானாள்" என்று அப்புறம் நடந்ததை எழுதிச் செல்கிறார்.

இது நடந்து பல காலம் கழிந்தாலும் நண்பனின் மனைவி எங்கோ தன் பெற்றோருடன் வாழப்போய் பல ஆண்டுகள் கடந்தாலும் நண்பனும் அவன் மனைவியும் பிரியம் பொழிந்த தன் மகள் இன்று பருவ வயதினள் ஆனாலும் அன்று நடந்த சம்பவம் இவன் மனதில் தேங்கி நிற்கிறது."பிணத்தைப் பார்க்கும்போதெல்லாம் என் மனதில் ரங்கசாமி வீட்டில் நடந்த சம்பவம் நினைவுக்கு வருகிறது.அதே மாதிரி மிருக இச்சை தோன்றுகிறது..."

'அண்ணா..' என்று அழைத்து அவள் எழுப்பிய பாதுகாப்புச் சுவர் அந்த ஆணைக் கட்டுப்படுத்தவில்லை. ஆண்டுகள் கழிந்தும் அந்தச்

சம்பவத்தை நினைக்கும் போது குற்ற உணர்வு தோன்றவில்லை. மீண்டும் அந்த மிருக இச்சைதான் தோன்றுகிறது. இந்த இரண்டு புள்ளிகள் ஆண் மனம் குறித்த நம் உரையாடலுக்கு இன்னொரு பரிமாணம்சேர்க்கின்றன.. பெண் குழந்தைகளைப் பார்த்துப் பாலியல் தூண்டல் பெறும் ஆண் மனம், தாத்தா ,அப்பா, சித்தப்பா, மாமா என்றழைக்கும் அச்சிறுமிகளின் விளிப்புக்கு என்ன மரியாதை வைத்திருக்கின்றது?

காமத்தின் பிடியில் ஆண் மனம் 'எல்லாத்தையும்' மறந்து விடுகிறது.

வீட்டுக்கு வரும் எந்த ஆணையும் தன் குழந்தைகளுக்கு மாமா என்று அறிமுகம் செய்து வைப்பதும் அக்கா என்றழைக்கிற ஒருவரின் கணவரை அண்ணே என்று அழைப்பதுமான இந்தியப் பெண் மனதின் எச்சரிக்கை உணர்வுக்குப் பின் ஒரு நெடிய மற்றும் கொடிய வரலாறு இருந்திருக்கும் எனத் தோன்றுகிறது.

இன்னொரு விஷயம், பெண்கள் குளிக்கும் காட்சி, ஆடை விலகத் தூங்கும் காட்சி எனத் தன் பாலியல் தூண்டலுக்கான குற்றவாளியாகப் பெண்ணையே சுட்டும் பழக்கம் நம் நாட்டில் ஆழமாக வேரூன்றி இருக்கிறது. ஆண்கள் குளிக்கும் காட்சியையோ ஆடை விலகத் தூங்கும் காட்சியையோ பார்த்து எத்தனை பெண்கள் பாலியல் தூண்டலுக்கு ஆளாகிறார்கள்? தவிர, இப்படி எடுத்ததற்கெல்லாம் இடறி விழும் பலவீனத்தோடு நம் ஆண்மனம் ஏன் இருக்கிறது என்று ஓர் ஆன்ம (ஆண்ம) பரிசோதனை யல்லவா நாம் நடத்திட வேண்டும்.

திரைப்படங்களில் பெண்களின் ஆடைக்குறைப்பு என்பது இயல்பான ஒன்றாக ஆக்கப்பட்டிருக்கிறது. இது ஏதோ அந்த நடிகைகளின் குற்றம் என்பதாகவே பேசப்பட்டு வருகிறது. ஆடைக்குறைப்புப் படங்களை பெண்களா போய் பார்த்துக்கொண்டி ருக்கிறார்கள்.? ஆண் பார்வையாளர்களின் இந்த ருசிக்குத் தீனி போடுவது என்ற பேரில் தம் வியாபார வெற்றிக்காக எதையும் செய்யத் துணியும் வணிக (ஆண்) மனமே பின்னணியில் இருக்கிறது.

சில ஆண்டுகளுக்கு முன்னால் இவ்வளவு பரவலாக வீடுகள்வரை இணைய இணைப்புகள் வராத நாட்களில் நடிகை த்ரிஷா குளிக்கும் காட்சி இணையத்தில் வெளியாகியிருப்பதாகச் செய்தி பரவி நெட் செண்டர்களில் ஆண்கள் குவிந்ததையும் 'அந்தக் காட்சியில் குளிப்பது என் மகளல்ல' என்று அவரது தாயார் அறிக்கை விட நேர்ந்ததையும் இந்த விவாதத்துடன் இணைத்துப் பேச வேண்டும்.

ஆண் மனம் இப்படியாகக் கட்டமைக்கப்பட்டதில் சமூக பொருளாதார வரலாற்றுக் காரணிகள் நிறைய இருக்கின்றன. அவைபற்றி விரிவாகப் பின்னர் பேச இருக்கிறோம். இப்போதைக்கு ஆண் மனம் தனக்குள், தன் அந்தராத்மாவுடன், அந்தரங்கமாக ஒளிவு மறைவற்ற உரையாடலை நடத்தித் தனக்குள் மண்டிக்கிடக்கும் இருட்டின் மீது ஒளிவெள்ளம் பாய்ச்ச வேண்டும். எப்போதும் ஒரே முகத்துடன் வாழ ஆண்களாகிய நாம் நம் மனங்களைப் பயிற்றுவிக்க வேண்டும்.

எசப்பாட்டு-19

கவனத்தில் இருக்கிறோமா நாங்கள்?

கல்யாணம் ஆகி, அவளுடைய பெட்டியை முதல் முதலாக அவனுடன் ஒதுங்க வைத்துக் கொண்டிக்கும்போது "அய்ய்யோ அதையெல்லாம் பார்க்கப்படாது"என்று ஒளித்து வைத்த அவளுடைய சின்ன வயதுப் போட்டோக்களுடன் ,ஒரு சாக்லேட் டப்பாவில் தலைவலி மாத்திரைகளும் இருந்தன. அது தலைவலி மாத்திரைகள் என்று உணர்ந்த சமயத்தில் ,இவனுக்கு ஒரு நிமிஷம்,அந்தப் புதிய சந்தோஷங்களுக்கு மத்தியிலும் ஒரு சீக்காளியுடன் வாழ நேர்ந்து விட்டதுபோல ஒரு கணம் முகம் தொங்கி விட்டது.........

"உங்களுக்கு மண்டையிடி வருமா?"

வந்ததேயில்லை என்று அவன் மறுத்துச் சொன்னபோது ,

"எனக்கு வரும்.குழவிக்கல்லைத் தூக்கி நச்சுன்னு தலையில் போட்டுக்கொள்ளலாம்கிற மாதிரிகூட வலிக்கும்"

அவளையே பார்த்துக்கொண்டிருப்பான் சொல்லச் சொல்ல.

"ஆமா,லேசு வலியின்னாத்தான் தாங்க முடியாது.வலி ஜாஸ்தியாக இருந்துச்சுன்னாத் தேள் கொட்டினது மாதிரி விறுவிறுன்னு சுகமா இருக்கும்"..

(வண்ணதாசனின் 'அன்பின் வழியது' சிறுகதையிலிருந்து)

எங்களுக்குக் கல்யாணம் ஆகி ஒருவாரம் ஆகியிருக்கும்.என் இணையருக்கு ஒருநாள் மாலையில் தொண்டைக்குள் மூச்சிழுக்கும் சத்தம். "எனக்கு வீசிங் உண்டு.தூசி இருந்தால் வந்துவிடும்" என்று அவர் சொன்னார்.வெந்நீர் குடிச்சா சரியாகிவிடும் என்று என் அம்மா சொன்னார்.சரி என்று நான் சங்கக்கூட்டத்துக்குக் கிளம்பிவிட்டேன். இரவு வீடு திரும்பியபோது,"எனக்கு முடியாம இருக்கும்போது என்ன ஏது,மாத்திரை மருந்து வேணுமான்னு எதுவுமே கேட்காமல் இவ்வளவு அலட்சியமாபோயிட்டிங்க" என்று என் இணையர்பிடித்துக்கொண்டார். படித்த பெண் என்பதால் என் அம்மாவைப்போல மௌனத்தில் அமிழ்ந்துபோகாமல் கேள்வியோடு மேலெழும்பி வந்தார்.

குழந்தைகளுக்கும் வீட்டுத்தலைவருக்கும் உடம்பு முடியாமல் போனால் உடனே மருத்துவமனைக்குப் போவதும், மனைவிக்கு

முடியாமல் போனால் பதறி ஓடாமல் கைப்பக்குவம் பார்ப்பதும் எங்கள் குடும்பத்தைப்போலவே பல குடும்பங்களின் ஆளும் பண்பாடாக இருப்பதைப் போகப்போக அறிந்துகொண்டேன்.இளம் பெண்கள் கல்யாணமாகும் சமயத்தில் “ஒரு சீக்காளிப்பொண்ணோட வாழும்படி ஆச்சே” என்று தம் கணவன்மார் நினைத்துவிடக்கூடாதே –அது தம் தாம்பத்திய வாழ்வுக்கு ஒரு நெருடலாக ஆகிவிடக்கூடாதே -என்பதற்காகத் தம் உடல்நலக்குறைவு பற்றி வெளிப்படையாகப் பேசாதிருப்பதுண்டு.

'இது போன தலைமுறையின் பிரச்னை, இந்தத் தலைமுறை அப்படி இல்லை ' என்று தலையை உதறிப் போய்விடமுடியவில்லை. வேலைக்குப் போகாமல் வீட்டிலிருக்கும் பெண்களின் உடல்நலக் குறைவுக்கான வைத்தியம் இன்றைக்கும் போன தலைமுறையைப்போலவேதான் அவசரமின்றிக் கவனிக்கப்படுகிறது. ஆண்கள் வெளியே வேலைக்குப் போவதால் உடனே வைத்தியம் பார்த்தாக வேண்டிய கட்டாயம் இருக்கிறது. பெண்கள் வீட்டிலேயே இருப்பதால்–ரொம்ப முடியாமல் போனால் ஒழிய- சாயங்காலம் வந்து பாத்துக்கலாமே என்கிற யதார்த்தத்தில் துவங்குகிறது இந்த அசட்டை..

2004ஆம் ஆண்டு டிசம்பரில் தமிழகக் கடற்கரையை சுனாமி தாக்கியபோது வீடு வாசல்களை இழந்து பாதிக்கப்பட்ட மக்கள் நிவாரண முகாம்களில் தங்க வைக்கப்பட்டிருந்தனர்.அவர்களுக்குத் தேவையான துணிமணிகள், உணவுப்பொருட்களைத் தமிழகம் முழுவதிலுமிருந்து மக்கள் உள்ளன்போடு லாரி லாரியாக அனுப்பி வைத்துக்கொண்டிருந்தனர். வாலிபர் சங்கத்தினர் நாகப்பட்டினம், குமரி மாவட்டங்களில் ஆற்றிக்கொண்டிருந்த பணிகளைப்பற்றி எழுதுவதற்காக நான் அவர்களோடு சில நாட்கள் இருந்தேன். எல்லா முகாம்களிலும் பணியாற்றிக்கொண்டிருந்த இளைஞர்கள் சொன்ன ஒரு விஷயம் “சாப்பாடு கொடுத்தோம், துணிமணி கொடுத்தோம், தங்குவதற்கு இடம் ஏற்பாடு செய்தோம். ஆனால் எல்லோரும் மறந்த ஒன்று பெண்களுக்கென்று பிரத்யேகமாகத் தேவைப்படும் பொருட்கள்”

“வாரக்கணக்கில் முகாம்களில் தங்கியிருக்கும் பெண்களுக்கு சானிடரி நாப்கின் தேவைப்படும் என்கிற ஞாபகமே எங்களுக்கு இல்லை. ஐடி துறையிலிருந்து இளம் பெண்கள் வந்து எங்களோடு இணைந்து பணியாற்றத் துவங்கியபோதுதான் அந்தத் தேவையை நாங்கள் உணர்ந்தோம்” என இளைஞர்கள் சொன்னார்கள். அடுத்தது சீப்பு, கண்ணாடி, எண்ணெய், பவுடர் போன்ற அம்சங்கள். இவையெல்லாம் ஆடம்பர அழகுசாதனப்பொருட்கள்தானே.

அத்தியாவசியத் தேவைகளின் பட்டியலில் வராதல்லவா? என்பதுதான் நிவாரண முகாம்களில் அர்ப்பணிப்புடன் பணியாற்றிக்கொண்டிருந்த எங்களுக்கு இருந்தது. எண்ணெய் தேய்த்துத் தலைவாரிக்கொண்டு முகத்தைச் சீர் செய்துகொள்வது என்பது இயல்பு வாழ்க்கையின் பிரிக்க முடியாத பகுதி என்பதைப் புரிந்துகொள்ள ஒரு சுனாமி வர வேண்டியிருந்தது.

இப்படிப் ஆண்களின் 'கவனத்துக்கு' வந்து சேராத பெண்களின் உடலியல் மற்றும் உடல் நலம் சார் பிரச்னைகள் பல இருக்கின்றன- இன்றைக்கும். பெண்கள் பணியாற்றும் இடங்களில் கழிப்பறைகள், குழந்தைகள் காப்பகங்கள், குழந்தைகளுக்குப் பாலூட்டும் அறைகள் போன்றவையெல்லாம் உத்தரவாதப்படுத்தப்படாத நிலை இன்றைக்கும் தொடர்கிறது. ஒரு கிராம வங்கி ஊழியர் மாநாட்டில் ஒரு பெண் ஊழியர் பேசியது " எங்கள் கிளை சிறிய கிராமத்தில் இருக்கிறது. நாங்கள் இருவர் பணியாற்றுகிறோம். கடைநிலை ஊழியர்களையும் சேர்த்தால் நான்கு பேர். நான்குபேரில் நான் ஒருத்தி மட்டும் பெண். எல்லோருக்குமாக ஒரே ஒரு கழிப்பறைதான் வங்கியில் இருக்கிறது. நான்கு பேருக்கு ஒரு கழிப்பறை போதாதா என்று நிர்வாகம் சொல்கிறது. 'ஒரே ஒரு பெண் ஊழியருக்காக இன்னொரு கழிப்பறை கட்ட முடியுமா?' என்பது நிர்வாகத்தின் வாதமாக இருக்கிறது.

இது ஒரு முகம். அப்பெண் ஊழியர் மேலும் சொன்ன விஷயங்கள் இதைவிட முக்கியமானவை. ஒரு கழிப்பறை என்பதால் ஒரு பூட்டுப்போட்டு வைத்திருப்போம். இல்லாவிட்டால் பொதுமக்களும் பயன்படுத்த ஆரம்பித்து விடுவார்கள். ஒவ்வொரு முறையும் நான் பாத்ரூம் போக எல்லோருடைய முன்னிலையிலும் சாவியை எடுப்பதே கூச்சமாக இருக்கிறது. காலப்போக்கில் எங்களுக்கு இது மரத்துப்போகலாம் என்றாலும் ஏன் தனிக்கழிப்பறை கட்டக்கூடாது? அப்புறம் நம்ம ஆண் தோழர்களுக்குச் சொல்ல வேண்டிய சில விஷயங்கள் இருக்கின்றன. கழிப்பறையில் சிகரட்டைப் பிடித்துக்கொண்டு அதை அணைத்து அங்கேயே விட்டு வருகிறீர்கள். உள்ளே போகும் பெண்களுக்கு அந்த வாடை பிடிப்பதில்லை என்பதைக்கூட விட்டு விடுங்கள். ஒரு சிகரட் துண்டின் இருப்பு ஓர் ஆணின் இருப்பாக எங்கள் மனதில் பிம்பங்களை உருவாக்கி எங்கள் கழிப்பறை சுதந்திரத்தைக் கடுமையாகப் பாதிக்கிறது. நிர்வாகம் அசைந்து கொடுப்பது அப்புறமாகக் கூட நடக்கலாம். நம் சக தோழர்கள் எங்கள் உளவியலைப் புரிந்துகொண்டு கொஞ்சம் ஒத்துழைக்கக் கூடாதா?" என்று வேண்டுகோள் வைத்தார்.

இப்படியெல்லாம் மைக் பிடித்துப் பொது வெளியில் பெண்கள் பேச வருவதே அபூர்வம். அன்று அப்பெண் ஊழியர் பேசிய பேச்சை என்னால் மறக்கவே முடியவில்லை. ஆண்கள் எங்கே வேண்டுமானாலும் ஓரம் பார்த்துச் சிறுநீர் கழிக்கப் போய்விடுகிறீர்கள். எங்களுக்கான ஏற்பாடு பற்றி குடும்பமாகப் போகும்போது உங்களுக்கு இருக்கும் கவனம் பொது இயக்கங்களின்போது உங்களுக்கு வருவதில்லையே ஏன் என்கிற குற்றச்சாட்டுடன் அவர் உரையை நிறைவு செய்தார். அவர் கையை ஆட்டி ஆட்டி பயமின்றிப் பேசினார். அவர் நீட்டிய சுட்டுவிரல் இன்னும் என்னை நோக்கி நீண்டிருப்பதான உணர்வு இருந்து கொண்டே இருக்கிறது.

எசப்பாட்டு-20

ஆதிக்க வரையறைக்குள் செப்பிய காமம்

முத்தத்தில் துவங்கி
முத்தத்தில் முடியும்
தாம்பத்தியம்
எத்தனை பேருக்கு வாய்க்கிறது?
யாரும் சொல்லாமலேயே
கற்றுக்கொள்கிறார்கள்
அலுத்துத் தூங்குவதற்கான
உடற்பயிற்சியாக.

-கவிஞர் அ.வெண்ணிலா

இந்திய வாழ்க்கையில் முதல் இரவு என்றொரு சடங்கை வைத்திருக்கிறோம். அநேகமாக அது கல்யாணமான அன்றைய இரவாக அமையும். சில உயர்சாதிகளில் சாந்தி முகூர்த்தம் என அதை அன்றைக்கே வைக்காமல் நாள்,கோள்,நட்சத்திரம் எல்லாம் பார்த்துப் பிறிதொரு நாளில்கூட வைக்கிறார்கள். எல்லா முதலிரவுகளிலும் பெண்ணுக்கு மறக்காமல் சொல்லி அனுப்பும் வசனம் ஒன்றுண்டு- 'அவர் மனம் கோணாம நடந்துக்கடி' என்பது. கட்டிலில் அவர் மனம் கோணாமல் நடப்பது பெண்ணின் முதல் கடமையாகச் சொல்லி அனுப்பப்படுகிறது. அவர் எடுப்பவராகவும் இவள் கொடுப்பவளாகவும், அவர் வானமாகவும் இவள் பூமியாகவும், இவள் பூவாகவும் அவர் வண்டாகவும், இவள் புத்தகமாகவும் அவர் புரட்டிப்பார்க்கும் புலவராகவும், இவள் வீணையாகவும் அவர் மீட்டும் விரலாகவும் என எண்ணற்ற படிமங்கள் கட்டமைக்கப்படுகின்றன. எல்லாவற்றிலும் ஆணின் விருப்பத்தைப் பூர்த்திசெய்யும் கடமை உள்ளவளாகப் பெண்ணுக்கு ஒரு இடத்தைச் சுட்டிக் காட்டுகிறோமே யன்றி, அவளுடைய விருப்பம் என்பது ஒருபோதும் கணக்கில் கொள்ளப்படுவதே இல்லை. நம்முடைய தாம்பத்தியத்தில் ஜனநாயகம் என்ற பேச்சுக்கே இடமின்றி இருக்கிறது.

தவிர, முன்னே பின்னே பேசிப் பழகியிராத ஒரு ஆணும் பெண்ணும் சந்தித்த அன்றே முதலிரவில் கலப்பது சம்பிரதாயத்தின் பேரால்

கட்டாயமாக்கப்படுவது அசிங்கமில்லையா? என்னவோ அதற்காகவே இரண்டுபேரும் இத்தனை வருசம் வளர்க்கப்பட்ட மாடுகளைப்போல? குடும்பமாக இணைகின்ற ஓர் ஆணுக்கும் பெண்ணுக்கும் இடையில் பல்வேறு உளவியல் பரிமாற்றங்கள் இருக்க வேண்டும். அதன் தொடர்ச்சியாக, இணைப்பாக, உடல்பரிமாற்றம் பின் தொடர்வதே ஆரோக்கியமானதாக இருக்க முடியும்.

"புருஷனிடம் வந்த சில மாதங்கள் பெண் புதிதாக இருக்கிறாள். பிறகு புதிதான பானம் குடித்துத் தீர்ந்த பாத்திரம்போலத்தான் அவள்..." என்று அமரர் கு.ப.ராஜகோபாலனின் சிறிது வெளிச்சம் கதையில் வரும் பெண் கூறுவாள். மோகம் முப்பதுநாள் ஆசை அறுபதுநாள் என்று இதைப் பழமொழியாகவும் ஆக்கி வைத்திருக்கிறோம். பெண்ணை ஒரு பானமாகக் கருதும் நம் பண்பாட்டில் சமத்துவத்துக்கு இடம் எங்கே இருக்கும்?

என்னுடைய மருத்துவ நண்பரிடம் வந்த ஒரு பெண்ணின் பிரச்னை இங்கு கவனத்துக்கு வருகிறது. திருமணமாகிச் சில மாதங்களே ஆன அப்பெண்குழந்தை கணவன் வீட்டாரால் "உன்னுடைய உடம்பை டாக்டரிடம் காட்டிச் சரி பண்ணிக்கிட்டு அப்பறமா வா.." என்று பிறந்த வீட்டுக்கு அனுப்பப்பட்டவள். என்னதான் பிரச்னை என இரண்டு மூணு சுற்றுப் பேச்சுக்குப் பிறகு டாக்டர் கண்டுபிடித்தது தாம்பத்திய வாழ்வில் அப்பெண்ணுக்கு ஈடுபாடில்லாமல் இருப்பதுதான் பிரச்னை என்பது.

உண்மையில் அவளுக்கு உடற்பிரச்னை எதுவுமே இல்லை. புகுந்த வீட்டில் அவளைச் சீக்காளி என்று மீண்டும் மீண்டும் முத்திரை குத்தி அவள் மனநிலையைச் சிதைத்து அனுப்பியிருந்தனர். கணவனுடன் அவளுக்கு கருத்து மோதலோ சண்டையோ ஏதும் இல்லை. தாம்பத்திய உறவில் அவனோடு இசைந்திருக்க முடியாதபடி அவனுடைய உடலோடு ஒரு ஒவ்வாமை அவளுக்கு இருந்திருக்கிறது. அதன் காரணமாக உறவில் விருப்பமில்லை. அவனோ நம் சமூகப் பண்பாட்டின்படி , பெண்ணின் விருப்பம் பற்றிக் கவலைப்படாமல் வீணையை மீட்டிக்கொண்டே இருக்க, ஒவ்வொரு இரவும் அவளுக்கு வலி மிகுந்த இரவுகளாகிவிட்டன. இரண்டு மாதங்களுக்குள் அவள் அவனுடைய அருகாமையைக் கண்டு அஞ்சுபவளாக மாறியிருக்கிறாள். மனவிருப்பமில்லாச் சேர்க்கையின்போது பாலியல் சுரப்பிகள் இயங்காதாகையால் பெண்ணுக்கு அது வலி மிகுந்த சோதனையாகிவிடும் என்றார் மருத்துவர்.

இருவரும் மனம் ஒப்பிய நிலையில் மட்டும்தான் உறவுக்கு உடலும் இணங்கும் என்பது எளிய அறிவியல் என்றார் மருத்துவர். எதனால்

அவளுக்கு அவன் உடல் மீது ஒவ்வாமை என்பதைக் கண்டுபிடித்து அதைச் சரிசெய்து அவன் மீது நேசமும் விருப்பமும் உண்டாகும்படி செய்தால் பிரச்னை தீரும். இது உடல்சார் பிரச்னை அல்ல. முற்றிலும் மனப்பிரச்னை என்றார். அப்பெண்ணின் பிரச்னை எப்படித் தீர்ந்தது என்பதை அறிய முடியவில்லை. எனக்குத் தெரிந்த ஒரு பெண் குழந்தை தன் கணவன் தன் உள்ளாடைகளை வாரம் ஒருமுறைதான் மாற்றுகிறான் என்பதால் அவன் மீது அறுவறுப்படைந்து பேசியதை இங்கே பொருத்திப்பார்க்கிறேன்.

உதடுகளால் முத்தமிடுகிறோம். உள்ளத்தால் முத்தமிடும் காலம் வருமா என ஏங்குகிற தாம்பத்திய வாழ்க்கை பலருக்கு அமைந்து விடுகிறது. பெண் மட்டும்தான் இப்படிப் பாதிக்கப்படுகிறாள் என நான் சொல்ல வரவில்லை. பெரும்பாலும் அதுதான் நடக்கிறது என்பதால் அதுபற்றி ஆண் கவலைப்படவேண்டும் என்பதே என் கருத்து.. இருவருக்கிடையில் ஒத்திசைவு இல்லாததற்கு ஆயிரம் மருத்துவ ,உளவியல் காரணங்கள் பேசப்படுகின்றன. அதுபற்றி இங்கு நாம் பேசப்புகவில்லை. நாம் இங்கு கவலைப்படுவதெல்லாம் தாம்பத்தியத்தில் சமத்துவம் எங்கே என்பதே.

உண்டி சுருக்குதல் பெண்டிற்கு அழகு என்று சொன்ன நம் சமூகம் காமம் செப்புதல் பெண்டிற்கு அழகல்ல என்றும் சொல்லி வைத்துள்ளது. அதனால் காமம் குறித்த பெண் உணர்வின் அசலான வெளிப்பாடுகளை ஆணுலகம் அறிய வாய்ப்பில்லை. ஆணின் உணர்வுகள், ரசனைகள், வேட்கைகள், விழைவுகள், கனவுகள் அபரிமிதமாக இலக்கியங்களிலும் பிற வகை எழுத்துக்களிலும் கொட்டி வைக்கப்பட்டுள்ள பின்னணியில் பெண்ணுக்கு இதெல்லாம் பிடிக்கும் என்று கண்டறிய தனிப்பேச்சுக்களைத்தவிர வேறெந்தத் தரவுகளும் இல்லை.

கி.பி. எட்டாம் நூறாண்டில்,
”பொங்கிய பாற்கடல் பள்ளி கொள்வானைப்
புணர்வது ஓர் ஆசையினால் என்
கொங்கை கிளர்ந்து குமைத்துக் குதூகலித்து
ஆவியை ஆகுலம் செய்யும்” (நாச்சியார் திருமொழி)

என்று ஆண்டாள் துவக்கி வைத்த (நப்பின்னையின் உணர்வாக அவள் சொன்னபோதும்) சுதந்திர வெளிப்பாட்டுரிமையைப் பெண்கள் பின் தொடர நம் சமூகம் அனுமதிக்கவில்லை. ஆண்டாளுக்குப் பிறகு 1200 ஆண்டுகள் கழித்தே பெண்ணின் மன உலகம் கவிதைகளிலும்

கதைகளிலும் இன்று நம் காலத்தில் வெளிப்படத்துவங்கியுள்ளன. இதுகாறும் பெண்ணுக்குப் பிடிக்கும் என்று வரையப்பட்டுள்ள சித்திரங்கள் அனைத்தும் ஆணின் கற்பிதங்களேயன்றி பெண்ணின் அசலான உணர்வுகள் அல்ல.

ஆனால் உழைப்பாளிப் பெண்கள் மத்தியில் நாட்டுப்புறப் பாடல்களாக அவர்களின் பாலியல் வேட்கைகள் வெளிப்பட்டுள்ளன.

''கோவிலுக்குப் போகவேணும்
கொண்டவனும் சாகவேணும்
கொழுந்தனா பையங்கிட்ட குட்டிக்கிளியா
கொம்மாளம் கொட்டலாமே'' என்று பாட்டிலும்
“அரிக்கிற அரிசியை விட்டுட்டுச்

சிரிக்கிற சின்னப்பையனைப்பார்த்தாளாம்'' என்று சொலவடையிலும் வெளிப்படையாகத் தெறிக்கின்றன. உழைக்கும் மக்களிடம் இருந்த வெளிப்பாட்டுச் சுதந்திரம் பிற மேல் வர்க்கப் பெண்களுக்குக் கிடைக்கவில்லை.

வெளிப்பாட்டுக்கே சுதந்திரம் இல்லாத நாட்டில் தாம்பத்தியத்தில் சமத்துவத்தையும் ஜனநாயகத்தையும் எப்படி எதிர்பார்க்க முடியும்? ஆகவே அது இன்றைக்கும் ஆணின் ஆதிக்க எல்லைக்குள் ஒடுங்கி நிற்கும் ஒன்றாகவே தொடர்கிறது.

ஆணின் மனமும் செவியும் திறக்க வேண்டும்.

எசப்பாட்டு-21

வரலாற்றில் பெண்களும் பெண்களின் வரலாறும்

“எல்லா உயிரினங்களையும் போல மனிதரும் இயற்கையின் குழந்தைகள்தாம்.ஆனால்,நாம் இயற்கையின் குழந்தைகள் மட்டுமல்ல. வரலாற்றின் குழந்தைகளாகவும் இருக்கிறோம்” என்பது கல்வியாளர் பாவ்லோ ஃபிரையரின் புகழ் பெற்ற கூற்று.ஆனால் ”இந்த வரலாறு ஆண் எழுதிய வரலாறு.அதில் பெண்ணின் பாத்திரம் உண்மையாகவும் முழுமையாகவும் சொல்லப்படவில்லை. ஹிஸ்டரி என்பதே ‘ஹிஸ்’ ஸ்டோரிதான்.அவன் சொன்ன கதை.அவனுடைய கதை.அதில் அவளது கதைக்கு அவன் என்ன இடம் கொடுத்தானோ அதுதான் மிஞ்சியிருக்கிறது” என்பது பெண்ணியவாதிகள் அழுத்தமாக முன் வைக்கும் கருத்து.

உண்மையில் வரலாறு என்பது கடந்த காலம் அல்ல.அது இன்றும் நம் நினைவுகளையும் சிந்தனைகளையும் உணர்வுகளையும் வழிநடத்திக்கொண்டிருக்கிற சமகாலம்.இன்றைய வயிற்றுவலிக்கு நேற்று நாம் சாப்பிட்ட உணவின் வரலாறு தேவைப்படுவதுபோல, இன்றைய நம்முடைய சில வியாதிகளுக்கு நம் குடும்பத்தில் யாருக்கேனும் அது இருந்ததா என பாரம்பரியத்தின் வரலாற்றைத்தேடுவது போல, இன்றைய சமூகச் சிக்கல்களுக்கு நேற்றைய வரலாற்றில் அவற்றின் வேர்களைத் தேடுவதும் தேவையான ஒன்றே.ஆனால் சிக்கல் எங்கே வருகிறதென்றால், எல்லாவற்றையும் போல வரலாறும் சார்புடையது என்பதுதான்..எழுதுபவரின் காலம்,வர்க்கம்,பாலினம் சார்ந்ததாகவே அது இருக்கும்.

இன்று நிலவுகின்ற பெண் அடிமைத்தனம் அல்லது ஆணைவிடப் பெண் தாழ்ந்தவள் என்கிற கருத்தாக்கம் வரலாறு நெடுகிலும் ,காலம் காலமாக ,ஏன் அது வரலாற்றுக்கு முந்தைய காலத்திலும் கூட இருந்து வந்த ஒன்று, இது இயற்கையின் சித்தம் என்று நம் மனங்களில் ஒரு வரலாற்றை எழுதி வைத்திருக்கிறார்கள். இயற்கைக்குச் சித்தம் ஏதும் கிடையாது என்பதுதான் அறிவியல். மனிதப்பிறவியின் மூலமாகத்தான் இயற்கை தன்னைத்தானே அறிந்துகொள்கிறது.

ஜாரெட் டைமண்ட், யுவல் நோவா ஹராரி உள்ளிட்ட பல அறிவியல் எழுத்தாளர்களின் கணிப்பின்படி வரலாற்றையும் வரலாற்றுக்கு முற்பட்ட காலத்தையும் வாசிப்பவர்களுக்கு ஆணுக்கு சாதகமான உலகமாக இது உறுதிப்படுவது, விவசாய வாழ்க்கை துவங்கிய பிறகுதான் என்பது புரியும். ஆகவே பெண்ணடிமை என்பது கடந்த 10000 லிருந்து 15000 ஆண்டுகளுக்கு உட்பட்ட காலத்தில் உருவான ஒன்றுதான். இந்த அடிமைத்தனம் எப்போதும் இருந்து கொண்டிருந்த ஒன்று எனில், அதை மாற்ற முடியாது என வாதிட வாய்ப்பிருக்கும். ஆனால் நிமிர்ந்து நடந்த இன்றைய மனிதகுலமாகிய ஹோமோ சேப்பியன்ஸின் வரலாறு 1,70,000 ஆண்டுகள் என்கிறபோது, பெண்ணடிமைத்தனத்தின் 10000-15000 ஆண்டுகள் என்பது மிக மிக சமீபத்தில், நேற்று வந்து சேர்ந்த ஒன்றுதான். இடையில் வந்த ஒன்றுதான். எனவே அதை மாற்ற முடியும். முறியடிக்க முடியும் என்கிற நம்பிக்கையை ஊட்டுவதற்கே சரியான, அறியியல் பூர்வமான சார்பற்ற, மனித குல வரலாற்றை நாம் கற்பது அவசியமாகிறது.

ஆண்கள் வெளி வேலைக்கானவர்கள். பெண்கள் வீட்டு வேலைக்கானவர்கள் என்பது இயற்கையின் நியதி என்பதாக ஒரு கருத்து நம் மனங்களில் ஆழமாக இருக்கிறது. இன்றைய யதார்த்தமாக இது இருக்கிறது. இதுபோலவேதான் என்றென்றும் இருந்தது எனப் பின்னோக்கி வரலாற்றுச் சக்கரத்தைச் சுழற்றிக்கொண்டிருக்கிறோம். ஆண்கள் வேட்டைக்குப் போனார்கள். பெண்கள் குகைகளில் காத்திருந்தார்கள். மாலையில் அத்தான் வேட்டையாடிக்கொண்டுவரும் விலங்குகளை வாங்கிச் சமைத்து அனைவருக்கும் அவள் வழங்கினாள் என்பதுபோல ஒரு சித்திரத்தை நம் மனதில் ஓட்டிக்கொண்டிருக்கிறோம். இன்றின் சித்திரத்தை நேற்றின் ஆணியில் தொங்கவிடுவது எவ்வகையில் சரியாகும்?

மனித குல வரலாற்றில் வேட்டையாடியும் இரைதேடியும் வாழ்ந்த கட்டத்தில் மக்கள் சின்னச் சின்ன இனக்குழுக்களாக வாழ்ந்தனர். தமிழகத்திலும் சங்க காலத்தில் நூற்றுக்கணக்கான இனக்குழுக்கள் குறிஞ்சியிலும் முல்லையிலும் வாழ்ந்ததை சங்க இலக்கியங்கள் பதிவு செய்துள்ளன. இனக்குழு வாழ்க்கையிலிருந்து நிலவுடமை வாழ்க்கை முறைக்கு மாறிச்சென்ற ஒரு 'நகரும் காலம்'தான் சங்க காலம். ஒரு இனக்குழுவில் சுமார் ஐம்பது பேர் இருக்கலாம் என்கிறார்கள் அறிவியலறிஞர்கள். நாடோடிகளாகத் திகழ்ந்த அக்குழுக்கள் வேட்டையாடிக்கொண்டே- இரை தேடிக்கொண்டே- நகர்ந்து கொண்டே இருந்தார்கள். ஆண்களும் பெண்களும் சமமாக

வேட்டையாடிய காலமாக அது இருந்திருக்கும். சம பலமுள்ளவர்களாகவே அவர்கள் இருந்தார்கள். 'வீக்கர் செக்ஸ்' கதையெல்லாம் அப்போது இல்லை. உலக வரலாற்றில் பெண்கள் என்கிற நூலில் ரோஸலிண்ட் மைல்ஸ் கூறுவது,

"வேட்டையாடுதல் ஒரு முழுக்குழுவின் நடவடிக்கையாக இருந்தது. மந்தை மந்தையாகப் பயணம் செய்யும் விலங்குகளை வெற்றிகரமாக வேட்டையாடுவதற்குக் குழுவாக ஒத்துழைத்துச் செல்வது அவசியமாக இருந்தது. பெண்களும் குழந்தைகளும் உள்ளிட்டு இயல்பாகவே அனைவருமே வேட்டையாடுதலில் ஈடுபட்டனர். கருத்தடை முறைகள் அறிமுகமாகியிருக்காத அந்த நாட்களில் பெண்கள் மீண்டும் மீண்டும் கருத்தரிப்பது தொடர்நிகழ்வாக இருந்தது. அதன்காரணமாக குழுவின் தேவைகளுக்காக நடக்கும் அன்றாடப் போராட்டத்தில் ஆண்களைவிடச் சற்றுக் குறைவான வேகத்தில் பங்கேற்றனர். ஆனாலும் இனக்குழுச் சமூகத்தில் பெண்கள் தாழ்வாக நினைக்கப்படவில்லை. குழுவாக வேட்டையாடி, குழுவாக இரைதேடி குழுவுக்குள் பகிர்ந்துண்டு வாழ்ந்த காலம் அது.

குழந்தைப்பராமரிப்பும் குழுப்பாதுகாப்புமே அன்றைக்கு இருந்த ஆண் பெண் வேலைப்பிரிவினை. அவரவர் வேலையை அவரவர் செய்தனர். ஏற்றத்தாழ்வு என்பது இல்லை. குழுவின் அன்றாட வாழ்க்கைத்தேவைகளுக்கான போராட்டத்தில் முழுமையாகப் பங்கெடுத்தவர், சற்றுக்குறைவாகப் பங்கெடுத்தவர் என்கிற ஏற்ற இறக்கம் மட்டுமே இருந்த காலம் அது. குழந்தையின் தாய் தெரியும். தந்தை தெரியாது என்கிறபடியால் அது தாய்வழிச் சமூகமாக, குழந்தைப்பேறு என்னும் அதிசயத்தை நிகழ்த்தும் மாயசக்தி உள்ளவளாகப் பெண் மதிக்கப்பட்ட காலம்.

ஆனாலும் மனித உடலின் பரிணாம வரலாற்றில் மெனோபாஸ் எனப்படுகிற மாத விலக்கு நின்றுபோன காலம் (அதாவது குழந்தைப்பேறு இனி இல்லை என முடிவுக்கு வந்த நிலை) சுமார் 50 ஆயிரம் ஆண்டுகளுக்கு முன்னர்தான் ஏற்பட்டது என ஒரு அறிவியல் கருத்து உள்ளது. பெண்ணின் வரலாற்றில் பெண் விடுதலையின் வரலாற்றில் இந்த மெனோபாஸ்ஸுக்கு மிகப்பெரிய பங்கு இருக்கிறது. இறக்கும் தருவாய் வரை, இடைவெளி இல்லாமல் கருவுற்றும், பிள்ளைகள் பெற்றும், சீரழிந்துகொண்டிருந்த அவள் வாழ்வில் மெனோபாஸ் ஒரு மிகப்பெரிய திருப்புமுனை. தன் உடல் மீதே கவனம் கொண்டு வைத்திருந்த தன் கண்களைப் பெண் பிறவற்றின் மீதும் செலுத்த அவகாசம் கிடைத்தது. ஆனாலும், அக்காலத்தையும் அவள்

தன் பிள்ளைகளையும் பேரப்பிள்ளைகளையும் பராமரிக்கும்-வளர்த்தெடுக்கும் பணிக்காகச் செலவிடும் நிர்ப்பந்தமும் கூடவே வந்தது. மாதவிலக்கு நின்று போன பிறகும் நீண்டகாலம் உயிர்வாழும் சாத்தியம் பிற பாலூட்டிகளைவிட மனித உடலுக்குச் சாத்தியமானதும் பெண் விடுதலையில் முக்கியப் பங்காற்றுகிறது.

ஆகவே வெளி வேலை ஆணுக்கு –வீட்டு வேலை பெண்ணுக்கு என்பது இயற்கையின் நியதி அல்ல. வரலாற்றினூடாக கட்டமைக்கப்பட்ட ஒன்றுதான். கருத்தடை, கர்ப்பப்பை அகற்றல் போன்ற மருத்துவக்கண்டு பிடிப்புகள் மற்றும் குழந்தை வளர்ப்பு மையங்கள், நம் கைவசம் உள்ள நிலையில் ரத்தப் பிசுபிசுப்பிலிருந்து பெண்களுக்கு விடுதலை தர முடியும். அவளுடைய (தலைமையேற்றிருந்த) வேட்டைக்காலத்து வசந்தத்தை இன்னும் மேம்பட்ட வடிவில் திருப்பித் தர முடியும். அதற்காக வரலாற்றைக் கற்பதும் வரலாற்றை நேர் செய்வதும் அவசியமாகிறது.

சமமான புஜபலத்தோடு இருந்த பெண் ‘அழகுப்பதுமை’ ஆக்கப்பட்டதன் வரலாற்றை, இந்த அழகின் பரிணாம வரலாற்றை இனி பார்க்கலாம்.

எசப்பாட்டு-22

அழகெனப்படுவது..

இனக்குழு வாழ்க்கையில் வலுவான இடத்திலும் உடல் பலத்துடனும் இருந்த பெண்கள், விவசாயம் கண்டுபிடிக்கப்பட்ட பிறகு, குழுவின் அன்றாடத்தேவைக்குப் போராட வேண்டிய கட்டம் முடிவுக்கு வருகிறது.உபரியாக விளைந்ததைச் சேமிக்கவும் உணவைப் பாதுகாக்கவும் மனிதர்கள் உத்திகளைக் கண்டுபிடித்தபின் உணவுத்தேடலுக்காகப் பெண்கள் ஆண்களோடு சரிநிகர் சமானமாக வெளிக்கிளம்பிய இயல்பான வாழ்க்கையும் முடிவுக்கு வருகிறது. தனிச்சொத்துடைமையின் பிறப்போடு பின்னிப் பிணைந்ததாகப் பெண் மீது கற்பு திணிக்கப்பட்டதை முன்பே பார்த்தோம்.விவசாய வாழ்வின் உச்சக்கட்டமாக நில உடமைச்சமூகம் எழுகிறது.

தமிழகத்தில் அது மருதநிலத்தில் 'பண்டு விளைந்தறியாக் களர் நிலங்களைக் கழனிகளாக்கிய' குறுநில,பெருநில மன்னர்களின் ஆட்சிக்காலமாக உருவெடுக்கிறது.வேட்டைக்காலத்துக்குப் பிந்தைய காலத்தின் பெண்களின் நிலை குறித்த வரலாற்றுப்பதிவுகள் கல்வெட்டுகளில் சில கிடைத்துள்ளன. எழுத்தில் பதிவு என்பது சங்க இலக்கியத்தில்தான் கிடைக்கின்றது.இவற்றைத் திசைகாட்டும் கருவியைப்போலக் கையில் வைத்துக்கொண்டு கால யந்திரத்தில் ஏறிக் கடந்தகாலத்தினூடாகப் பயணித்துப் பெண்களின் வரலாற்றின் மீது வெளிச்சம் பாய்ச்ச முடியும்.

முல்லை நிலத்தில் முகிழ்த்த பெண்ணடிமைத்தனம் மருத நிலத்தில் வேறு புது வடிவம் பெருகிறது.பெண் வீட்டுக்குள்ளேயே முடக்கப்படுவதும் அதை உயர்வான பண்பாடென்று போற்றப்படுவதும், அதே சமயம் ஆணுக்குப் புதிய,கட்டற்ற சுதந்திர வாசல்களைத் திறந்து வைப்பதும் நடக்கிறது.வீட்டுப்பெண்கள் பத்தினிகளாக மண்மகள் அறியா வண்ணச் சீரடிகளோடு கணவனைச் சார்ந்து, அவனுடைய விருப்பங்களைப் பூர்த்தி செய்பவளாக, மனையோள்,இல்லக்கிழத்தி,மனையுறை மகளிர் போன்ற புனிதப்படுத்தப்பட்ட பெயர்களோடு அவனுடைய மகவைப் பெற்றெடுத்துத் தருகிற 'புதல்வன் தாய்' ஆக்கப்பட்டாள்.

ஆண் சொத்துக்கு அதிபதி ஆனதோடு ஓய்வு நேரமும் கிடைக்க, அவன் களிப்பில் எப்போதும் திளைக்க வாய்த்தது. பெண், அவனால்

ருசிக்கப்படும் பொருளாகத் தன்னைத் தகவமைத்துக்கொள்ளும் போக்கு துவங்கியது. மனைவி என்னும் பெண் உடல், இனவிருத்தி சார்ந்த கருவுறுதல், மகப்பேறுகாலம், பாலூட்டும்காலம் போன்ற காலங்களில் ஆணின் உடல்தேவைகளுக்கு ஈடுகொடுக்க முடியாத யதார்த்தத்தை ஏற்க மறுத்த ஆண் மனம் அக்காலங்களிலும் இடைவெளியின்றித் தன் பாலியல் வாழ்க்கையைத் தொடர்வதற்குப் பிற பெண்களை நாடினான். சமூகம் அதற்கான ஏற்பாட்டைச் செய்து பரத்தமை ஒழுக்கம் என்று அதையும் ஒரு 'ஒழுக்கமாக' நிறுவியது.

இது குறித்து விரிவாக ஆய்வு செய்துள்ள முனைவர் க.பரிமளம் "பாலியல் வாழ்க்கையைத் தொடர அவளது இனவிருத்திசார்ந்த உடற்கூற்றுச் செயல்பாடுகள் நிகழும் காலங்கள் சாதகமாக இல்லாதபோது, பொருளால் பெறக்கூடிய பரத்தமை ஒழுக்கத்தை ஆண் மேற்கொண்ட செயலானது அன்று பெரும் ஒழுக்கக் கேடானதாகக் கருதப்படவில்லை. ஆணின் பரத்தமை, மனைவிக்கு இழைக்கும் பாலியல் துரோகமாகக் கருதப்படாமல், அவனது அகவாழ்க்கையின்பாற்பட்ட, இன்ப நுகர்ச்சியின் இயல்பான ஒழுக்கமாகவே கருதப்பட்டது." என்று கூறுகிறார். ஆண்களின் இத்தேவைக்கான சேவை செய்யவென்றே பரத்தையர் வீதிகள் உருவாகின. இப்படிப் பரத்தையரைத் தேடிச்செல்லும் ஆணை மனைவியைத்தவிர சமூகத்தில் வேறு யாருமே கண்டிக்கவில்லை. அல்லது தலைவியின் சார்பாக தோழி அவனை நல்வழிப்படுத்த முனைவாள்.

இப்படிக் 'கண்டமேனிக்குத்' திரியும் வீட்டு ஆம்பிளையைத் தன் கைக்குள் போட்டுவைக்கப் பெண்கள் தங்களை அழகுபடுத்தி அவனைத் தன்மீது ஈர்ப்புக் கொள்ளச் செய்யும் நடவடிக்கைகளில் ஈடுபட நேர்ந்தது. 'அவனை வளைச்சிப்போடுடி..அப்புறம் பாரு குட்டிபோட்ட பூனை மாதிரி உன் பின்னாடியே சுத்துவான்..' என்பது போன்ற வசனங்கள் இன்றும் எதிரொலிக்கின்றன. அல்லவா?

"கேட்டேளே அங்கே அதை பார்த்தேளா இங்கே
எதையோ நெனச்சேள் அதையே நெனச்சேன் நான்
ஆம்படையான் மனசு போலே நடப்பேன்
இந்த ஆத்துக்காரி வேறெதுக்கு இருக்கேன்
வாங்கோன்னா அட வாங்கோன்னா"

என்கிற சினிமாப்பாடலை இந்த இடத்தில் இணைத்துப்பார்க்கையில் எவ்வளவு அருவறுப்புத் தோன்றுகிறது நமக்கு!

மஞ்சள் பற்றி தமிழறிஞர் தொ.பரமசிவன் அவர்கள் ஓரிடத்தில் பேசியது நினைவுக்கு வருகிறது. "பரத்தையர்தம் முகத்தைப் பளிச்சென வைத்துக்கொள்ளவும், பல ஆடவருடன் உறவு கொள்வதால் தொற்றுதல் ஏதும் வராமல் தடுப்பதற்காகவும் கிருமி நாசினியான மஞ்சளைத் தம் முகத்தில் பூசிகொண்டனர்.காலப்போக்கில் அவனைத் தன் பக்கம் ஈர்க்க குடும்பப் பெண்களும் மஞ்சள் பூசிக் குளிக்க ஆரம்பித்திருக்க வேண்டும்" என்றார்.இன்றைக்கு நடிகையர்போலத் தாமும் அழகுசாதனப்பொருட்களை அபரிமிதமாகப் பயன்படுத்தித் தம்மை அழகுப்பதுமைகளாக ஆக்கிக்கொள்ள முயலும் பெண்களின் உளவியலுக்குள் ஆண்சார்ந்த ஆதிகால அச்சமே தொடர்வதாகக் கொள்ளலாம்.காஸ்மெட்டிக் கம்பெனிகளின் வியாபார-விளம்பரங்கள் கூடுதல் சேர்க்கை ஆகிறது.

அழகுணர்ச்சி என்பது ஆணுக்கும் பெண்ணுக்கும் பொதுவான ஒன்று.அது ஆரோக்கியமான ,பண்பாட்டு வளர்ச்சிப்போக்கில் உருவான இயல்பான ஒன்றுதான்.ஆனால் பெண் என்றாலே அழகுப்பதுமை என்பதாக ஒரு சித்திரம் வரலாற்றின் பக்கங்களில் வரையப்பட்டு வரையப்பட்டு அது பெண்ணின் ஆழ் மனம் வரை செலுத்தப்பட்டுவிட்டதுதான் ஆணாதிக்கத்தின் அம்சமாகிறது.

தான் 'பார்க்கப்படுபவள்' என்கிற தன்னுணர்வு பெண் மீது ஏற்றப்பட்ட வரலாறு இது.

தொழிற்புரட்சிக்குப் பிறகு முன்னேறிப்பாய்ந்த முதலாளித்துவ உலகம் பெண்ணுடலை-பெண்ணின் அழகை- ஒரு கரன்ஸி நோட்டைப்போல பயன்படுத்தத் துவங்கியது.அழகுத் தொழிற்சாலைகளும் உருவாகி அழகு பற்றிய புதிய கற்பிதங்களை பெண்ணின் உடல் வழியே உலகுக்குப் பரப்புரை செய்யத்துவங்கின.

'அழகிகள்' என்கிற புதிய இனக்குழு உருவாக்கப்பட்டது. அழகிக்கான இலக்கணங்கள் வரையறுக்கப்பட்டன.பெண்ணின் மார்பளவு,இடுப்பளவு போன்றவை உலகப்பொது வரையறைகளுக்குள் கொண்டுவரப்பட்டன. இந்த 'அழகிகள்' பின்னர் குறிப்பிட்ட பிராண்ட்களுக்கான அம்பாசிடர்களாக-தூதுவர்களாக-அறிவிக்கப்பட்டனர்.உலகமயப் பொருளாதாரத்தின் பிரிக்க முடியாத பகுதியாக இந்த அழகிகள் ஆக்கப்பட்டனர்.அதன் இயல்பான தொடர்ச்சியாக உலகம் முழுவதும் பெண்கள் ஒரேமாதிரி அழகிகளாகத் தம்மைத் தகவமைத்துக்கொள்ள உந்தித்தள்ளப்பட்டு வருகின்றனர்.

அழகிகள் என்கிற இனக்குழுவைப்போல ‘மாடல்கள்’ என்கிற புதிய பெண்ணினமும் தோற்றுவிக்கப்பட்டது. பெண்ணுடலை,அவள் முகத்தை உலகளாவிய அளவில் செதுக்கத் துவங்கிவிட்டார்கள்.

ஆணின் மனசைத் தொடுவதற்காக மஞ்சள் பூசி அழகு படுத்திக்கொள்வது இப்போது இரண்டாமிடத்துக்குச் சென்றுவிட்டது. வர்த்தக உலகத்தின் தேவைக்கேற்பத் தன் உடலையும் உள்ளத்தையும் தகவமைக்கப் பெண் நிர்ப்பந்திக்கப்படுகிறாள்..

இதெல்லாம் நவீன உலகத்தின் நடுத்தர வர்க்கத்துப் பெண்களின் பிரச்னைதான் என்று ஒதுக்கிவிட முடியாது. தாய்மை,பெண்மை என்று அவளைச் செதுக்கிய வேலை ஒருபுறம் தொய்வின்றித்தொடர்ந்து கொண்டிருக்கும் அதே வேளையில் இன்னொரு புறம் 'அழகிய பெண்' என்கிற புதுக்கதையும் ஓடத்துவங்கிவிட்டது.

மேலும் மேலும் இப்போக்கு பெண்ணின் உளவியலில் தான்(ஆண்களால்) பார்க்கத்தக்கவளாக இருக்க வேண்டும் என்று ஆரம்பித்துத் தான் ஒரு உடல் மட்டுமே என மனப்பூர்வமாக ஒப்புக்கொள்ள வைப்பதில்போய் முடிகிறது.

ஆண் தன்னைப் பார்க்கிறான், தன் அழகைப்பார்க்கிறான் என்பதால் பெண் எப்போதும் தன்னைப்பார்ப்பவளாக மாற்றப்படுகிறாள்.

பெண்ணை, அவள் தன்னுணர்வை, அவளுடைய உடம்புக்குள்ளேயே வைத்துப் பூட்டும் வேலையைத்தான் ஆணாதிக்கமும் வர்த்தக உலகமும் இணைந்து செய்து வருகின்றன. உடம்பிலிருந்து பெண்மை விடுதலை பெற வேண்டும், இவர்கள் சொல்லும் அழகிலிருந்தும்.

எசப்பாட்டு-23

அவன் வரைந்த அவளின் ஓவியம்

"வித விதமாய் மீசை வைத்தோம் வீரத்தை எங்கோ தொலைத்து விட்டோம்" என்று கவிஞர் கந்தர்வன் கவிதை எழுதினார். வீரத்தை மீசையோடும் மீசையை ஆணோடும் இணைத்து, இலக்கியங்களும் வரலாறுகளும் எழுதப்பட்டன. பெண்களுக்கும் வீரத்துக்கும் சம்பந்தமில்லை என ஆண்கள் எழுதிய வரலாறுகள் சொல்லிக் கொண்டே இருக்கின்றன. அவளுடைய வேலை என்னவென்றால் போர்க்களம் செல்லும் ஆண் மகனுக்கு நெற்றியில் திலகமிட்டு ஆரத்தி எடுத்துப் 'புறமுதுகு காட்டாமல் போரிட்டு வா' என வழியனுப்புவது மட்டும்தான்.

கி.பி.15 ஆம் நூற்றாண்டில் பிரான்ஸ் நாட்டின் ஒரு நூறாண்டுப்போரில் பிரான்ஸ் நாட்டை ஆங்கிலேயரிடமிருந்து காப்பதற்கான போரில் தானும் பங்கேற்க விரும்பிய இளம்பெண்ணான ஜோன், பெண் என்பதனால் வாய்ப்பு மறுக்கப்பட்டாள். ஆண் வேடம் பூண்டு படையில் சேர்ந்தாள். அவளுடைய வீரத்தையும் போர்க்கலைத் திறனையும் கண்டு வியந்தது உலகம். போரில் பிரான்ஸ் வென்றது. ஆனால், அவள் ஆண் எனப் பொய் சொல்லிப் படையில் சேர்ந்தவள் என்பதற்காக(வேறு 70 குற்றச் சாட்டுகளோடு) திருச்சபை அவளை விசாரித்து மரண தண்டனை விதித்தது. உயிரோடு தீயிட்டுக் கொளுத்தப்பட்டாள் ஜோன். பெண்ணினத்தின் வீரம் செறிந்த வரலாற்றுச் சின்னமாக இன்றைக்கும் 'ஜோன் ஆப் ஆர்க்' நின்று எரிந்துகொண்டிருக்கிறாள்.

பிற்காலத்தில் அமெரிக்காவில் பெண்ணிய இயக்கங்கள் பெண்களுக்கான வாக்குரிமை கோரி இயக்கம் நடத்திய நாட்களில் ஊர்வலங்களின் முகப்பில் ஜோன் ஆஃப் ஆர்க்கைப்போல ஆண் வேடம் பூண்ட பெண்கள் குதிரைகளில் வலம் வருவதை ஓர் குறியீடாகக் கொண்டனர்.

இந்திய விடுதலைப்போராட்ட வரலாற்றில் வீரபாண்டியக் கட்டபொம்மனின் வரலாற்றை அனைவரும் அறிவர். கட்டபொம்முவின் கதையில் ஒரு துணைக்கதாபாத்திரமாக வருபவள் வெள்ளையம்மாள். பாதர் வெள்ளை எனப்படுகிற வெள்ளையத்தேவனின் மனைவி. தான் வளர்த்த காளையை அடக்கிய

வீரனைக் கரம் பிடித்தவள்.அவளைப்பற்றி மீண்டும் மீண்டும் நம் மனங்களில் கட்டமைக்கப்படும் பிம்பம் எதுவாக இருக்கிறது? வெள்ளையத்தேவன் போருக்குப் புறப்படும்போது நெற்றித்திலகமிட்டு வழியனுப்பாமல்,

"போகாதே! போகாதே! என் கணவா, நான்
பொல்லாத சொப்பனம் கண்டேனய்யா!
பாழும் கிணறு இடியக் கண்டேன்; நம்மள்
மல்லிகைத் தோப்பும் அழியக்கண்டேன்.
……………….
குளிக்க மஞ்சள் அரைக்கையிலே
கம்புக்கரி போல் போகக் கண்டேன்
……………………………………………….
வெள்ளைச் சீலை முக்காடு போட்டு
வெளியிலே நான் போகக்கண்டேன் "

(கட்டபொம்மு கதைப்பாடல்- நா.வானமாமலை)

என்று தலைவிரி கோலமாக அவனை வழிமறித்து ஒப்பாரி வைப்பவளாக மட்டுமே ஒரு சித்திரம் மீண்டும் மீண்டும் வரையப்பட்டது. அவள் ஆண் வேடம் பூண்டு வெள்ளையர் பாசறைக்குள் புகுந்து தன் கணவனைக்கொன்ற வெள்ளைக்காரத் தளபதியைக் கொன்று தன் கூந்தலை முடித்தவளாக கட்டபொம்மு கதையில் தடம் பதித்திருந்தாலும் ஒப்பாரி வைக்கும் பிம்பமே ஏற்றப்பட்டு இன்றுவரை நம் மனங்களில் நிற்கிறது. இன்றைய பாகுபலி வரை இத்தகைய 'வரைவு' தொடர்கிறது. ராணுவக்கோலம் பூண்டு கட்டிறுக்கமான உடையணிந்து வீரப்பெண்ணாகத் திகழும் தமன்னாவின் போராளிக் கதாபாத்திரத்தை, ஆண் மகன் கைபட்டு நெகிழ்த்தி மென்மையாக்கி டான்ஸ் ஆட விடுகிறார்களல்லவா? இந்தச்சித்திரம்தான் தேவைப்படுகிறது ஆணுக்கு.

நவீன இந்தியாவில் தஞ்சைத்தரணியில் சாட்டையடிக்கும் சாணிப்பாலுக்கும் எதிராக விவசாயக்கூலிகளை செங்கொடியின் கீழ் அணி திரட்டிய தலைவர்களில் ஒருவர் மணலூர் மணியம்மாள். இளவயதில் விதவைக்கோலம் பூண நேர்ந்த அவர், பொதுவாழ்வில் இறங்கியபோது, ஜிப்பா, வேட்டி அணிந்து ஆண் உடையில் வெளியேறினார். சிலம்பம் கற்றுக்கொண்டார். கையில் கம்புடன் கிராமம் கிராமமாகச் சென்றார். பண்ணையார்களின் சிம்ம சொப்பனமாக மாறிய அவரைப் பண்ணையார்கள் காட்டு மானை ஏவிக் குத்திக்கொன்றனர்.

அவருடைய வாழ்க்கை வரலாறு எழுத்தில் வரவில்லை.ஆனால் தஞ்சைப்பகுதி உழைப்பாளி மக்கள் தங்கள் நாட்டுப்புறப்பாடல்களில் வீரம் விளைவித்த நாயகியாக அவரைப்பாடி வைத்தனர்.

“கோட்டைக்குள்ளே நாங்க ருந்தோம்
கொடுமையெல்லாம் சகிச்சிருந்தோம்
சாட்டையடி கொண்டிருந்தோம்-நாங்க
சாணிப்பால் குடிச்சிருந்தோம்
கோட்ட சரிஞ்சி விழ
கொடி பிடிச்சி அம்மா வந்தா
சாட்டயடிக்கு முன்னே
சாகசங்க செய்து வந்தா..”

*1953*இல் கொல்லப்பட்ட அவரது வாழ்க்கை வரலாற்றை ஒரு நாவல் வடிவில் ‘பாதையில் பதிந்த அடிகள்’ என்ற பேரில் *1991*இல் ராஜம் கிருஷ்ணன் எழுதினார். அ.மங்கை குழுவினர் அவருடைய வாழ்க்கையை நாடகமாக்கிப் பல இடங்களில் அரங்கேற்றினர். ஜான்ஸிராணி லட்சுமிபாயும் கிட்டூர் ராணி சென்னம்மாவும் கூட ஆணாக ஆயுதபாணியாக வேடம்பூண்டுதான் போரிட்டனர்.

மேலே குறிப்பிட்ட கதைகளில் எல்லாம் பெண்கள் ஆண் வேடம் பூண்ட பின்னர்தான் வீரத்தைக் காட்ட முடிந்தது.அவர்களை அப்படி இயக்கிய அன்றைய சமூக உளவியல்தான் இங்கு நம் கவனத்துக்குரியது. பெண் எப்போதும் வீட்டுக்குள்ளேயும் தெருவிலேயும் ஊருக்குள்ளேயும் பல சனாதன சமயக் கொடுமைகளுக்கும் சமூகப்புறக்கணிப்புகளுக்கும் ஆளாகி ஆணாதிக்கச் சட்டகத்துக்குள்ளும் ஒடுக்கப்பட்டிருப்பதால், அவற்றை மீறுவதற்கே போராளியாக மாற வேண்டிய சூழல் இருக்கிறது. அதையும் தாண்டி,அவள் பொதுவெளிக்கு வந்து தேசிய அளவிலான தலைமைப்பாத்திரம் ஏற்று வரலாற்றில் இடம் பெறுவது மிக மிக அரிதான காரியம்.

இதில் இன்னொன்றையும் நாம் பார்க்கவேண்டும்.எழுதப்பட்ட வரலாற்றில்தான் பெண்ணின் வரலாறு இருட்டடிப்புச் செய்யப்பட்டதேயன்றி,எழுதப்படாத வாய்மொழி இலக்கியத்தில் அவளுக்குரிய நியாயமான இடம் வழங்கப்பட்டே வந்திருக்கிறது. ஒடுக்கப்பட்ட,தாழ்த்தப்பட்ட மக்களின் வரலாற்றுக்கும் இதே கதிதான் ஏற்பட்டது.ஆகவேதான் இந்தியாவில் விளிம்புநிலை மக்கள் வரலாற்று ஆய்வுகள் வாய்மொழி வரலாற்றுக்குறிப்புகளை வரலாற்றுச் சான்றாகக் கைக்கொள்ள வேண்டும் என முழங்கியபோது ஒடுக்கப்பட்ட மக்களோடு சேர்ந்து பெண்ணியவாதிகளும் அதை வரவேற்றனர்.

வாய்மொழி இலக்கியங்கள் ஒருகாலகட்டம்வரைதான் கிடைக்கின்றன. அதற்குப்பிறகான கால வரலாற்றை அவற்றை நேரில் கண்ட வரலாற்றின் பகுதியாக வாழ்ந்த பெண்களின் வாய்மொழிப்பதிவுகள் மூலம் ஈடு செய்யலாம்.

எப்பேர்ப்பட்ட பெரிய குடும்பத்துப் பெண்மணியாக இருந்தாலும் எழுதப்பட்ட வரலாற்றில் இடம்பிடிப்பது என்பது எளிதாக நடந்துவிடவில்லை.

கல்வெட்டுகளில் பெண்களின் பெயர்கள் இடம்பெற்றமை குறித்து,15000 தமிழகக் கல்வெட்டுகளை வைத்து ஆய்வு செய்த வெஸ்லி சி.ஓர் தன்னுடைய "தமிழகக் கல்வெட்டுகளில் பெண்கள்" என்கிற ஆய்வு நூலில் சொத்துடையவர்களாக இருந்த மேட்டிமை வகுப்புப் பெண்களும் அரசிகளும் கல்வெட்டுகளில் இடம் பிடித்திருப்பதைக் கூறுகிறார். அதுவும்கூட 12,13ஆம் நூற்றாண்டுகளுக்குப் பின் குறையத்துவங்கி இல்லாமலே போவதாகக் குறிப்பிடுகிறார்.

கீழடி அகழாய்வில் கிடைத்த தங்கக்கட்டிகளில் 'கோதை' போன்ற பெண் பெயர்கள் பொறிக்கப்பட்டுள்ளன. மண் பாண்டங்களில் கோட்டோவியங்களும் பெயர்களும் காணக்கிடைக்கின்றன. கி. பி.முதலாம் நூற்றாண்டில் பெண் பெயர்கள் வரலாற்றுச் சின்னங்களில் இடம்பெற்றதைக்கொண்டும் பிற்காலத்தில் அவ்வழக்கு மங்கி மறைவதைக்கொண்டும் பெண்ணுக்கு மதிப்பிருந்த இனக்குழு வாழ்க்கைக்காலம் ஒன்று இருந்ததையும் மையப்பட்ட அதிகாரமும் ஆட்சியும் வலுப்பெற வலுப்பெற அவளுக்கான இடம் மறுக்கப்பட்டு வந்துள்ளதையும் நம்மால் புரிந்துகொள்ள முடியும்.

எசப்பாட்டு-24

பெண் உடலின் மீது எழுதப்பட்ட வரலாறு

இந்திய-பாகிஸ்தான் பிரிவினையின்போது லட்சக்கணக்கான இஸ்லாமிய மக்கள் இந்தியப்பகுதியிலிருந்து பாகிஸ்தான் பகுதிக்கும் லட்சக்கணக்கான இந்துக்களும் சீக்கியர்களும் பாகிஸ்தான் பகுதியிலிருந்து இந்தியப்பகுதிக்கும் இடம் பெயர்ந்தனர். 'கஃபிலாக்கள்' என்றழைக்கப்பட்ட மக்கள் கூட்டமாக அவர்கள் லட்சம் லட்சமாக இடம்பெயர்ந்தனர்.கிராமங்கள் இருதரப்பிலும் சூறையாடப்பட்டன. ஆண்கள் கொல்லப்பட்டனர்.பெண்கள் பாலியல் வன்முறைக்கு ஆளாக்கப்பட்டனர். இருபதாம் நூற்றாண்டின் இணையற்ற துயரம் என வரலாறு இந்த இடப்பெயர்வைக் குறித்து வைக்கிறது. அந்த இடப்பெயர்வுகளின்போது இருதரப்பிலும் பெண்கள் மறுதரப்பால் கடத்தப்பட்டனர்.கடத்தப்பட்ட பெண்கள் என்னவானார்கள்?

அரசு நியமித்த "உண்மை கண்டறியும் குழு" விடம் 1947 ஆகஸ்ட் 26 அன்று சாட்சியமளித்த ஷேகுபுரா என்கிற ஊரின் சிவில் சர்ஜனின் கூற்றை ஒரு சோற்றுப்பதமாக இங்கே காணலாம் *(BORDERS AND BOUNDARIES-by Ritu Menon and Kamala Bashin)*

"பெண்களும் இளம் பெண் குழந்தைகளும் என்னுடைய மருத்துவமனைக்கு தினசரி எடுத்து வரப்பட்டனர்.அநேகமாக அத்தனை பெண்களும் எந்த ஆடையுமின்றி நிர்வாணக்கோலத்திலேயே தூக்கி வரப்பட்டனர்.பெரிய குடும்பத்துப் பெண்களுக்கும் இதே கதிதான். பல பெண்களின் மார்பகங்கள் சிதைக்கப்பட்டிருந்தன..உடம்பெல்லாம் காயங்களும் பற்தடங்களுமாக அவர்களின் உடல்கள்."

மிஷ்ருல் ஹசன் தொகுத்த "பிரிக்கப்பட்ட இந்தியா" *(INDIA PARTITIONED)* என்கிற நூலில் இதுபோன்ற எண்ணற்ற சம்பவங்கள் தேதிவாரியாகப் பட்டியலிடப்படுகின்றன.

"வாழைப்பழத்தை உரிப்பதுபோல பெண்களின் ஆடைகள் உரித்தெடுக்கப்பட்டிருந்தன. ஊர்ச்சந்தைகளில், பொதுவெளிகளில் இப்படி நிர்வாணமாக்கப்பட்ட பெண்கள் ஊர்வலமாக இழுத்துவரப்பட்டனர். குருதுவாராக்களில் இஸ்லாமியப்பெண்கள் நிர்வாணமாக்கப்பட்டு நடனம் ஆட வைக்கப்பட்டனர். வீட்டு

ஆண்களைக் கட்டிப்போட்டு அவர்கள் கண் முன்னாலேயே அவ்வீட்டுப்பெண்கள் பாலியல் வன்முறைக்காளாக்கப்பட்டனர்.''

''ராவல்பிண்டியை அடுத்த தோஆ கல்சா என்ற கிராமத்தில் மாற்று மதத்து வன்முறையாளர்கள் தம் கிராமத்தை நோக்கி வந்துகொண்டிருக்கின்றனர் என்கிற தகவல் கிடைத்ததும் அவர்கள் வந்து தம்மைத் தீண்டுவதற்கு முன்னால் தம்மை மாய்த்துக்கொள்ள வேண்டும் என 90 பெண்கள் (1947 மார்ச் 15 அன்று) ஒரே கிணற்றுக்குள் குதித்துத் தற்கொலை செய்து கொண்டனர்.பின்னர் அவ்வூருக்கு வந்த பண்டித நேரு அக்கிணற்றுக்குள் குனிந்து பார்த்துக் கதறி அழுதார். பெற்ற தகப்பன்மாரே மானத்துகாகத் தம் பெண் குழந்தைகளை வாளால் வெட்டிக்கொன்ற சம்பவங்கள் எண்ணற்றவை. மின்சாரக் கம்பியைத் தம் வீட்டுப்பெண்களைப் பிடிக்கச்சொல்லி மின்சாரம் பாய்ச்சிப் பெண்களைக்கொன்ற குடும்பத்தலைவர்கள் எத்தனை பேர். பல சமயங்களில் மாற்று மதத்தினர் படையெடுத்து வருவதான செய்தி வந்து தம் குடும்பத்துப் பெண்களையெல்லாம் கொன்று போட்டு எதிரியின் வருகைக்காக வாளுடன் காத்திருந்தும் எதிரி வராமலே போன சம்பவங்களும் நிறைய நடந்தன.ஒரு வதந்திக்காக பெண்கள் கொல்லப்பட்டனர்.ஆண்களைக் கட்டிப்போட்டுவிட்டுக் கடத்திச் செல்லப்பட்ட பெண்கள் பாலியல் வல்லுறவுக்குப் பின் மீண்டும் அவரவர் வீடுகளில் தூக்கி எறியப்பட்டனர்.அதன் பிறகு அவர்கள் எப்படி வாழமுடியும் என்கிற 'கற்புக் கேள்வி'க்காக அவர்கள் தீயிட்டுத் தம்மை எரித்துக்கொண்ட சம்பவங்கள் உண்டு.''

ஆணுறுப்பு அறுக்கப்பட்ட சம்பவங்களும் ஏராளம் உண்டு. மாற்று மதத்தினரின் சந்ததி உருவாவதையும் பாலூட்டி வளர்வதையும் தடுக்கும் உளவியல்தான் ஆணுறுப்பை அறுப்பதிலும் பெண்களின் மார்பகங்களை அறுத்தெறிவதிலும் அடங்கியிருக்கிறது. பெண்ணுறுப்பின் மீது திரிசூலத்தையும் பிறைச்சந்திரனையும் சூடு போட்ட சம்பவங்கள் ஆயிரக்கணக்கில் நிகழ்ந்தன. என்றென்றைக்கும் அவளுக்கு நேர்ந்த அவமானத்தையும் அவள் மீது நிகழ்த்தப்பட்ட வன்முறையையும் மறக்கவிடாமல் அந்தரங்கத்தில் குன்றிப்போகச்செய்யும் குரூரம் பல பெண்களுக்கு நிகழ்ந்தது.

பெண்ணின் உடல் என்பது ஒரு இனத்தின்,ஒரு மதத்தின் ஒரு சாதியின், மானத்தின் அடையாளமாக இன்றுவரை புரிந்துகொள்ளப்படுகிறது. அவள் உடல் மீது செலுத்தப்படும் வன்முறை அவளுடைய இனத்தின் மீது செலுத்தப்படும் வன்முறையாகப் புரிந்துகொள்ளப்படுகிறது.

இந்தியப் பிரிவினையின் போது மட்டுமல்ல. உலகின் சகல விதமான தேசிய எழுச்சிகளுக்கு ஊடாகவும் பெண் உடல் தேசத்தின் குறியீடாக மதிக்கப்பட்டுச் சிதைக்கப்பட்டது. தமிழ் ஈழத்துக்காக நடந்த நீண்டகாலப் போரின்போது எழுந்த, இப்படி வல்லுறவுக்கு ஆளாக்கப்பட்ட, தமிழ்ப்பெண்களின் கதறல் ஒலி இன்னும் நம் செவிகளில் எதிரொலிக்கவில்லையா?

போஸ்னிய-ஹெர்ஸெகோவினா போர்ப்பாசறைகளில் அமைக்கப்பட்டிருந்த பாலியல் வன்முறைக்கான முகாம்களில் நிகழ்ந்த கொடுமைகள் உலகறிந்தவை. அந்த அனுபவத்தை கதிரா என்கிற பெண் பகிர்ந்துகொண்டது அப்போது ஊடகங்களில் வெளியாகி உலகமக்களின் மனச்சாட்சியை உலுக்கியது(உலுக்கியதா என்ன?) "அவர்கள் வந்தார்கள் எங்களை வன்புணர்வு செய்தார்கள். மீண்டும் மீண்டும் வந்தார்கள். எத்தனை முறை நான் வன்புணர்வு செய்யப்பட்டேன் என்பதை நினைவில் வைத்திருக்க முடியவில்லை. வன்புணர்வுசெய்து விட்டு அவர்கள் சொன்னார்கள். "உஸ்தஷா வம்சத்துக்குழந்தைகளை மட்டும்தான் உங்கள் வயிறு சுமக்குமா? எங்கள் செட்னிக் வம்சக் குழந்தையையும் சுமக்கட்டுமே". கருவுற்ற எங்கள் பெண்கள் முகாம்களிலேயே பத்துமாதங்கள் கட்டாயமாகத்தங்க வைக்கப்பட்டு செர்பியக்குழந்தைகளைப் பெற்றெடுக்க வைக்கப்பட்டனர். எங்கள் வயிற்றிலிருந்து அவர்களின் குழந்தைகள் வந்ததைக் கொண்டாடினார்கள்"

க்யூபப் புரட்சியின் வரலாற்றில் அமெரிக்கப் படைவீரர்களால் பாலியல் வன்முறைக்கு ஆளாக்கப்பட்ட பெண்களின் கதை ஏராளம் உண்டு. அதில் ஒரு பெண்மணி அமெரிக்கப்படைவீரர்கள் பலரால் கூட்டு வன்புணர்வுக்கு ஆளாக்கப்பட்டு அதனால் கருவுற்றாள். அமெரிக்கப்படைகள் விரட்டப்பட்டு புரட்சி வெற்றிபெற்ற பிறகும் அவள் அக்கருவை அழிக்க மறுத்துவிட்டாள். அமெரிக்க ஏகாதிபத்தியத்தின் அருவறுப்பான முகத்தை இந்த உலகுக்கு எடுத்துச் சொல்லும் குறியீடாக என் குழந்தை இப்புவியில் வாழட்டும் என அக்குழந்தையைப் பெற்றெடுத்து வளர்த்தாள்.

உலகின் ஒவ்வொரு தேசத்தின் தெருக்களிலும் நின்று வெவ்வேறு மொழிகளில் என்றாலும் ஒரே குரலில் பெண்கள் தங்கள் ஆடைகளை விலக்கி இந்த உலகுக்குக் காட்டியபடி முழங்குகிறார்கள்: "உங்கள் தேசங்களின், உங்கள் இனங்களின், உங்கள் மதங்களின், உங்கள் சாதிகளின் பெருமை பொங்கும் வரலாறுகள் இதோ இந்த எம் உடல்களின் மீது எழுதப்பட்டுள்ளன. ஆண்களின் பேனாக்களால்

மட்டுமல்ல; ஆண்களின் வாள்களால், ஆண்களின் துப்பாக்கிகளால், ஆண் உறுப்புகளாலும் கூட..எம் உடல்களே எப்போதும் ஆக்கிரமிக்கப்படவேண்டிய நிலப்பரப்புகளாக உங்களுக்கு இருக்கின்றன. மருந்திடப்படாத இந்த எம் காயங்களிலிருந்து வீசும் துர்நாற்றம் உங்கள் நாசிகளுக்கு ஏன் எட்டுவதே இல்லை? எங்கள் கதறல்கள் ஏன் உங்கள் செவிகளில் விழுவதே இல்லை? ஜிகாத் கோஷங்களிலும் அகண்டபாரத முழக்கங்களிலும் புனித இனப் பெருமிதங்களிலும் செவிடாகிப்போன உங்கள் வரலாறுகளில் நாங்கள் ஏன் இல்லை?''

நம் முழுச் சக்தியையும் திரட்டிக் காரி உமிழ்வோம் இந்த வரலாறுகளின் மீது. பெண்ணினமே கிளர்ந்தெழுக! உம் வரலாற்றை-நம் வரலாற்றைப் புதிதாய் எழுத!

எசப்பாட்டு-25

எந்தக்குரல் எம் சொந்தக்குரல்?

"என்ன ரிப்போர்ட்டு எழுதணும்?"
"பொம்பளைங்களப் பத்தி"
"பொம்பளைங்க பத்தி எழுத என்ன இருக்கு?"

"அதாவது அவங்க எப்படி வாழறாங்க.என்னவெல்லாம் வேலை செய்யறாங்க.அவங்க தங்க வாழ்க்கையைப்பத்தி என்ன நினைக்கிறாங்க....?"

"என்ன நெனக்கிறாங்க? புள்ள பெறுதோம்.
ஆக்கிப்போடுதோம்"
"எப்பப்பாரு புள்ள பெறலியே?
நடுவிலே ஏதாவது யோசிச்சிருப்பிங்க இல்ல?"
"ஆமா, ரோசிச்சோம் போங்க"

(அம்பை எழுதிய "வெளிப்பாடு" சிறுகதையிலிருந்து)

மனிதகுலம் தோன்றியதிலிருந்து *20* ஆயிரம் போர்கள் நடைபெற்றுள்ளதாக வரலாற்றறிஞர்கள் கூறுவார்கள். இனக்குழுக்களுக்கிடையில் நடந்த மோதல்களையெல்லாம் சேர்த்தால் *2* லட்சத்துக்கு மேற்பட்ட போர்கள் என ஓர் எண்ணிக்கையைச் சொல்கிறார்கள்.ஆனால் எந்தப்போரையும் தொடங்கி,முன்னெடுத்து நடத்தியவர்களாகப் பெண்கள் இருந்ததில்லை.ஆகவே போர்களை முன் வைத்து எழுதப்பட்ட வரலாறுகளில் பெண்கள் இல்லை. மாபெரும் அரசியல் மாற்றங்கள்,இயக்கங்களில் ஈடுபட பெண்கள் அனுமதிக்கப்பட்டதில்லை.பொருளாதாரத்தைப் பெண்கள் தங்கள் கைகளில் வைத்திருக்க வாய்ப்பளிக்கப்பட்டதில்லை.ஆகவே,அரசியல் வரலாறு,பொருளாதார வரலாறு போன்றவற்றிலும் அவர்களுக்கு இடமளிக்கப்படவில்லை.எழுதியது ஆண்கள் என்பதால் மட்டும் பெண்களுக்கு இடமில்லாமல் போயிற்று என்று மட்டும் சுருக்கிச் சொல்லிவிட முடியாது.

"எழுதும் தகுதி வாய்ந்த வரலாற்று நிகழ்வுகள்" என வரலாற்றுக்கு முத்திரைகுத்தும்அதிகாரம்படைத்தஅறிவுசார்அமைப்புகள்,நபர்களால் ஒப்புக்கொள்ள வரலாறுகளில் பெண்கள் இல்லைதான். அத்தகைய

அக்மார்க் வரலாற்று நிகழ்வுகளில் பங்கேற்கப் பெண்கள் அனுமதிக்கப்படவில்லை என்பதைக்கூட இவர்கள் எழுதவில்லை. இது ஒரு புள்ளி எனில், இன்னொன்று,வரலாறு என்பது இதுதானா? இது மட்டும்தானா? என்கிற கேள்வியையும் நாம் எழுப்ப வேண்டும்.

போர்ப்பிரகடனங்கள்,உடன்பாடுகள்,விடுதலைச் சாசனங்கள்,கல் வெட்டுகள்,எழுதப்பட்ட நாட்குறிப்புகள்,அறிக்கைகள் என வரலாற்றுக்குச் சான்றாதாரங்களாக அறிவுலகம் இதுகாறும் ஏற்றுக்கொண்டுள்ள இவற்றிலெல்லாம் பெண்கள் இருக்க வாய்ப்பில்லையே. அவர்களின் நினைவுகள், அவர்களின் அனுபவங்கள்,அவர்களின் உடம்பின் மீதும் உள்ளங்கள் மீதும் வரலாறு ஏற்படுத்திய ரணங்கள் இவையெல்லாம் எழுதப்படவே இல்லையே. ஆகவே எழுதாக்கிளவி எனப்படும் வாய்மொழி வரலாறு,வாய்மொழி வழக்காறு,வாய்மொழிச்சாட்சியங்கள் இவை பெண்களின் வரலாற்றை எழுத முக்கியச் சான்றாதாரங்களாகின்றன. இவை போக, இலக்கியப்பதிவுகள் சமமான முக்கியத்துவம் பெறுகின்றன.

இந்திய தேசப்பிரிவினை குறித்த அரசாங்க வெளியீடுகள்,அரசு அங்கீகாரம் பெற்ற வரலாற்றுப் புத்தகங்கள் இவற்றில் ஒரு வரியாகக் கூட எழுதப்படாத வரலாற்று நிகழ்வுகள் பெண்களின் வாய்மொழியில் அவர்கள் உள்ளத்தின் கதவு திறந்து வெளிவந்தன. சதத் ஹஸன் மாண்ட்டோ,அம்ரிதா ப்ரீதம்,குஷ்வந்த் சிங் போன்ற பல எழுத்தாளர்களின் கதைகளில் பெண்களின் வரலாறு கொப்பளித்துக் கொந்தளித்து வெளிவருவதை நாம் பார்க்கலாம்.

எழுதப்பட்ட வரலாறுகளில் விடுபட்டவற்றைப் பெண்கள் மற்றும் ஒடுக்கப்பட்ட மக்களின் வாய்மொழியாகக் கேட்டு நிரப்பிக்கொள்ள வேண்டும் என்பதல்ல இன்றைய பெண்களின் கோரிக்கை. இடைவெளிகளை நிரப்புவதல்ல, பிரச்னை. வரலாற்றையே வேறாகப் பார்க்க வேண்டும். ஆண்களுக்கும் பெண்களுக்கும் இந்திய நாட்டின் வரலாறு ஒன்றுதானே என்கிற உளறல்கள் நிறுத்தப்பட வேண்டும். *1757, 1857,1942,1947* என்கிற ஆண்டுகளும் தேதிகளும் வேண்டுமானால் பொதுவாக இருக்கலாம் ஆனால் வரலாறு ஆணுக்கும் பெண்ணுக்கும் ஒன்றேயல்ல. .”வரலாற்றுப் புத்தகங்களில் ஆண்டுகளும் தேதிகளும் மட்டும்தான் உண்மையானவை. மற்ற எவையும் அல்ல” என்கிற பழமொழி பெண்களுக்கு நூறு சதம் பொருந்தும். மனித குலத்தின் சரிபாதியாக இருக்கின்ற பெண்களின் குரலைக் கேட்காமலேயே எழுதப்பட்ட வரலாறுகள் எப்படி சரியான வரலாறாக இருக்க முடியும்?

ஆணுக்குப் பதிலாக பெண் பேனா எடுத்துவிட்டால் போதாது.மைக் பெண்ணின் வாயருகே வந்தால் மட்டும் போதாது.

"அவனுடைய குரலே தனியான குரலாக அவள் தொடர்ந்து கேட்கிறபோது, ராணி, ராஜாவைப்போலக் குரல் எழுப்ப முயற்சிக்கிறாளா? அவனுடைய குரலை, குரல் அழுத்தங்களை, அவனுடைய தொடரை,அவனுடைய நோக்கு நிலை போலச் செய்வதன் மூலம் அவள் ராஜாவாகக் குரல் கொடுக்க முனைகிறாளா?

தன்னுடைய சொந்த வார்த்தைகளில்,சொந்தக் குரல் அழுத்தத்தில் ,தனது நோக்கு நிலையில் அவனிடம் "திருப்பிப்பேசு"கிறாளா?"

(பெண்ணியம் வரலாறும் கோட்பாடுகளும்–சாரா காம்பிள்-டோரில் மோய்-தமிழில் ராஜ்கௌதமன்)

இலக்கியம், வரலாறு படைக்கத் துவங்கியிருக்கும் பெண்களை நோக்கி வைக்கப்படும் கேள்விகள் இவை.

அரசியல் பொருளாதார வரலாற்றை மட்டுமின்றி ஒரு சமூகத்தின் பண்பாட்டு வரலாற்றையும் வாய்மொழி ஆதாரங்களைக்கொண்டே எழுதிமுடிக்க முடியும்.வாய்மொழி இலக்கியம்,வாய்மொழி வழக்காறு என்றாலே அது பெண்களின்தனிப்பெரும் பொக்கிஷமாக இன்றைக்கும் திகழ்கிறது.90களில் பேராசிரியர் ச.மாடசாமி அவர்களின் தலைமையில் நாங்கள் நான்கு தென் மாவட்டங்களின் கிராமப்புறங்களில் மக்களிடமிருந்து சேகரித்த நாட்டுப்புற வழக்காற்று வடிவங்களில் 99 சதம் பெண்கள் சொன்னவைதான்.

"அரிசின்னு அள்ளிப்பாப்பாரும் இல்ல!
உமின்னு ஊதிப்பாப்பாரும் இல்ல!"
"ஏன்னு கேப்பாருமில்ல
எடுத்துப் பிடிப்பாரும் இல்ல"
என்று ஒரு பாட்டி சொன்ன சொலவடைக்குள் சுதந்திர
இந்தியாவின் வரலாற்றை நாம் வாசிக்க முடியும்.
"ஆணாப்பொறந்தா ஆம்பளைக்கு அரைநாழிய வேலை
பொண்ணாப்பொறந்தா
புழுத்த முண்டைக்குப்
பொழுது அடையுமட்டும் வேலை"

என்கிற சொலவடை உழைப்புக்களத்திலும் வீட்டிலும் என இரட்டைச் சுமை ஏற்கும் பெண்ணின் வரலாற்றை இன்றோடு இணைப்பதைக் காணலாம். "என் வீட்டுக் கிணத்துல எப்போதும்

உப்புத்தண்ணி.அது என்ன?"என்கிற விடுகதையில் கண்ணீர் என்னும் விடை பெண்ணின் சோக வரலாற்றைச் சொல்லுகிறது.

தேசப்பிரிவினையின்போது பெண்களை, பெற்றவர்களே கொன்ற கதையைப் பார்த்தோம்.அது ஏதோ வட இந்தியாவில் தூரதேசத்தில் மட்டும் நடந்த கதை அல்ல.தமிழகத்தில் கிராமப்புற/நாட்டார் தெய்வங்களாக வணங்கப்படும் பல்லாயிரக்கணக்கான பெண் தெய்வங்களும் கொல்லப்பட்ட பெண்களே. எங்கள் விருதுநகர் மாவட்டத்தில் வணங்கப்படும் 'கம்பங்குழி அம்மன்' மன்னராட்சிக்காலத்தில் அவள் மேல் கண் வைத்து அரசன் அவளை அரண்மனைக்கு அனுப்பச் சொல்ல,பெற்ற தகப்பனே அவளை கம்பு நிறைந்த தானியக்குதிருக்குள் இறங்கச் சொல்லி அவளறியாவண்ணம் ஏணியை எடுத்துவிட கம்பங்குழிக்குள் புதைந்து மாண்டாள்.பின்னர் அவள் தெய்வமாக்கப்பட்டாள்.வட இந்தியாவில் பிரிவினையின்போது பலி கொடுக்கப்பட்ட பெண்கள் எல்லாம் இன்றும் குலதெய்வங்களாக, குலத்தின் மானம் காத்த வீராங்கனைகளாக வணங்கப்பட்டு வருகின்றனர்.இப்படியான "வரலாற்று இணைகளை" எல்லா நிலப்பரப்புகளிலும் காணமுடியும்.

கதைப்பாடல்கள்,நாட்டுப்புற தெய்வங்களின் தோற்றக்கதைகள், சொலவடைகள்,பழமொழிகள் போன்றவற்றினூடாக ஒரு சமூகத்தின் பண்பாட்டு வரலாற்றையே எழுதிவிட முடியும்.அத்தகைய ஆதாரங்களின் சுரங்கமாக நம் பெண்கள் திகழ்கிறார்கள்.

எழுதப்பட்ட வரலாற்று நிகழ்வுகள் பெண்களின் இருப்பின்மீது அவர்களின் உடல்கள் மீது அவர்களின் நினைவுகள்,நம்பிக்கைகள் மீது மௌனம் என்னும் கும்மிருட்டைப் போர்த்தியபடி நகர்கின்றன. அல்லது பெண்களின் உடல்களால் விரிக்கப்பட்ட சாலையின் மீது இந்த வரலாற்று வாகனங்கள் தடதடத்து ஓடுகின்றன.ஆகவேதான் அப்பெண்களின் குரல் கேட்கப்படவேண்டும்.குடும்பப் பெண்களின் அக்குரல்கள் தேச வரலாற்றுடன் பிணைக்கப்பட வேண்டும்.

'வரலாற்றில் பெண்கள்' என்று வாயைத்திறந்தால் காந்திஜியின் மனைவி கஸ்தூரிபாய், நேருவின் மனைவி கமலா,நேருவின் தங்கை விஜயலட்சுமி பண்டிட்,கொஞ்சம் முந்திய வரலாறு என்றால் ஜான்சிராணி,வேலுநாச்சியார் என்று ஒரு பட்டியலை வாசித்து துணைக்கதாபாத்திரங்களாகச் சில பெண்களைக் காட்டி விடுவார்கள். அவரை மகாத்மா ஆகவே தொடர்ந்து தக்க வைக்க ஆகுதி செய்யப்பட்ட வாழ்வுதான் கஸ்தூரிபாயின் வாழ்க்கை என்கிற கோணத்தில் பேசுவதில்லை.ஆகவேதான்...

எசப்பாட்டு-26

புழங்கு வெளியும் புவியியலும்

நம் வரலாறு பெண்ணுக்கிழைத்த அநீதிகளில் பெரியது அவளுடைய புழங்கும் வெளியைச் சுருக்கியதுதான். காடெல்லாம் அலைந்து மலையெல்லாம் ஏறி நதியெல்லாம் நீந்திக் கடலெல்லாம் கடந்தும் வந்தவளை, வீட்டிலோர் பொந்தில் அடைத்து வைத்தது. நீண்ட நெடும் பயணத்தில் அவள் கால்களில் படிந்திருந்த வரலாற்றின் புழுதி கவனமாகக் கழுவி எடுக்கப்பட்டது. மருதாணியும் மெகந்தியும் அவள் பாதங்களில் வரையப்பட்டன. மெட்டியும் கொலுசும் அணிவிக்கப்பட்டு "ஜல் ஜல்" என்கிற சிணுங்கும் ஒலியுடன் வீட்டையே வளைய வரும் ஒருத்தியாக மாற்றப்பட்டாள். குடும்பத்தில் /வீட்டில், இனவிருத்திக்கான அவளுடைய பாலியல் செயல்பாட்டை அடிப்படையாகக் கொண்டு அவளைப்பற்றிய அனைத்துக் கற்பிதங்களும் புனைவுகளும் ஆண்களால் கட்டமைக்கப்பட்டன. "படிதாண்டாப்பத்தினிகள்" ஆண்களால் போற்றப்பட்டனர். 20ஆம் நூற்றாண்டு வரையிலும் பெண்ணின் புவியியல், வீடு என்கிற கட்டிடத்துக்கு உள்ளேயே சுருக்கப்பட்டது.

எல்லாப்பெண்களுக்குமா இப்படி? நிச்சயமாக இல்லை. அன்றாடம் உழைத்துப்பிழைக்கும் பெண்கள் படி தாண்டினால்தான் அன்றன்றைய அப்பம் வீட்டில் எல்லோருக்கும் கிடைக்கும் என்பது யதார்த்தம். ஆக வே, "குறமகள், கொடிச்சி, பரதவப்பெண், நுழைச்சி, உமணப்பெண், உழத்தியர், கடைசியர், ஆய்மகள், எயினப்பெண், மறப்பெண், புலைத்தி, பருத்திப்பெண், கட்டுவிச்சி, அகவன் மகள், விறலி, பாடினி, மூதில்மகள், வெறியாடுமகள் முதலான எளிய இனக்குழுப்பெண்களும் ஆணைத் தலைவனாகக் கொண்ட குடும்பத்தைச் சேர்ந்து வாழ்ந்ததில், பிற மேட்டுக்குடிக் குடும்பப்பெண்களை ஒத்திருந்தாலும், அவர்களை விடக் கூடுதல் சுதந்திரம் பெற்றவர்களாக வாழ்ந்திருந்தார்கள். வீட்டிற்குள் அடைந்து கிடக்காமல், உழைப்பின் பொருட்டுத்தெருக்களிலும், உழைப்பு இடங்களிலும் நடமாடினார்கள்." (தலித் பார்வையில் தமிழ்ப் பண்பாடு-ராஜ் கௌதமன்)

அதிகாரத்தில் இருந்த உயர்குடியினரும் ,அதிகாரத்துக்கு அருகிலிருந்த நடுத்தர வர்க்கமும் உயர்சாதியினரும் சேர்ந்து உருவாக்கிய பண்பாடே உயர்பண்பாடாகப் பரப்பப்பட்டு நம் மனங்களில் ஏற்றப்பட்டுவிட்டது. தெருக்களில் அலைய விதிக்கப்பட்ட உழைக்கும் பெண்களைக் கொச்சையாகச் சித்தரிப்பது இன்றளவும் தொடர்கிறது.அன்றைக்கு "எலந்தப் பயம்... எலந்தப்பயம்.. இது செக்கச் சிவந்த பயம்"என்று பாடியபடி தெருவில் வரும் எலந்தைப்பழம் விற்கும் பெண் கொச்சைப்படுத்தப்பட்டாள். அப்பாடலை எழுதியதற்காகப் பின்னாளில் கவியரசர் வருந்தியதாகவும் சொல்வார்கள். பின்னர் "வெள்ளரிக்காய் பிஞ்சு வெள்ளரிக்கா! என்னைப் பார்க்காமல் போறாளே சந்திரிக்கா!"என்று ரயிலில் வெள்ளரிக்காய் விற்கும் பெண் கொச்சைப்படுத்தப்பட்டாள். இதெல்லாம் வீட்டைவிட்டு வெளியே வருவது பெண்ணுக்கு அழகல்ல என்று பெண்ணின் புழங்கு வெளியையும் புவியியலையும் சுருக்குகின்ற ஆணாதிக்கச் சிந்தனையின் வெளிப்பாடுதான். இதன் தத்துவ வடிவமாக 2002 இல் காஞ்சி சங்கராச்சாரியார் சுவாமிகள் "வேலைக்குப் போகும் பெண்களெல்லாம் நடத்தை கெட்டவர்கள்" என்று ஒரு சுலோகத்தை அருளி இந்தப் புவியியலின் அரசியலுக்கு ஒரு மத அங்கீகாரத்தை வழங்கினார்.

பெண்களும் பள்ளிக்கூடம் போகலாம் என்கிற நிலை சமூகத்தில் வந்த பிறகுதான் பெண்களின் பாதங்கள் வீடும் தெருவும் கோவில் வாசலும் தாண்டிப் பிற நிலப்பகுதிகளுக்கும் செல்லும் வாய்ப்புக் கிட்டி, அவர்களின் புவியியல் விரியத்துவங்கியது. கல்விச்சுற்றுலாக்காலங்களில் அவர்கள் கண்ட நிலக்காட்சிகளை மீண்டும் ஒருமுறை காணவே வாய்ப்பில்லாமல் வீடுகளின் சுற்றுச் சுவர்களுக்குள்ளேயே முடிந்துபோகும் வாழ்க்கையே பெரும்பாலான பெண்களுக்கு அமைகின்றது. உள்ளூரிலேயே கணவன் அமைந்து விட்டால் போச்சு. கணவனின் ஊர் என்னும் இன்னொரு நிலப்பரப்பும் அவளுக்கு இல்லாது போகும். அவளுக்குக் கணவனின் பணி நிமித்தமான மாறுதல்களின் போதும் கணவனின் கருணையின் பேரில் அல்லது குழந்தைகளின் மகிழ்ச்சியை முன்னிட்டுச் செல்லும் குடும்பச் சுற்றுலாக்களின்போதும் கிட்டும் புவிக் காட்சிகளும் கிட்டாது போகும்.

அவளுக்கு விதிக்கப்பட்ட நிலக்காட்சியாக அதே அடுப்பாங்கரையும்,பாத்திரம் கழுவும் ஒதுக்குப்புறமும், ஜலதாரையும் முற்றமும் பின் கட்டுமென ஆகிவிடும். ஊரைச் சுத்தம் செய்ய மட்டும்

தெருக்களில்,சில சமயம் வீடுகளுக்குள்ளேயும் அனுமதிக்கப்படும் துப்புரவுப் பணியாளர்களைப் போலப் பெண் வீட்டின் எல்லா அறைகளையும் சுத்தம் செய்யவும் வெளியிலிருந்து வரும் வீட்டு ஆடவர் நிம்மதியாகத் துயில் கொண்டு எழத் தோதாக வீட்டை நிர்வகிக்கவும் அனுமதிக்கப்படுவாள். அவளுக்கு ''என் தேவையை யார் அறிவார் உன்னை போல் தெய்வம் ஒன்றே அறியும்'' என்கிற பாராட்டுப்பத்திரம் தயாராக இருக்கும்.

வீட்டின் எல்லா அறைகளுக்கும் பொறுப்பு அவள்தான் என்றாலும் அவளுக்கான நிலப்பரப்பாக இருப்பது அடுக்களைதான்.ஒவ்வொரு வீட்டுக்குள்ளும் இருக்கும் தீண்டாச்சேரி அதுதான்.ஆண்கள் நுழைய மறுக்கும் தீண்டாச்சேரி.அடுப்படி,துணி துவைக்கும் இடம்,பாத்திரம் கழுவும் வெளி எனப்பெண் புழங்கும் வெளிகளெல்லாமே ஆண்கள் நுழையாத சேரிகளாகத்தான் இன்றும் இருக்கின்றன.

பெண் புழங்கும் வெளி குறித்த கவிஞர் கந்தர்வனின் கவிதை ஒன்று நினைவுக்கு வருகிறது.''பாலிதீன் பைக்குள் கிடந்த பாலை வாசலில் வந்து எடுத்துப்போனாள்/காய்கறிக்கூடை கூவல் கேட்டு வாசலில் வந்து வாங்கிப்போனாள்/வீதி உலா வரும் சாமி பார்த்து வாசலில் வந்து வணங்கிப்போனாள்/பிச்சைக்காரன் பிலாக்கணம் கேட்டு வாசலில் வந்து வழங்கிப்போனாள்/கணவன் திரும்பும் காலமறிந்து வாசலில் வந்து தாங்கிப்போனாள்/அத்தை நின்ற வாசல் வரை அவளும் வந்து திரும்புகிறாள்/மரத்தில் கட்டிய பசுமாடு கயிற்றின் நீளம் சுற்றிவரும்/ வாசல் வரைக்கும் அளவெடுத்து அவளைக்கட்டிய கயிறொன்று''

பெண்கள் போராடிப்போராடி ஒவ்வொரு நூற்றாண்டிலும் அந்தக் கயிற்றின் நீளத்தை அதிகரித்திருக்கிறார்கள். கல்லூரி வரை,வேலைத்தளங்கள் வரை ,ஐடி கம்பெனிகள் இயங்கும் பெங்களூரு வரை என. ஆனால்,நீளத்தை அதிகரிக்கும் போராட்டங்களைத் தாண்டி கயிறுகளை அறுத்தெறியும் போராட்டத்தை நாம் தொடர வேண்டியுள்ளது.

யுத்தங்களின் தொடர்ச்சியாக மக்கள் அகதிகளாக்கப்படுவதும் தாம் பிறந்த மண்ணை விட்டு வேற்று நிலப்பரப்புகளில் கூடாரங்களில் வசிக்கும் அவலம் ஏற்படுவதும் இன்று திரும்பத்திரும்ப உலகெங்கும் நிகழ்ந்துகொண்டே இருக்கிறது.விவசாயம் பொய்த்துக் கிராமங்களை விட்டுக் குடும்பம் குடும்பமாக மக்கள் இடம்பெயர்வது இன்று தமிழகம் உள்ளிட்டு உலகெங்கும் நிகழும் கொடுமையாக மாறியிருக்கிறது.

இத்தகைய இடப்பெயர்வுகள் பெண்களுக்குப் புதிய நிலப்பரப்புகளை அறிமுகம் செய்தபோதும் அவை துயர்தரும் அனுபவங்களாகவே அமைகின்றன. *Jis Lahore Nai Dekhya* -"லாகூரைப்பார்க்காத கண் என்ன கண்ணோ" என்கிற மேடை நாடகத்தில் (இயக்கம்-ஹபீப் தன்வீர்) ஒரு காட்சி வரும். தேசப்பிரிவினையின் போது இந்தியாவிலிருந்து வெளியேறும் குடும்பம் ஒன்று பாகிஸ்தானில் வந்து ஒரு கிராமத்தில் குடியேறும். ஆண்கள் வேலை தேடி வெளியே போய்விடுவார்கள்.வேலைத்தளம் எவ்வளவு தூரம்?சம்பளம் எவ்வளவு? பஸ் டிக்கட் எவ்வளவு:? என்பதெல்லாம் அவர்களின் கவலைகளாக இருக்கும்.பெண்கள் அந்த நிலப்பரப்பின் தன்மை ஏதும் அறியாததால் அடுப்புக்கு விறகும் சுள்ளியும் எங்கே கிடைக்கும்?காய்ச்சலில் கிடக்கும் பாப்பாவுக்கு பற்றுப்போட பச்சிலை எப்பக்கம் கிடைக்கும் எனத் தத்தளிப்பார்கள். புவியியலும் ஆணுக்கு வேறாகவும் பெண்ணுக்கு வேறாகவும்தான் அர்த்தமாகிறது.

நிலப்பரப்பின் கதை இப்படி இருக்க மனிதர்கள் விண் வெளிக்குப் பயணமானபோது பெண்களை முதலில் அனுப்பவில்லை. அமெரிக்காவில் விண்வெளி வீராங்கனைகள் முதலில் அனுமதிக்கப்படவே இல்லை.சோவியத் நாடுதான் முதன் முதலாக 1963இல் வாலண்டினா டெரஸ்கோவாவை அனுப்பியது. பெண்ணுக்குரிய வெளியை வழங்க விஞ்ஞான முன்னேற்றம் மட்டும் போதாது.ஆண் பெண் சமத்துவம் என்கிற கருத்தியல் ஆட்சிக்கு வரவேண்டும்.நாம் ஏற்கும் கருத்தியல்தான் புவியியலை எப்படிப்பார்ப்பது ,புழங்கும் வெளிகளை எப்படிப் பார்ப்பது என்பதைத் தீர்மானிக்கிறது.

எசப்பாட்டு-27

அறிவியல் உலகிலும் ஆணாதிக்கம்

"பாதை என்று ஏதுமில்லை பயணியே
நீ பயணிக்கும் தடங்களில் நீள்வதே உன் பாதை"
(ஸ்பானியக்கவிஞர் அண்டோனியோ மச்சாடோ)

வரலாறு, புவியியல், அறிவியல் என எந்தத்துறையை எடுத்துக்கொண்டாலும் அதில் நுழைகின்ற பெண்கள் தமக்கான வழியைத் தாமே உருவாக்கிக்கொண்டுதான் முன்னேற வேண்டிய சமூகச் சூழல் நிலவுகிறது.

"அறிவியல் எல்லோருக்கும் பொதுவானது. பால், சாதி, மத, வர்க்க, இனக் கண்ணோட்டங்களுக்கு அப்பாற்பட்டது" என்றுதான் இன்றைக்கும் பலரும் நம்பிக்கொண்டிருக்கிறோம். ஆனால் உண்மை அப்படி அல்ல. பரிணாம வளர்ச்சிக் கோட்பாட்டை முன்வைத்து உலகம் அதுகாறும் நம்பியிருந்த 'படைப்புக் கோட்பாட்டை' உடைத்தெறிந்த சார்லஸ் டார்வின்(1809-1882) அவர்களின் கண்டுபிடிப்புகள் மகத்தானவை. ஆனால், பெண்கள் என்று வரும்போது அவரும் அவர் வாழ்ந்த காலத்தின் சூழலால் பாதிக்கப்பட்டவராகவே தன் யூகங்களை முன் வைத்தார். 1859இல் உயிர்களின் பரிணாம வளர்ச்சிக்கோட்பாட்டை முன்வைத்த அவர் 1871இல் பாலியல் தேர்வு மற்றும் பாகுபாடுகள் பற்றி விளக்கிய Descent of Man நூலை வெளியிட்டார். அதில் "பெண் இனம் முழுமையாகப் பரிணாம வளர்ச்சி அடையாத இனமாகும்" என்றே குறிப்பிட்டார். அவர் காலத்தில் அவர் வாழ்ந்த சமூகத்தில் உலகத்தில் கண்ணால் கண்ட ஆண் பெண் பேதத்தை விளக்க/புரிந்துகொள்ள இப்படியான ஒரு "இயற்கை உண்மை" யைக்கொண்டு சமாதானமடைந்தார்.

அவர் மட்டுமல்ல, அவர் காலத்து ஆண் விஞ்ஞானிகள் பலரும் இவ்விதமான கருத்தே கொண்டிருந்தனர். ஏனெனில் அக்காலத்தில் பெண் விஞ்ஞானி என யாரும் இருக்கவில்லை. பெண் அரசியல் தலைவர்களோ ஆளுமைகளோ கூடக் கண்ணில் தட்டுப்படவில்லை.

அப்படியானால், பெண் பிறப்பிலேயே ஏதோ பிரச்னை இருக்க வேண்டும் எனப் பின்னோக்கிப் பயணித்திருக்க வேண்டும். இன்னும் சில அறிஞர்கள் பெண்ணுக்கு மூளையின் அளவு மிகவும் சிறியது. ஆகவே அவர்களால் அறிவுசார் நடவடிக்கைகளில் ஆணைப்போல ஈடுபட முடியாது என்று கருதினர். இன்னும் சிலர் பெண்கள் விஞ்ஞானச் செயல்பாடுகளில் அதீதமாக மூளையைச் செலவழித்தால் அவர்களின் குழந்தைப்பேற்றுத் தகுதியும் வாய்ப்பும் இல்லாமல் போய்விடும் என்று கருத்து வெளியிட்டனர். இன்னும் சில விஞ்ஞானிகள், ஆண்களுக்கு ஆதி காலத்திலிருந்தே வேட்டைக்குச் சென்ற அனுபவம் இருந்ததால் ஒன்றைப் பின்தொடர்ந்து சென்று கண்டுபிடிக்கும் ஆற்றல் இயல்பிலேயே இருக்கிறது. பெண்களுக்கு அது இருக்காதல்லவா என்று வாதிட்டனர்.

ஆண்-பெண் பேதமும் ஏற்றத்தாழ்வும் நிலவுகிறது என்றால் அதற்கு ஆயிரம் சமூக, வரலாற்றுக் காரணங்கள் உண்டு. உயிரியல் ரீதியான காரணம் ஏதும் இருக்க முடியாது என்பது இன்று நிரூபிக்கப்பட்டாலும் அன்று டார்வின் சொன்ன கருத்து இன்றைக்கு வரை நம் சமூக உளவியலில் தாக்கம் செலுத்திக்கொண்டுதான் இருக்கிறது. பெண்கள் அறிவியல் துறையில் நுழைய வாய்ப்பு மறுக்கப்பட்டதை இந்த (டார்வின் உள்ளிட்ட) விஞ்ஞானிகள் பார்க்க மறுத்தனர் அல்லது மறந்தனர்.. 1920 வரையிலும் கூட ஆக்ஸ்போர்டு பல்கலைக்கழகத்திலேயே அறிவியல் புலத்தில் பெண்களுக்கு முழு உறுப்பினர் தகுதி வழங்கத் தடை இருந்தது. இரண்டு நோபல் பரிசு (இயற்பியலில் ஒன்று-வேதியலில் ஒன்று) பெற்றிருந்த மேடம் க்யூரி 1911இல் France's Academy of Sciences பிரான்ஸ் நாட்டின் அறிவியல் கழகத்தில் உறுப்பினராக வாய்ப்பு மறுக்கப்பட்டார். 'பெண்கள் எப்படி நம்முடைய அகடமியில் உறுப்பினராக முடியும்?' என்ற கேள்வியை முன்வைத்தே அவருக்கு வாய்ப்பு மறுக்கப்பட்டது. அவர் அப்பொறுப்புக்குப் போட்டியிட்டதை பிரான்ஸ் நாட்டுப் பத்திரிகைகள் கண்டித்து எழுதின.

ஐரோப்பாவில் பெண் விஞ்ஞானிகளுக்கு இந்த நிலைமை என்றால், இந்தியாவில் என்ன நிலைமை இருந்திருக்கும் என்பதைச் சொல்லத் தேவையில்லை. ஒருசோற்றுப்பதமாக, உயிர் வேதியல் (Bio-Chemist) அறிஞரான கமலா சோஹோனி (1912-1998)யின் கதையைப் பார்க்கலாம்.

அவர் பட்டப்படிப்பை முடித்துவிட்டு மேல்படிப்புக்காக பெங்களூரில் இயங்கும் Indian Institute of Science இந்திய அறிவியல்

நிறுவனத்துக்கு மனுச் செய்தார்.அப்போது அந்நிறுவனத்தின் பொறுப்பிலிருந்த நோபல் பரிசு பெற்ற இந்தியாவின் பெருமைமிகு விஞ்ஞானி சர்.சி.வி.ராமன் அவர்கள் அம்மனுவை நிராகரித்தார். பெண்கள் எப்படி அறிவியல் உயர்கல்வி நிலையங்களில் சேரமுடியும் என்கிற நேரடியான கேள்வியை அவர் வெளிப்படையாக முன் வைத்தார்.

ஆனால் கமலா சோஹோனி மனம் தளரவில்லை 1930களின் நடப்பாக இருந்த சத்தியாக்கிரகத்தைக் கையில் எடுத்தார். சர்.சி.வி. ராமனின் வீட்டு வாசலில் உட்கார்ந்துவிட்டார். பிரச்னை பெரிதாகவே, சர்.சிவி.ராமன் அவருக்கு அனுமதி அளிக்க வேண்டியதாயிற்று. இது குறித்துப் பின்னர் கருத்துரைத்த கமலா " ராமன் மிகப்பெரிய விஞ்ஞானி என்பதில் சந்தேகமில்லை. ஆனால் அவர் குறுகிய மனம் படைத்தவராக இருந்தார். ஒரு பெண் என்பதற்காக என்னை அவர் நடத்திய விதத்தை என்னால் மறக்கவே முடியாது. அதன் பிறகும் என்னை அவர் எல்லோரையும்போன்ற ஒரு ரெகுலர் மாணவியாக கல்லூரியில் சேர்க்கவில்லை. அதை மிகப்பெரிய அவமதிப்பாக நான் உணர்ந்தேன். சக ஆண் மாணவர்களோடு பேச எனக்குத் தடை விதித்தார். ஆண்களின் கவனத்தைப் பெண்ணாகிய நான் திசை திருப்பி விடுவேனாம். இதைவிடப்பெரிய கேவலம் எனக்கிருக்க முடியுமா? பின்னிரவு நேரங்களிலும் நான் இருந்து பணி செய்ய வேண்டும் என்ற விதியையும் சொன்னார். எல்லாவற்றுக்கும் ஒப்புக்கொண்டே அந்நிறுவனத்தில் சேரும் முதல் பெண்மணியாக நான் வகுப்புக்குச் சென்றேன். அந்த நாட்களில் பெண்கள் மீதான புறக்கணிப்பும் தாழ்ச்சியான பார்வையும் உச்சத்தில் இருந்தது. ஒரு நோபல் பரிசு பெற்ற புகழ்மிக்க ஆளுமையே இப்படி நடந்துகொண்டால் பிறரிடம் ஒரு பெண் என்னதான் எதிர்பார்க்க முடியும்?"

சரி. எதற்கு இந்தப் பழைய கதையையெல்லாம் இப்போது பேச வேண்டும்?

இப்போது அறிவியலாளர்களாக பெண்கள் வரத்துவங்கியுள்ளனர்தான். ஆனாலும் புறக்கணிப்புகளும் அவமதிப்புகளும் தொடரத்தான் செய்கின்றன என்றுதான் அந்தப் பெண் விஞ்ஞானிகள் கூறுகிறார்கள். பள்ளி கல்லூரிகளில் அறிவியல் பாடம் எடுத்துப் படிக்கும் பெண்களின் எண்ணிக்கை கணிசமாக உயர்ந்துள்ளது உண்மைதான்.

நர்சிங், ஆயுர்வேதத்தையும் சேர்த்துக்கொண்டால் மருத்துவம்,உயிரியல் படிப்பில் பெண்களின் எண்ணிக்கை 80.4 சதமாக இருக்கிறது.அறிவியல் மற்றும் பொறியியலில் 65 சதம்.அறிவியலில் பட்ட மேற்படிப்பில் 42.5 சதம்.அறிவியல் முனைவர் பட்டத்தில் 37.2 சதம்.ஆனால் பெண் விஞ்ஞானிகளாகப் பணியில் இருப்பவர்கள் எத்தனை பேர் என்று பார்த்தால் ஏமாற்றமே. மத்திய அரசின் அறிவியல் தொழில்நுட்பத்துறைகளில் 21 சதம்.பாதுகாப்புத்துறையில் ஆராய்ச்சிப்பணியில் 10 சதம், புகழ்பெற்ற பெங்களூர் Indian Institute of Scienc இல் ஆசிரியர்களாக 7 சதம்.இந்திய தேசிய அறிவியல் அகாடமியில் 4 சதம் என்று கீழ் நோக்கியே போகிறது.

பணிபுரியும் இந்த விஞ்ஞானிகளும் சமத்துவமாக நடத்தப்படுகிறார்களா?சுதந்திரமாக செயல்படுகிறார்களா? சர்.சி.வி. ராமனைப்போல பெண்கள் பற்றிக் கருத்துச் சொன்ன நோபல் அறிஞர்கள் இப்போதும் இல்லையா?இன்னும் என்னவெல்லாம் இந்தப் பெண் விஞ்ஞானிகளின் உள்ளக் குமுறல்களாக உள்ளன?

எசப்பாட்டு-28

லீலாவதியின் மகள்கள்

சர்.சி.வி.இராமன் 1888 இல் பிறந்த, பழைய தலைமுறையைச் சேர்ந்த ஆளுமை.ஆகவே அவர் பெண் மாணவிகள் அறிவியல் புலத்தில் சேர்வதற்கு எதிரான கருத்துடன் இருந்தார் என்று விட்டு விடலாம்.இந்தத் தலைமுறை அப்படி இல்லையே என்கிற கேள்வி இயற்கையாக எழும்.

2001இல் உடலியல்/மருத்துவத்துக்கான நோபல் பரிசை விஞ்ஞானி பால் நர்சுடன் இணைந்து பெற்றவர் இங்கிலாந்தைச் சேர்ந்த விஞ்ஞானி டிம் ஹண்ட்.அவர் 2015இல் கொரிய நாட்டின் சியோல் நகரில் உலக அறிவியல் பத்திரிகையாளர்கள் மாநாட்டில் பேசியபோது,'' பெண்கள் நம்மோடு சோதனைச்சாலையில் இருக்கும்போது மூன்று விஷயங்கள் நடந்துவிடுகின்றன. ஒன்று நீங்கள் அவர்கள் மீது காதல் கொண்டுவிடுவீர்கள் அல்லது அவர்கள் உங்கள் மேல் காதலாகி விடுவார்கள்.மூன்றாவதாக, அவர்களை நீங்கள் விமர்சித்தால் சோதனைச் சாலையிலேயே அவர்கள் அழுதுவிடுவார்கள்.ஆகவே, ஆண்களுக்குத் தனி சோதனைச்சாலைகள் பெண்களுக்குத் தனி என உருவாக்கப்படுவது அறிவியலுக்கு நல்லது''என்று குறிப்பிட்டார்.

1930களில் சர்.சி.விராமன் சொன்னதற்கும் இன்றைய இந்த நோபல் பரிசு பெற்ற விஞ்ஞானி சொன்னதற்கும் எந்த வித்தியாசமும் இல்லை. ஆண்களின் கவனத்தை பெண்கள் ஈர்த்து விடுவார்கள் என்பதுதான் இருவரின் வாதமும்.விஞ்ஞானியாகப் பார்க்காமல் பெண்ணாக மட்டுமே பார்க்கும் ஆணாதிக்கச் சிந்தனை 100 ஆண்டுகள் ஆனாலும் விஞ்ஞான உலகிலும் மாற்றம் இன்றித் தொடர்வதையே இது காட்டுகிறது.

ஹண்ட்டின் வசனங்களுக்கு உலகளாவிய அளவில் கடும் எதிர்ப்புக் கிளம்பிய பிறகு, தாமதமாகவேனும், அவரோடு இணைந்து நோபல் பரிசைப் பெற்றுக்கொண்ட விஞ்ஞானி பால் நர்ஸ் சொன்ன வாசகங்கள்

முக்கியமானவை: " மானுட வாழ்வியலும்(*humanities*) அறிவியலும் மிக நெருக்கமாக இணைந்து பணியாற்றவேண்டியுள்ளது. அறிவியலுக்கு உள்ளேயும் நாம் வாழும் புற உலகம் குறித்த புரிதலும் பார்வையும் விசாலப்பட வேண்டியுள்ளது. அறிவியலில் இருப்போர் தங்கள் உலகத்துக்குள்ளேயே கவனத்தைக் குவித்துக் குவித்து ஒருவிதமான உள் முகச் சிந்தனை ஓட்டத்துக்குள் சிக்கிக்கொள்கிறார்கள்."

இன்று தொடர்ச்சியான போராட்டங்கள் காரணமாக பெண்நிலைப் பார்வை ஒன்று உலக அளவில் உறுதியாக நிலைபெற்றுள்ளது. அதனால் அப்பார்வைக்கு எதிராக அதிகாரபூர்வமாக வெளிப்படையாகப் பேசவோ இயங்கவோ முடியாத சர்வதேச நிலை உருவாகியுள்ளது. 30களில் சத்தியாக்கிரகம் இருந்து அவமானத்தைத் தாங்கியபடி தன் இருப்பை மட்டும் உத்தரவாதப்படுத்திக்கொண்ட பெண் விஞ்ஞானிகளைப்போல இன்று ஒடுங்கிப்போகும் நிலை இல்லை.

தான் வகித்த பொறுப்புகளிலிருந்து அவரே ராஜினாமா செய்யும் அளவுக்கு ஹண்ட்டுக்கு சமூக நெருக்கடிகளை உருவாக்க முடிந்துள்ளது. ஆனாலும் அவரை ஆதரித்து புகழ்பெற்ற விஞ்ஞானிகளிடமிருந்தும் கூட வலுவான குரல் வந்தது கவலையுடன் குறிப்பிடத்தக்கது.

இப்பிரச்னைக்கு இன்னொரு அத்தியாயமும் உள்ளது. ஹண்ட், "நான் அதை நகைச்சுவைக்காகத்தான் கூறினேன்" என்று திரும்பத் திரும்பக் கூறினார்.

நகைச்சுவையாகச் சொன்னதை ஏன் இவ்வளவு சீரியஸாக எடுத்துக்கொள்கிறீர்கள் என்கிறார் அவர். சீரியஸான ஒன்றை நகைச்சுவையாக்க முயல்வது எவ்வளவு பெரிய அராஜகம் என்பதை அவர் போன்றோருக்கு உணர்த்த வேண்டியுள்ளது.

நம்முடைய வார இதழ்கள் சிலவற்றில் ஆண்கள் சமைப்பது, பெண்களின்துணியைத்துவைப்பது போன்றவையெல்லாம் சிரிப்புக்காட்சிகளாக, கேலிச்சித்திரங்களாக வரையப்பட்ட காலம் ஒன்றிருந்தது. வீட்டில் வேலை செய்யும் வேலைக்காரர்களை அடி முட்டாள்களாகச் சித்தரித்துச் சிரிப்புக்காட்டுவது அன்றைக்கும் இன்றைக்கும் நம் திரைப்படங்களில் தொடரும் அராஜகம்தான். இவை சிரிப்பூட்டும் விஷயங்களல்ல. படிந்து போன நிலவுடமைச் சமூகத்தின் பழைய பத்தாம்பசலித்தனத்தின் வெளிப்பாடுகள்.

அந்த நிலையில்தான் ஒரு நவீன காலத்தின் நோபல் விஞ்ஞானியும் இருக்கிறார் என்பதை ஒருசோற்றுப்பதமாகக் கொண்டால் பெண்

விஞ்ஞானிகள் எத்தகைய பகைச்சூழலுக்குள் (குறைந்த பட்சம் எதிரான சூழலுக்குள்) தங்கள் பணிகளை ஆற்றி வருகிறார்கள் என்பதைப் புரிந்து கொள்ள முடியும்.

இந்தியாவின் முதல் பெண் விஞ்ஞானி என 12 ஆம் நூற்றாண்டின் கணிதவியல் அறிஞர் பாஸ்கராச்சார்யாவின் மகள் லீலாவதியைக் குறிப்பிடுவார்கள். கணித மேதையாக வாழ்ந்த அவர் எல்லாப் பெண்களையும்போல இயல்பான மண வாழ்க்கை வாழவில்லை. அது பற்றிய சொல்கதை ஒன்றுண்டு.

பாஸ்கராச்சார்யா தன் ஒரே மகளான லீலாவதியை செல்லமாகவும் அறிவாளியாகவும் வளர்த்தார். சதா கேள்விகள் கேட்டுக்கொண்டே கணிதம் குறித்த அறிவை அவள் வளர்த்துக்கொண்டிருந்தாள். உரிய வயது வந்ததும் மகளுக்குத் திருமணம் செய்து வைக்க விரும்பினார். அதற்காக அவளுடைய ஜாதகத்தை எடுத்துப் பார்த்த பாஸ்கரா அதிர்ச்சியடைந்தார். மகளுடைய திருமணம் ஒரு குறிப்பிட்ட சுபவேளையில் நடைபெற்றாக வேண்டும். அந்த வேளை தப்பி விட்டால் அவளுக்கு மண வாழ்க்கை கிடையாது என்பதை அறிந்துகொண்டார். அதை மகளிடம் சொல்லவில்லை. அந்தக் குறிப்பிட்ட வேளையைத் தவற விடக்கூடாதே என்பதற்காக ஒரு கருவியை/உபாயத்தை அவர் உருவாக்கினார். ஒரு குவளையின் அடியில் சின்னஞ் சிறிய துளையைப் போட்டு நீர் நிரம்பிய பாத்திரத்தில் அதை மிதக்க விட்டார். துவாரத்தின் வழியாகத் தண்ணீர் அக்குவளைக்குள் சென்று அக்குவளை மூழ்கத் துவங்கும் நிமிடம்தான் தன் மகளுக்கான சுபவேளை எனத் துல்லியமாகக் கணக்கிட்டார்.

மகளை அழைத்து அந்தக் குவளைப்பக்கம் மட்டும் போய்விடாதே என்று கூறிவிட்டார். மகளுக்கோ அது என்ன என்று பார்க்கும் துறுதுறுப்பு. அப்பா வெளியே போன சமயம் பார்த்து லீலாவதி அந்தப் பாத்திரத்தின் பக்கம் சென்று உள்ளே எட்டிப்பார்த்தாள். அப்போது அவள் மூக்குத்தியிலிருந்து ஒரு முத்து உதிர்ந்து பாத்திரத்தின் தண்ணீருக்குள் விழுந்து விட்டது. அதனால் பாஸ்கரா உருவாக்கியிருந்த துல்லியக்கணக்கில் மாற்றம் ஏற்பட்டு விட்டது. இதை அறியாத பாஸ்கரா குவளை மூழ்கிய நிமிட்த்தில் மகளுக்கு மணம் முடித்து வைத்தார். ஆனால் ஓரிரு தினங்களில் லீலாவதியின் கணவன் இறந்துவிட்டான். கணிதத்தின் மீது அவள் கவனத்தைத் திருப்பினார் பாஸ்கரா.

இந்தக் கதை உண்மையா பொய்யா தெரியாது. ஆனால் அறிவியல் ஆராய்ச்சிக்கு வரும் பெண்கள் குடும்ப வாழ்க்கையை இழக்க

வேண்டும் என்பதைச் சொல்லும் குறியீடாக இக்கதையை நாம் பார்க்கலாம். கரணம் தப்பினால் மரணம் என்பதைப்போல குறிப்பிட்ட தருணத்தில் வாய்ப்பை இழந்தால் பெண்கள் விஞ்ஞானிகளாக ஆகவே முடியாது என்பதன் குறியீடாகவும் இக்கதையை வாசிக்கலாம்.

இது வெறும் கதையில் வரும் சம்பவம் மட்டுமல்ல." *Lilavathi"s Daughters " (லீலாவதியின் புத்திரிகள்)* என்கிற நூலில் *98* இந்தியப் பெண் விஞ்ஞானிகளின் வாழ்க்கை விவரிக்கப்பட்டுள்ளது. இவ்வாழ்க்கைக் குறிப்புகள் லீலாவதியின் கதை இன்றும் தொடரும் உண்மை எனக் காட்டுகின்றன.

அவ்விஞ்ஞானிகள் என்ன சொல்கிறார்கள்?

எசப்பாட்டு-29

அதிருஷ்டவசமாக அறிவியல் !

நிறையக் கேள்வி கேட்கிற ,நிறையப் பேசுகிற பெண்களை ஆண்களுக்கும் இந்த சமூகத்துக்கும் பிடிக்காது. ஆனால் இந்த இரண்டும்தான் அறிவியல் உலகத்தில் புதிய கண்டுபிடிப்புகளை நிகழ்த்தத் தேவைப்படும் அடிப்படையான குணங்கள். நம்முடைய கல்விமுறை ஆணோ பெண்ணோ இருவரையுமே கேள்வி கேட்கும் பண்பு நீக்கிச் சுத்திகரிக்கப்பட்ட மனிதர் மனுஷிகளாகவே வெளியே அனுப்புகிறது. சதா கேள்வி கேட்கும் குழந்தைகளைக், கேட்ட கேள்விக்குப் பதில் சொல்லும் மனப்பாட யந்திரங்களாக மாற்றத்தானே கல்வி முறையே இருக்கிறது. கல்விச்சாலைக்குள் இப்படியெனில் வெளி உலகில் பெண் கேள்வி கேட்கத் தூண்டப்படுவதே இல்லை. கீழ்ப்படிதலுள்ள பெண்ணே எல்லோருக்கும் பிடித்த பெண்ணாகிறாள். கேள்விகளும் எதிர்க் கேள்விகளுமே பிரதானமாக இயங்கும் அறிவியல் புலத்துக்குள் பெண்கள் நுழைய இதுவே முதல் தடையாக அமைகிறது.

ஒரு பெண். விஞ்ஞானியாக வர வேண்டுமானால் வளர்ப்பு முறை,உள் மன உந்துதல்,ஆதரவான சூழல் இவை மூன்றும் சரியாக அமைய வேண்டும். இம்மூன்றையும் விடப் பெரிதாக சமூக உளவியல் மற்றும் சமூக அமைப்பு ஆதரவாக அமைய வேண்டும்.

உயிரி இயற்பியல் விஞ்ஞானியாக சாதனை படைத்த சரஸ்வதி விஸ்வேஸ்வரா கூறுவது:

”இந்தியா விடுதலை பெற்ற சமயத்தில் நான் பிறந்தேன். நாடே புதிய பிறவியெடுத்த உற்சாகத்திலும் பீறிடும் தேசிய உணர்ச்சியிலும் தகித்துக்கொண்டிருந்தது. பள்ளி ஆசிரியரான தாத்தா, எல்லாக் குழந்தைகளையும், ஆணோ பெண்ணோ, எவ்வளவு முடியுமா அவ்வளவு தூரம் படிக்க வைக்க வேண்டும் என்று பெருங்கனவு கொண்ட அப்பா, தன் சகோதரர்கள் இருவர் சுதந்திரப்போராட்டத்தில் பங்கேற்றவர்கள் என்பதில் பெருமிதம் கொண்ட அம்மா என்று கல்விக்கு ஆதரவான ஓர் ஆரோக்கியமான சூழல் அன்று இருந்தது. எங்கள் சகோதரர்களைப்போலவே கல்வி பெறும் வாய்ப்பு எங்களுக்கும் கிடைத்தது. இரு உலகங்களின் நல்ல அம்சங்களையும் நாங்கள்

அனுபவித்தோம். மரபான பண்பாட்டுப் பின்புலம் பெண்கள் மீது பொழிகின்ற செல்லமும்,தனிப் பாசமும் புதிய இந்தியா திறந்து வைத்த அறிவுத்தேடலுக்கான வாசல்களும் ஆகிய இரண்டும்.''

''முனைவர் பட்டம் முடித்த பிறகுதான் ஒரு பெண் மிக முக்கியமான முடிவு எடுக்கும் கட்டத்தில் நுழைகிறாள்.அப்போது அவளுக்குத் திருமண வயது வந்துவிட்டிருக்கும்.வாழ்நாள் முழுதும் போராடுகிற விஞ்ஞானியாக வாழ்வதா அல்லது "தொந்தரவுகள் இல்லாத" ஆசிரியை,பேராசிரியை, அலுவலகப் பணிகள் என்று போய்விடுவதா? என்கிற கேள்வி எப்போதும் காத்திருக்கும். விஞ்ஞானியாவது என முடிவெடுத்தால் ஆண் விஞ்ஞானிகளைப்போல இருமடங்கு அவள் உழைக்க வேண்டியிருக்கும். திருமணம்,குழந்தைப்பேறு என ஒரு ஆறு மாதம் அவள் தன் ஆய்வுப்பணியிலிருந்து விலகியிருக்க நேரிட்டால், துறையில் அவள் மிகவும் பின் தங்கிப்போவது நிச்சயம்.அத்துறைக்குச் சம்பந்தமே இல்லாதவள் போல ஆகிவிடுவோம் அந்த ஆறு மாதத்தில். அறிவியல் ஆய்வுப்பணி என்பது அத்தகைய தனிப்பண்புகள் கொண்டு இயங்குவதல்லவா?'' என்கிறார் சென்னை மத்திய தோல் நிறுவனத்தில் பணியாற்றி ஓய்வுபெற்ற 'உயிரி இயற்பியல்' மற்றும் 'உயிரி இயற்பியல் வேதியல்' விஞ்ஞானி அருணா தத்தாத்திரேயன்.

''திருமணத்துக்கு இரண்டு ஆண்டுகள் கழித்து நான் முனைவர் பட்டத்துக்குப் பிறகான ஆய்வுக்கு, என் கணவர் ஆய்வு செய்துகொண்டிருந்த அதே நிறுவனத்துக்கு விண்ணப்பித்தேன். நேர்காணலுக்கு எப்போது அழைப்பார்கள் என்பதே தெரியாமல் காத்திருக்க நேரிட்டது. இதற்கிடையில் நான் பிரசவத்துக்காக தாய்வீட்டுக்குப் போய்விட்டேன்.அந்த நேரத்தில் நேர்காணலுக்கான அழைப்பை அனுப்பினார்கள்.அதில் கலந்துகொள்ள இயலாமல் போனது. பிரசவமாகி ஓரிரு தினங்களில் இரண்டாவது நேர்காணலுக்கான அழைப்பு வந்தது. ஒருவாறு சமாளித்து வந்து பங்கேற்றேன்.தேர்வானேன்.

ஆறு மாதங்கள் கழித்துக் கையில் ஒரு குழந்தையோடு இயற்பியலுக்குள் நுழைவது என்பது அவ்வளவு எளிதாக இருக்கவில்லை-.ஜனவரி 98இல் பணி துவங்கினேன். ஓராண்டு முடிந்ததும்,ஆய்வுப்பணி நீட்சிக்காக ஒரு ஆய்வுத்தாள் சமர்ப்பிக்க வேண்டும்.என்னுடைய ஆய்வுத்தாள் ஆய்வுக்குழுவினரின் ஒருமித்த பாராட்டைப்பெற்றது.எனினும், குழுத்தலைவர் நான் ஆய்வகத்துக்கு உரிய நேரத்துக்கு வருவதில்லை,பணிகளில் ஒழுங்கின்மை எனச் சில காரணங்களை எழுதி, இவருக்கு ஆய்வுப்பணி நீட்சி வழங்க முடியாது

எனக் குறிப்பெழுதிவிட்டார்.மீண்டும் போராட்டம்.என் "தகுதி"யைக் கேள்விக்குள்ளாக்கிய அந்த நாட்களைக் கடக்க நான் கடுமையாக உழைக்க வேண்டியிருந்தது. விடுமுறை நாட்கள் உட்பட எல்லா நாளும் ஆய்வகத்துக்குச் சென்றேன்.

2002இல் அலகாபாத் ஹரிச்சந்திரா ஆய்வு நிறுவனத்தில் இணைந்தேன்.அதன்பிறகு நான் என் பழைய காலத்தைத் திருப்பிப்பார்க்கவே இல்லை.மகளும் நானுமாக இங்கு ஆய்வு நிறுவன வளாகத்துக்குள்ளேயே வாழ்ந்தோம்.கணவரோடு சேர்ந்து வாழ முடியவில்லை.ஆனாலும் மகிழ்ச்சியாக இருந்தோம்.கணவன் மனைவியாக சேர்ந்து வாழ்ந்து ஒருவருக்காக இன்னொருவர் தன் ஆய்வுப்பணியை விட்டுக்கொடுக்க அவசியமின்றி,இருவருமே சாதிக்க முடிகிறதே என்கிற மகிழ்ச்சி" என்று குறிப்பிடுகிறார் ந்யூட்ரினோ இயற்பியல் விஞ்ஞானி ஸ்ரூபவதி கோஸ்வாமி.

நாம் இன்று சாப்பிடும் கரும்பு வகைகளைப் படைத்தளித்த உயிரியல் விஞ்ஞானி இ.கே.ஜானகியம்மாள் செடிகள்,பயிர்கள் ஆய்வில் பெரும்சாதனைகளைநிகழ்த்தியவர்.லண்டனில் பணியாற்றிக் கொண்டிருந்தபோது,"உங்கள் சேவை நாட்டுக்குத் தேவை"என பண்டித ஜவகர்லால் நேருவால் அழைக்கப்பட்டு இந்தியாவின் உயிரியல் ஆய்வு நிறுவனத்தை *(BOTONICAL SURVEY OF INDA)* சிறப்பாக மறு சீரமைத்தவர்.

அதிர்ஷ்டவசமாகப் பெண்களுக்கு முக்கியத்துவம் அளிக்கும் ஒரு கேரளக் குடும்பத்தில் பிறந்ததாலும், திருமணமே செய்துகொள்ளாமல் வாழ்ந்ததாலும் தான் இத்தனை சாதனைகளை அவரால் நிகழ்த்த முடிந்தது.

லீலாவதியின் மகள்கள் என்கிற புத்தகத்தில் 98 பெண் விஞ்ஞானிகளின் கதைகள் பேசப்பட்டுள்ளன. இந்த 98 பேரும் தவறாமல் ஏதேனும் ஒரு இடத்திலாவது பயன்படுத்தும் வார்த்தை "அதிருஷ்டவசமாக".

ஒரு பெண் நினைத்தால் விஞ்ஞானியாக முடியும் என்கிற உறுதியான சமூக ஏற்பாடு இன்றும் இல்லை. தற்செயலாகவும் 'அதிருஷ்டவசமாகவும் நல்ல குடும்பம்,நல்ல கணவர்,நல்ல சக விஞ்ஞானிகள் அமைந்தால் மட்டுமே தற்செயலாக ஒரு பெண், விஞ்ஞான உலகத்தில் மேலெழும்பி வர முடிகிறது.

டெல்லி ஐஐடியில் பேராசிரியராகப் பணியாற்றும் சாருசீத்தா சக்கரவர்த்தி முன் வைக்கிறார். " அறிவியல் உலகத்து ஆண்கள்

எப்போதும் எங்களிடம் கேட்கிற ஒரு கேள்வி உண்டு." சரி. ஆய்வுலகத்துக்குள் பெண்களும் வரவேண்டும் என்கிறீர்கள். வந்துவிட்டீர்கள். சமத்துவம் நிலை நாட்டப்படுகிறது. எல்லாம் ஓ. கே. ஆனால் நீங்கள் உள்ளே வந்துவிட்டதால் அறிவியலில் என்ன மாற்றம் வந்துவிடப்போகிறது?"

தடைக்கற்களாகக் குவியும் கேள்விகளுக்குப் பதில் சொல்லித்தான் ஆக வேண்டும்.

எசப்பாட்டு-30

துரோகத்தின் நிழலில்....

பெண் முன்னோக்கி நடக்கும் வழியிலெங்கும் முட்களாய் முளைத்து நிற்கும் "ஆண்கேள்வி"கள் விஞ்ஞானத்தடத்திலும், விதிவிலக்கின்றி விரிந்து கிடப்பதை, வரலாறு நமக்குக் காட்டுகிறது. பெண்கள் வந்ததால் அறிவியலில் என்ன மாற்றம் வந்துவிடப் போகிறது? கண்டுபிடிப்புகளில் என்ன புதுமை வரப்போகிறது? E = MC 2 என்பது மாறிவிடப்போகிறதா? என்று கேட்பதெல்லாம் எத்தனை அபத்தமான கேள்விகள்? அறிவியல் உள்ளிட்ட அனைத்துப்புலங்களிலும் பெண்களின் நுழைவை வரவேற்பதுதானே சரியான அறிவியல் பார்வையாக இருக்க முடியும்?

எந்த ஒரு குழுவிலும், பன்முகத்தன்மை இருப்பது, பல வர்க்கத்தினர், பாலினத்தவர், மொழிசார்ந்தவர், பல் பண்பாடு சார்ந்தவர் இருப்பதுதானே பல கோணங்களில் கேள்விகளை எழுப்ப உதவியாக இருக்கும்? பெண்களும் அறிவியலில் இருப்பது என்பது இன்னும் விதவிதமான பாணிகளில் அறிவியலைச் செய்ய ஏதுவாகத்தானே இருக்கும்? தவிரப் பல (ஆண் விஞ்ஞானிகள் உட்பட) ஆண்கள் கருதுவது போல விஞ்ஞானம் ஒன்றும் ஆண்களுக்கேயான உலகம் அல்லவே.

அறிவியல் ஓர் கருத்துப்படைப்புத்தான் என்னும்போது அதைப் படைத்த படைப்பாளியின் தனித்த முத்திரை அதன் மீது இருக்கவே செய்யும். மறுபுறம், அப்படைப்பாளியின் மீது அவர் பிறந்து வளர்ந்த வர்க்கம், பாலினம், பண்பாடு இவற்றின் முத்திரை இருக்கும். இவையெல்லாம் நீக்கப்பட்ட, எல்லாவற்றுக்கும் அப்பாற்பட்ட, புனிதமான ஒன்றாக சார்பற்றதாக அறிவியலைப்பார்க்கும் பார்வை எப்படி அறிவியல்பூர்வமானதாக இருக்க முடியும்?

"இனவாத அறிவியல்" என ஒன்று ஒவ்வொரு காலத்திலும் உருவாகி மேலெழுந்து வர முடிகிறதென்றால் அறிவியல் சார்புடையதாக இருக்கிறது என்றுதானே அர்த்தம்?1933 முதல் 1945 வரை ஹிட்லரின் நாஜி ஜெர்மனியில் அறிவியல் அறிஞர்கள், மானுடவியல் அறிஞர்கள் இவர்களின் கருத்துப் பின்புலத்துடனும் உதவியுடனும்தானே மகா ஜெர்மனியின் தூய்மையைப் பாதுகாக்க 4 லட்சம் யூதர்களுக்குக் கட்டாயக் கருத்தடை செய்யப்பட்டது.

*1800*களில் சாமுவேல் மார்ட்டன் என்னும் மானுடவியல் அறிஞர் மூளைகளின் அளவுக்கும் அறிவுக்கும் சம்பந்தமிருப்பதாக ஒரு கண்டுபிடிப்பை வெளியிட்டு 'வெள்ளைக்கார மூளைகள் அளவில் பெரியவை. ஆகவே அறிவிற் சிறந்தவை' என்று சொல்லி, வெள்ளை இனவாத அரசியலுக்குத் துவக்கப் புள்ளியை வைத்தார். அடிமை வியாபாரம் அன்றாடம் நடந்துகொண்டிருந்த அந்த நாட்களில் 'நீக்ரோக்கள் மனித இனமே அல்ல. ஆகவே குற்ற உணர்வு கொள்ள வேண்டாம்' என எத்தனை விஞ்ஞானிகள் தங்கள் "கண்டுபிடிப்புகளோடு" வந்தனர்?

ஆகவே, அறிவியல் எல்லாத்துறைகளையும்போலச் சார்புடையது. அதில் பெண்கள் பங்கேற்பது நிச்சயமாக அளப்பரிய தாக்கத்தை உருவாக்கும்.

இது ஏதோ *18,19* ஆம் நூற்றாண்டுகளில் உலா வந்த கருத்துக்கள் என விட்டுவிட முடியாது. *1962*இல் டி.என்.ஏ குறித்த ஆராய்ச்சிக்காக நோபல் பரிசு பெற்ற விஞ்ஞானியான ஜேம்ஸ் வாட்சன் 'கறுப்பினத்தவருக்கு அறிவுத் திறன் குறைவுதான். இது உடலியல்ரீதியானது' என்று கருத்தை வெளியிட்டுக் கடும் கண்டனத்துக்கு ஆளானார்.

இந்த ஜேம்ஸ் வாட்சன் என்னும் உலகப்புகழ்பெற்ற விஞ்ஞானியின் வெற்றிக்குப் பின்னால் ஒரு பெண்மணியின் சொல்லப்படாத தியாகம் மறைந்திருக்கிறது. வரலாற்றின் புதைசேற்றில் அமிழ்ந்துபோன எண்ணற்ற பெண் விஞ்ஞானிகளின் சோகக் கதைகளில் ஒன்றாக அது இன்றும் அறிவியல் உலகத்தில் அலைந்துகொண்டிருக்கிறது.

"இனக்கீற்று அமிலம்" எனத்தமிழில் வழங்கப்படும் (ஆக்சிசனற்ற ரைபோ கரு அமிலம்) டி.என்.ஏ.(*DNA*) யின் வடிவம் எப்படி இருக்கும் என்கிற ஆராய்ச்சியில் வெற்றிபெற்ற இருவர் என ஜேம்ஸ் வாட்சன் மற்றும் ஃப்ரான்சிஸ் க்ரீக் ஆகிய இரு விஞ்ஞானிகளுக்கு *1962*இல் நோபல் பரிசு வழங்கப்பட்டது. ஆனால் டிஎன்ஏயின் வடிவத்தை எக்ஸ் ரே புகைப்படம் எடுத்து அது இரட்டைச் சுருள் வடிவம் கொண்டது என முதன் முதலாகக் கண்டு பிடித்தவர் ரோசலின்ட் ப்ஃராங்க்ளின் என்கிற பெண் விஞ்ஞானிதான். ஆனால், அவருக்கு நோபல் விருது வழங்கப்படவில்லை.

*1920*இல் லண்டனில் பிறந்து *1958*இல் மறைந்த, *37* வருடங்களே வாழ்ந்த ரோசலிண்ட் ஃப்ராங்க்ளின் எக்ஸ்ரே படிகவியல் துறையில் மிகக்குறுகிய காலத்தில் உலகப்புகழ் பெற்றார். அன்று பரபரப்பாக அறிவியல் உலகில் பேசப்பட்ட மனித குணாம்சங்களைத் தீர்மானிக்கும்

மற்றும் அடுத்த தலைமுறைக்கு எடுத்துச்செல்லும் உடற்கூறான டி. என்.ஏ யின் வடிவத்தைக் கண்டறியும் ஆராய்ச்சியில் முழு மனதோடு தன்னை ஈடுபடுத்திக்கொண்டார். இங்கிலாந்தின் பாரம்பரியமிக்க கிங்ஸ் கல்லூரியின் அறிவியல்துறையில் இணைந்து அப்பணியைச் செய்து வந்தார். தொடர்ந்து எக்ஸ்ரே கதிர்வீச்சின் மூலம் ஏராளமான புகைப்படங்களை எடுத்து டி.என்.ஏவின் வடிவம் இரட்டைச் சுருள் என்பதைக் கண்டார். அதிகப்படியான கதிர் வீச்சுப் பாதிப்புக்காரணமாக புற்று நோய்க்காளாகி 1958இல் காலமானார்.

இதே ஆராய்ச்சியில் கேம்பிரிட்ஜ் பல்கலைக்கழகத்தைச் சேர்ந்த ஜேம்ஸ் வாட்சன் மற்றும் ஃப்ரான்சிஸ் க்ரீக் ஆகிய இரு விஞ்ஞானிகளும் ஈடுபட்டிருந்தனர். தங்கள் ஆய்வில் ஒரு முடிவை எட்ட முடியாமல் திணறிக்கொண்டிருந்த இவர்கள் கிங்ஸ் கல்லூரிக்கு வந்தனர். ரோசலிண்ட் ஃப்ராங்க்ளின் எழுதி வைத்திருந்த குறிப்புகளையும் எடுத்திருந்த படங்களையும் ரோசலிண்ட்டின் சக விஞ்ஞானியான வில்கின்ஸ் இந்த இருவருக்கும் படிக்கக் கொடுத்தார். மகிழ்ச்சியில் திளைத்தனர் இருவரும்.

அதற்குமேல் தங்கள் ஆய்வுக்குக்கிடைத்த புதிய வெளிச்சத்தின்படி பயணித்து நோபல் பரிசை வென்றனர். தங்கள் நோபல் உரையிலோ அல்லது தங்கள் ஆய்வுக்குறிப்பிலோ எங்கும் ரோசலிண்ட்டின் கண்டுபிடிப்புகள் தமக்கு உதவியது பற்றிக் குறிப்பிடவில்லை. எளிய மனிதர்களுக்கு இருக்கும் குறைந்த பட்ச நன்றி உணர்ச்சியைக்கூட அவர்கள் ரோசலிண்ட்டுக்குக் காட்டவில்லை.

Rosalind Franklin: The Dark Lady of DNA என்கிற அவருடைய வாழ்க்கை வரலாற்றுப்புத்தகத்தை எழுதிய **Brenda Maddox** இந்த உண்மைகளை வெளிக்கொணர்ந்தார். அவர் மட்டுமின்றி ரோசலிண்ட்டின் சக படிகவியலறிஞரான *Anne Sayre* தன்னுடைய வாழ்க்கை வரலாற்று நூலில் ரோசலிண்ட்டின் கண்டுபிடிப்பு இல்லாமல் டி.என்.ஏ ஆராய்ச்சி முடிவுக்கு வந்திருக்க வாய்ப்பே இல்லை என நிறுவி ஜேம்ஸ் வாட்சனின் உண்மை முகத்தை உலகுக்குக் காட்டினார். அதைவிடவும் மோசம் என்னவெனில் ஜேம்ஸ் வாட்சன் 1968இல் எழுதிய ”டபுள் ஹெலிக்ஸ்” என்கிற தன்னுடைய நூலில் தான் ரோசலிண்ட்டின் குறிப்புகளைப் பார்த்ததாக ஒப்புக்கொண்டதோடு அவரைப்பற்றிய இழிவான சித்திரம் ஒன்றை மீண்டும் மீண்டும் தீட்டியுள்ளார். இது உலக அளவில் பெண்ணியவாதிகள் மத்தியில் கொந்தளிப்பை ஏற்படுத்தியது. எனினும் இன்றுவரை நோபல் கமிட்டி இத்தவறைச் சரி செய்ய முனையவில்லை.

ஆண்களின் துரோகத்தில் அழிந்துபோன/ அறியப்படாமல்போன பெண் ஆளுமை, ரோசலிண்ட் ஃப்ராங்க்ளின் ஒருவர் மட்டுமல்ல என்பதுதான் உண்மையில் அதிர்ச்சியின் உச்சம்.

எசப்பாட்டு-31

புருஷ லட்சணம்

“இவ்ளோ பேசறிங்கள்ள சார்... வேலை பார்க்கிற ஒரு பொண்ணு, வேலை இல்லாத ஒரு பையனைக் கல்யாணம் பண்ணிக் குடும்பம் நடத்தத் தயாரான்னு கேட்டுச் சொல்லுங்க பார்ப்போம்”

கூட்டத்தில் ஆண்கள் தரப்பிலிருந்து, எதிர்பார்த்தபடி, பலத்த கரவொலி எழுந்து இக்கேள்வியை ஆமோதித்தது.சோறு பொங்கிப் போடற ஒரு திறனைத்தவிர வேற ஒரு மண்ணும் தெரியாத பொண்ணைக் கல்யாணம் பண்ணி, அவளைப் பாதுகாத்து,வேண்டியதெல்லாம் வாங்கிக்கொடுத்து, ஸ்கூட்டர்லே பின்னாடி உட்கார வச்சி வாரம் தவறாம எங்கியாச்சும் கூட்டிட்டுப் போய்...அப்பப்பா... இவ்வளவும் செஞ்சாலும் ஆணுக்கு நல்ல பேர் கிடையாது.ஆனா..அவுங்க எதுவுமே செய்ய வேண்டியதில்லை. வயதுக்கு வந்தாச்சு என்று வீட்டில் உட்கார்ந்துவிட்டால் போதும். ஒரு பையன் தலையிலே கட்டுகிறவரைக்கும் தகப்பனார் சுமப்பார்.. அப்புறம் அந்தப் பையன் சுமப்பான்.இவுங்க ஜம்பமா உட்கார்ந்த இடத்திலே இருந்துட்டு ஆர்டர் போட்டுட்டு இருக்கலாம்.என்ன ஜாலியான ஒரு வாழ்க்கை.பொறந்தா பொண்ணா பொறக்கணும் சார்.

வேலை வெட்டி கிடைக்காத ஒரு பையனைக் கல்யாணம் பண்ணிட்டு பையன்களைப்போல பெருந்தன்மையோட வாழுகிற குணம் எந்தப் பொண்ணுக்காவது இருக்கா? இவ்வளவு மனக்குமுறல்களும் இந்த ஒற்றைக் கேள்விக்குள் அடங்கியிருக்கின்றன.

பருவட்டாகப் பார்த்தால் இது நியாயமான கேள்விதானே என்று தோன்றும்.ஒரு வேலை இல்லாத பையனை-அவன் எவ்வளவு நல்ல பையனாக இருந்தாலும்- கட்டிக்கொள்ள எந்தப் பெண்ணும் சம்மதிப்பதில்லைதான்.ஒரு ஆணின் சம்பளத்தில் இயல்பாகக் குடும்பங்கள் நடப்பது போல ஒரு பெண்ணின் சம்பளத்தில் குடும்பத்தை நடத்தவும் அந்த வீட்டில் ஆண் ‘சும்மா’ இருக்கவும் நம் பெண்கள்,நம் குடும்பங்கள்,நம் சமூகம் ஏன் ஒப்புக்கொள்வதில்லை?

சமீபத்தில் என்னுடைய உறவுக்காரப் பெண் ஒருத்திக்கு ஒரு வரன் வந்தது.பையன் ஒரு தனியார் மருத்துவமனையில் லேப் டெக்னீசியனாக இருந்தான். இந்தப்பெண் ஒரு தனியார் பள்ளியில் ஆசிரியராக இருந்தாள்.நல்ல குணமான பையன்.நல்ல குடும்பம். வரதட்சிணை எல்லாம் கேட்கவில்லை. கல்யாணச்செலவையும் தாங்களே ஏற்றுக்கொள்வதாகச் சொன்னார்கள். ஆனாலும் பெண் அந்த மாப்பிள்ளை வேண்டாம், என்று சொல்லி விட்டாள்.

ஐடி துறை, பத்திரிகைத்துறை, பல தனியார் நிறுவனங்கள் போன்றவற்றில் எப்போது வேலை பறிபோகும் என்பது தெரியாது என்கிற நிலைமை இப்போது வந்துவிட்டது. கணவன் -மனைவி இருவரில் யாரேனும் ஒருவர் சில காலம் வேலை இல்லாமல் இருக்க வேண்டிய சூழல் அவ்வப்போது வந்து விடுகிறது. அப்போதெல்லாம் மனைவி சம்பளத்தில் இயல்பாகக் குடும்பம் நடக்கத்தான் செய்கிறது. இதுபற்றிய குற்ற உணர்வு ஏதும் கணவருக்கு வந்துவிடக்கூடாது என்கிற கவனத்தோடும் பெண்கள் நடந்து கொள்வதைப் பார்த்திருக்கிறேன்.

நெற்றி ரொம்பவும் மேலேறிவிட்டது. கண்கள் கூட உள்ளே போய்த்தான் இருக்கின்றன. ஒருவாரத்துக்கு முன்பு அவன் மனைவியே சொன்னாள்.

“ஏன் இப்படி இருக்கீங்க?”

”எப்படி?”

“கண்ணாடில முகத்தைப் பாருங்க தெரியும். வேலைக்குப் போகலைன்னா இப்படித்தான் இருக்கணுமா?

இருவரும் பேசாமல் இருப்பார்கள். அவனுக்கு வேலை போய், ஆறு மாதத்துக்குள்தான் இருக்கும். எப்போதும் அவன் நிரந்தரமாக வேலை பார்த்தது இல்லை. எல்லா வேலைகளும் அவன் மெலிந்த திரேகத்துக்கு ஒத்து வருவதில்லை. ஹோட்டலில் பில் போடும் வேலையைத்தான் பெரும்பாலும் பார்த்து வந்தான்.

அவள், கல்யாணமான போதிருந்தே வேலைக்குச் செல்கிறாள். கலர் கலராக வெட்டுத்துணிகள் நிறைந்து கிடக்கும் நீண்ட தாழ்வாரத்தின் கீழ் தையல் மிஷின் ஓடியபடியிருக்கும்.

(பரிவானது வீடு- எஸ்.ராமகிருஷ்ணனின் சிறுகதையிலிருந்து)

ஆனாலும் கல்யாணப் பேச்சுத் துவங்கும் கட்டத்தில் மாப்பிள்ளை

வேலையில் இருக்க வேண்டும் என்பதைத்தான் பெண் விரும்புகிறாள். தன் சம்பளம் போதுமே, அவருக்கு வேலை கிடைக்கும்போது கிடைக்கட்டும் என்று யாரும் கழுத்தை நீட்டுவதில்லை. நடுத்தர வர்க்கத்தின் பிரச்னை இது என்றும் சொல்லலாம்.

உழைக்கும் வர்க்கப்பெண்களிடம் இந்தப் பிரச்னை குறைவு. இரண்டுபேரும் அன்றாடம் வேலைக்குப் போனால்தான் சாப்பாடு என்கிற யதார்த்தம் அவர்களை உந்தித்தள்ளிக்கொண்டு போய்விடுகிறது. அக்குடும்பங்களிலும் இன்று சாராயம் புகுந்து நிலைகுலையச் செய்து வருகிறது. குடிப்பதை முழுநேரத் தொழிலாகக் கொண்ட ஆண்களின் எண்ணிக்கை பல மடங்காகப் பெருகி வரும் காலம் இது. அவனுக்கும் சேர்த்து உழைத்துக் கஞ்சி ஊத்தும் பெண்கள்தான் எத்தனை பேர்! "குடிக்க வேணாண்ணு சொல்லலை. அளவா குடி" என்கிற எளிய கோரிக்கையோடு அப்பெண்கள் கணவன்மார்களைப் பராமரிக்கிறார்கள்.

இப்பிரச்னையை ஆணுரிமைவாதிகள் அணுகுவதைப்போல, பெண்களின் குணக்கேடு *X* ஆண்களின் பெருந்தன்மை என்பதாகச் சுருக்கிப் பார்ப்பது பார்வையற்றோர் யானையைத் தடவிப்பார்த்த கதையாகத்தான் அமையும்.

மேலே குறிப்பிட்ட, அந்தத் தனியார் பள்ளி ஆசிரியரான பெண், அரசுப்பள்ளி ஆசிரியராக நிரந்தரமான சம்பளத்தில் இருந்திருந்தால் அந்த லேப் டெக்னீசியனை மணக்கச் சம்மதித்திருப்பாள் என்றே நான் நம்புகிறேன். சில பெண்கள் அரசு உத்தியோகம் பார்க்கிற மாப்பிள்ளைதான் வேண்டும் என்று அடம் பிடிப்பதையும் பார்த்திருக்கிறேன். இங்கு பெண்கள் மனதில் இருக்கும் உணர்வு எதிர்கால வாழ்வுக்கான உத்திரவாதம் பற்றியதுதான். அரசு உத்தியோகம் என்றால் வயதான காலத்தில் பென்சன் வரும் என்கிற உண்மைதான் இந்த உணர்வின் அடிப்படை. இன்று அரசுகளின் பொருளாதாரக் கொள்கைகளால் பென்சன் என்பதே கேள்விக்குறியாகிவிட்ட பின்னணியில் மனக்குழப்பம் இன்னும் அதிகமாகிறது.

ஆண் –பெண் இருவர் மட்டும் சம்பந்தப்பட்ட கதை அல்ல இது. அரசு, சமூகம் என்கிற மூன்றாவது கதாபாத்திரத்துக்கு இக்கதையில் முக்கியமான பங்கு இருக்கிறது. உரிய வயதில் வேலை கொடுக்கும் பொறுப்பையும், வயதான காலத்தில் ஓய்வூதியம் உள்ளிட்ட சமூகப் பாதுகாப்பு ஏற்பாடுகளைச் செய்ய வேண்டிய கடமையையும் மனச்சாட்சியே இல்லாமல் உதறித்தள்ளுகிற அரசுகள் வில்லன்களாக

நம் கதைகளில் நிற்பதை நாம் அறியாமல் இதை ஆண் பெண் பிரச்னையாகப் பார்த்து விவாதித்துக் கொண்டிருக்கிறோம். அரசு நிம்மதிப்பெருமூச்சுடனும் கள்ளப்புன்னகையுடனும் நம் வாதப்பிரதிவாதங்களைப் பார்த்துக்கொண்டிருக்கிறது.

”பெண் வேலைக்குப் போக - ஆண் வீட்டில் சும்மா இருக்க” என்கிற வாதத்தில் இன்னொரு அபத்தமும் பொதிந்திருக்கிறது. குடும்பத்தின் மிக முக்கியமான கடமையாகிய மனித குல மறு உற்பத்தி என்னும் கடமை எப்படியும் பெண் மீதுதானே விழும். ஆண் ‘சும்மா’ இருப்பதுபோலவா இப்போது பெண் ‘சும்மா’ இருக்கிறாள்?

இவை ஒருபுறம் இருக்க, “உத்தியோகம் புருஷ லட்சணம்” போன்ற புழுக்கைப் பழமொழிகளும் பண்பாட்டுக்கூறுகள் பலவும் இக்கதையில் மையச்சரடாக ஊடறுத்து ஓடிக்கொண்டிருப்பது பற்றிய அறியாமையே இதுபோன்ற அபத்தக் கேள்விகளின் அடிப்படையாக அமைகின்றன.

சமூக நிலைமை இன்று வேலைக்கு உத்தரவாதமற்ற தன்மையில் இருப்பதைப் புரிந்துகொண்டு, பெண்கள் தங்கள் சம்பளத்தில் குடும்பத்தை நடத்தலாமே என்கிற தைரியத்துக்கு வரவேண்டியதும் அவசியம். சட்டி பானை கழுவுவது உள்ளிட்ட அனைத்து வகையான ‘இழிதொழில்களை’யும் பெண்களைப்போலவே மகிழ்ச்சியுடனும் தம் கடமை என மனதார ஏற்றும் செய்ய ஆண்களும் தயாராக வேண்டும். பிரசவ காலத்தில் பெண்ணின் தாயாகக் கணவன் மாற வேண்டும். அப்போது கேட்கலாம் துவக்கத்தில் குறிப்பிட்ட இந்தக் கேள்வியை.

எசப்பாட்டு-32

அவர்கள் இன்னும் காத்திருக்கிறார்கள்

துடிக்கும் ரத்தம் பேசட்டும்
வெட்டுப்பட்ட கட்டை விரலின்
துடிக்கும் ரத்தம் பேசட்டும்
அக்கட்டை விரலின் ரத்தத்துளிகள்
புத்தக வடிவில் எங்கள் கையில்
இந்தத் துளிகளைச் சென்று விதைப்போம்
சூத்திர பூமியின் தெருக்களிலே....

உணர்ச்சிகரமான முழக்கங்களுடன் *90*களில் அறிவொளி இயக்கத்தின் தொடர்ச்சியாக 'மக்கள் வாசிப்பு இயக்கத்'தில் புத்தகங்களை மக்களிடம் எடுத்துச் சென்றோம்.

அறிவொளி இயக்கம் என்பது முற்றிலும் பெண்கள் பங்கேற்ற மாபெரும் கலாச்சார இயக்கம். ஆண்களின் பங்கேற்பு கிராமங்களில்-அறிவொளி மையங்களில்- பெயரளவுக்குத்தான் இருந்தது. விடுதலைப்போருக்குப் பிறகு லட்சக்கணக்கான பெண்கள் பங்கேற்ற இயக்கம் இதுதான் என்று அப்போது நாங்கள் மேடை தோறும் முழங்குவோம். பெண்களின் இயக்கம் என்பதால்தானோ என்னவோ தமிழகக் கலாச்சார வரலாற்றின் மிகப்பெரிய இந்நிகழ்வு நம் கூட்டு நினைவுகளில்கூட இன்று இல்லாத அளவுக்கு மறக்கப்பட்டுவிட்டது.

கட்டுக்கட்டாகப் புத்தகங்களைத் தோள்களில் சுமந்துகொண்டு கிராமங்களுக்குப் பயணமானோம்.

பெண்கள் புத்தகங்களைக் காசு கொடுத்து வாங்குவார்களா? கடன் வாங்கி ஒவ்வொரு புத்தகமும் ஒரு லட்சம் பிரதிகள் என அச்சிட்டுவிட்டோமே என்கிற பயம் அடிவயிற்றில் இருந்தது..

காலை முதல் இரவு வரை வேலை வேலை என்று வீட்டிலும், வயல்

வெளிகளிலும், பீடி சுற்றுவதிலும் தீப்பெட்டி ஒட்டுவதிலும் செங்கல் சூளையிலும் எனக்கழிக்கிற நம் புதிய கற்றோரான பெண்கள் புத்தகம் வாசிக்க நேரம் ஒதுக்கி விடுவார்களா என்கிற கேள்வியும் எழுந்தது. உங்கள் ஒருநாள் வாழ்க்கையை ஒரு தாளில் எழுதுங்கள் என நாங்கள் கொடுத்த வீட்டுப்பாடத்தை எப்படியோ நேரம் கண்டுபிடித்து எழுதி வந்தார்கள்.அதில் வேலை வேலை வேலையே வாழ்க்கை என அவர்கள் இருப்பது வெளிப்பட்டது.

புத்தகம் என்றவுடன் நூறு பக்கத்துக்குக் குறைவில்லாத,நல்ல தாளில் கெட்டி அட்டையுடன் அச்சிடப்பட்ட ஒரு வஸ்துதான் நம்மில் எவருக்கும் கற்பனையில் தோன்றும்.இந்தக் கற்பிதத்தை முதலில் உடைத்தோம்.கிராமப்புறப் பெண்களுக்கான புதிய கற்றோருக்கான புத்தகம் என்பது பெரிய எழுத்தில் (படங்களுடன்)அச்சிடப்பட்ட 12 முதல் 16 பக்கங்களுக்குள் முடிகிற ஒன்றாக இருக்க வேண்டும்.அதன் விலை ஒரு ரூபாய்க்கு மேல் இருக்கக் கூடாது என்று தீர்மானித்தோம்.

இப்சனின் 'பொம்மை வீடு,,ஆண்டன் செகாவின் 'பச்சோந்தி' கி. ராஜநாராயணனின் 'காய்ச்ச மரம்'மேலாண்மை பொன்னுச்சாமியின் 'உள் மனிதன்' ,வேல.ராமமூர்த்தியின் ''கிறுக்கு சண்முகம்'' கிருஷ்ணன் நம்பியின் "மருமகள் வாக்கு" புதுமைப்பித்தனின் "சங்குத்தேவனின் தர்மம், என்று ஒவ்வொரு கதையையும் தனி ஒரு புத்தகமாக அச்சிட்டோம். பத்துத் தலைப்புகளிலான புத்தகங்களோடு தெருக்களில் இறங்கினோம்.

மார்கழி மாத பஜனைக் கோஷ்டி போலத் தொண்டர்கள் ஆடிக்கொண்டும் பாடிக்கொண்டும் புத்தகங்களோடு தெருக்களில் நின்றபோது கடுகு டப்பாக்களில் கிடந்த காசுகள் வாசலுக்கு வந்தன.

இந்த அதிகாலை இயக்கத்தில் ஆண் தொண்டர்களே பெரும்பாலும் பங்கேற்றனர்.பெண் தொண்டர்களை அதிகாலை நேரத்தில் அணிதிரட்டக் குடும்பங்கள் அனுமதிக்கவில்லை என்பதைச் சொல்ல வேண்டியதில்லை.அதையும் மீறிச் சில பெண்களும் வந்தார்கள்.

அதிகாலை ஆறு மணிக்கெல்லாம் தெருக்களில் இறங்கிய தொண்டர்கள் ஒன்பது மணிக்குள் கொண்டுபோன புத்தகங்கள் எல்லாம் விற்றுத் தீர்ந்ததென்று வந்து சேர்ந்தார்கள்.எங்கள் கண்களில் கண்ணீர் திரண்டது.மக்களே..எம் மக்களே.. என மனம் விம்மியது.

பகலில் வாசித்து முடிக்காத புத்தகங்களைக் கொண்டு வந்து இரவில் உரக்க வாசித்தார்கள்.மௌன வாசிப்பை விட உரத்த வாசிப்புத்தான் உழைக்கும் பெண்கள் பெருவாரியாகக் கையாண்ட நடைமுறையாக

இருந்தது. தெரு விளக்குகளின் கீழ் நடைபெற்ற இந்த வாசிப்பில் இப்சனின் நோரா "இனியும் இந்த பொம்மை வீட்டில் நான் வாழ மாட்டேன். வெளியேறுகிறேன்" என்று வாசல்படி தாண்டித் தெருவில் இறங்கிக் கொண்டிருந்தாள். இங்கிலாந்துப் பெண் நோராவுக்காக எங்கள் கரிசல்பட்டிப் பெண்கள் கண்ணீர் உகுத்தார்கள். கி.ராவின் 'காய்ச்ச மரம்' கதையில் கடைசிக்காலத்தில் எல்லாச்சொத்தையும் பிள்ளைகளுக்குக் கொடுத்துவிட்டு திருச்செந்தூர் கோவிலில் பிச்சை எடுத்துக்கொண்டிருக்கும் நிலையிலும், வந்த ஊர்க்காரரர்களிடம் "எங்க பிள்ளைக நல்லாருக்காகளா" என்று கேட்கும் நிம்மாண்டு நாய்க்கருக்காகவும் பேரக்காளுக்காகவும் எழுந்த கேவல்களும் விசும்பல்களும் அக்குளிர்ந்த இரவுக்காற்றைச் சலனப்படுத்தின. செகாவ் எழுதிய "பச்சோந்தி" கதையில் வரும் காவல்துறை அதிகாரியின் கதையைக் கேட்டுச் சனங்கள் சிரித்து உருண்டார்கள்.

பாமாவின் ஒரு கதையில் குடிகாரக் கணவனிடம் சிக்கித் தினமும் அடிவாங்கிக்கொண்டிருந்த பெண்ணொருத்தி ஒருநாள் துணிச்சலாக முடிவு எடுக்கிறாள். தன் நாலு பிள்ளைகளையும் கணவனிடம் விட்டு விட்டு "இனிமேல் உன்கூட வாழ முடியாது. வரும்போது நான் மட்டும்தான் வந்தேன். அதே மாதிரி நான் மட்டுமே போகிறேன். உன் பிள்ளைகளை நீ காப்பாத்துவியோ கிணத்திலே தள்ளுவியோ" என்று சொல்லித் தாலியை அறுத்து அவன் மூஞ்சியில் விட்டெறிந்துவிட்டு வெளியேறுகிறாள்.

அக்கதையின் முடிவைப் பெண்கள் ஏற்க வில்லை. விவாதத்தில் பெண்கள் ஒரே குரலில் சொன்னது: "தாலியை அறுத்துப் போட்டது ஒண்ணும் பெரிய விஷயமில்லை. அவனே குடிகாரப் பாவி மட்டை. அவனிடம் பச்சை மண்ணுகளை விட்டுட்டு வரலாமா? அது தப்பில்லையா?" என்று சொன்னார்கள். நாம் ஒன்றை முற்போக்கு என்று நினைத்துக்கொண்டிருக்க, மக்களின் கருத்து வேறாக இருந்ததைக் கண்டோம். நடுத்தர வர்க்க 'முற்போக்கை' உழைக்கும் பெண்கள் நிராகரித்தார்கள். இதைப் பாமாவிடம் சொன்னேன். அவுங்க சொன்ன முடிவுதான் சரி என்று சிரித்தார்.

இந்த வாசிப்பு இயக்கத்துக்கு ஆண்களின் "பங்களிப்பு" இல்லாமல் இல்லை. ராத்திரி சாராயத்தை ஏத்திக்கொண்டு வந்து, எட்டி நின்று கொண்டு, இவர்கள் பேசப்பேச "நோரா..போனாப் போரா.." என்பது போல வரிக்கு வரி பின்னணி இசைபோலப் பேசி சபையைக் கலைத்து விடுவார்கள். எனக்குச் சோத்தைப் போட்டு வச்சிட்டுப் பொஸ்தகத்தைத்

தொடு என்று கடமையை நினைவூட்டுவது, ”பிள்ளைகள் படிச்சுட்டு தூங்கினப்புறமா நீ படிக்கப் போ..பச்சை மரத்தை விட்டுட்டு பட்ட மரத்துக்கு தண்ணி ஊத்துறாய்ங்க அறிவொளிக்காரங்க” என்று கருத்துதிர்த்துப் பெண்களின் மன உறுதியைக் குலைப்பது என்று பல ரூபங்களில் ஆண்கள் பங்களித்துக்கொண்டிருந்தார்கள்.

இதையெல்லாம் தாண்டி லட்சக்கணக்கான புத்தகங்களைக் காசு கொடுத்துப் பெண்கள் வாங்கினார்கள். வாசித்தார்கள். விவாதித்தார்கள். இதெல்லாம் 90களில் இந்தத் தமிழ் மண்ணில்தான் நடந்தது.

அரைகுறைப் படிப்பாளிகளான பெண்கள் கிராமங்களில் இப்போதும் புத்தக தாகத்துடன் காத்திருக்கிறார்கள். அவர்களுக்கான வடிவத்தில் புத்தகங்களைத் தயாரித்து எடுத்துச் செல்ல யாரிருக்கிறர்கள்?

எசப்பாட்டு-33

இந்தியாவில் இதெல்லாம் சகஜம்

கடந்த பத்து தினங்களாக ஒரு வாக்கியம் துரத்திக்கொண்டே இருக்கிறது-இரவும் பகலுமாக-கனவுகளிலும் கூட.. "அவளைக் கொல்லுவதற்கு முன்னால் கடைசியாக இன்னும் ஒரு முறை நான்...." என்கிற வாக்கியம் அது.என்னைப்போன்ற இன்னொரு ஆணின் குரல் அது. இந்த வரிகளை எழுதும்போது கைகள் நடுங்குகின்றன. செய்தித்தாளில் முதன்முதலாக இந்த வாக்கியத்தை வாசித்தபோதும் பின்னர் நினைக்குந் தோறும் கன்னங்களில் கண்ணீர் வழிந்தோடுகிறது,. குற்ற உணர்வில் மனம் குறுகிச் சிறுக்கிறது.

இந்த வரிகளை அவன் சொல்லும்போது குழந்தை ஆசிபா அந்தக் கோவிலின் அறைக்குள் மயங்கிய நிலையில் கிடக்கிறாள். பலரால் பலமுறை வல்லுறவு செய்யப்பட்ட அவள் உடல் ஒரு பழைய துணியைப் போலத் தரையில் விரிந்து கிடக்க இந்த வாக்கியம் அந்த அறைக்குள் அத்துமீறி நுழைந்து எதிரொலிக்கிறது. கைகால்கள் சோர்ந்து நம் மனம் இற்று வீழ்கிறது. இந்தியாவே பார்த்திருக்க, நம் குலக்கொடி அறுக்கப்பட்டது. "இந்த உலகம் உறங்கிக்கொண்டிருக்கையில் இந்தியா விழித்தெழுகிறது" என்கிற பண்டித நேருவின் வாக்கியம் முதலில் சொல்லப்பட்ட அந்தக் கெடு வாக்கியத்தின் பின்னொட்டுப் போல ஏனோ நம் செவிகளில் அறைகின்றது. மீண்டும் உடல் சிலிர்த்து நடுங்குகிறது. இந்தியா விழித்தெழுமா?

ஆணாதிக்கத்தின், ஆண் வக்கிரத்தின் சகலவிதமான கூறுகளும் அந்தப் பச்சிளம் உடல் மீது அரங்கேறியுள்ளது. நில உடமை, மதப் பகைமை, பாலியல் வெறி, பழிவாங்கும் உணர்ச்சி, மனிதப்பிறவிக்கு முந்தைய கட்டத்து உந்துதல்கள், சதிவலை பின்னுதல் என எல்லாம் ஆணுடல்களாக வடிவம் கொண்டு கூத்தாடிய நிலப்பரப்பாக அப்பிஞ்சு உடல் நம் முன் கிடக்கிறது. ஓர் இந்திய ஆணாக நான் வெட்கித்தலை குனிகிறேன்.

அந்த மிருகங்களை வைத்து எல்லா ஆண்களையும் குற்றம் சொல்ல முடியுமா என்றொரு கருத்து இருக்கிறது. மிருகங்கள் ஒருபோதும் (இந்த

உலகம் தோன்றிய நாள் முதலாக) இதைப் போல ஒரு காரியத்தைச் செய்ததே இல்லை என்பது ஒருபுறம் இருக்க, இந்தக் கொடூரச் செயலுக்கான சின்னச் சின்ன ஆரம்ப விதைகள் (சாதாரண காலத்து) ஆண் மனதில் ஏற்கனவே நட்டுவைக்கப்பட்டுள்ளதை நாம் விவாதித்துத்தான் ஆக வேண்டும். இது ஏதோ அந்தக் கதுவா குற்றவாளிகள் போதி மரத்தினடியில் அமர்ந்து புத்தம் புதிதாகக் கண்டுபிடித்த குற்றச்செயல்பாடுகள் அல்லவே? இதற்கு ஒரு வரலாறும் வேரும் இருக்கிறதல்லவா?

எண்பதுகளில் வந்த ஒரு தமிழ்ச் சிறுகதைத் தொகுப்பில் ஒரு கதை வாசித்தேன். ஒரு வேலையில்லாத வாலிபன்தான் கதைசொல்பவன். அவன் தாமதமாகத் தூங்கி எழுந்து காலையில் டீ குடிக்கத் தெரு வழியாகப் போவான். கழிப்பறை வசதி இல்லாததால் அத்தெருவின் வாறுகால் திண்டில் வரிசையாகக் குழந்தைகளைக் 'கக்கா' போக உட்கார வைத்திருப்பார்கள். அவ்விளைஞன் எட்டு பத்து வயதுப் பெண்குழந்தைகளின் பெண் உறுப்பை முறைத்தபடியே தெருவில் நடந்துபோவான். எட்டுபத்து வயதுக்குழந்தைகள் என்று சொல்வதுகூட சும்மாதான்.. ரெண்டு வயசுப் பெண் குழந்தையானாலும் நான் முறைத்துப் பார்த்தபடிதான் செல்வேன் என்று அந்தக் கதாபாத்திரம் சொல்லுவதாக அக்கதையில் வரும்.

இப்படியெல்லாம் எழுதலாமா என்று விவாதிப்பதை விட இப்படியெல்லாம் ஆண் மனதில் வக்கிர அலைவரிசை ஓடுவதை அவர் படம் பிடித்துச் சமூகத்தின் முன் வைக்கிறார் என்றுதான் பார்க்க வேண்டும்.

2017 நவம்பர் *2* ஆம் தேதி டெல்லியில் ஒண்ணரை வயதுப் பெண் குழந்தை பக்கத்து வீட்டுக்காரனால் வல்லுறவு செய்யப்பட்ட செய்தி பெரிய அளவுக்குப் பேசப்படவில்லை. அவனுடைய இரு குழந்தைகளோடு விளையாடுவதற்காகத் தத்தி நடந்து வந்த அச்சிறுமியைத் தன் குழந்தைகள் (*4* வயது மற்றும் *2* வயது) முன்னிலையிலேயே வல்லுறவு செய்துள்ளான். டெல்லி மகளிர் ஆணையத்தலைவரான ஸ்வாதி மாலிவால், சஞ்சய் காந்தி மருத்துவமனையில் அனுமதிக்கப்பட்டிருந்த அக்குழந்தையைக் காணச்சென்று மனம் பதற ட்விட்டரில் எழுதியபிறகே உலகுக்குத் தெரிய வந்தது.

ஜனவரி *30,2018*இல் *8* மாதப்பெண் குழந்தை *28* வயதான உறவுக்காரப் பையனால் டெல்லியில் வல்லுறவு செய்யப்பட்ட செய்தி வெளியானது.

தமிழகம் உள்ளிட்ட இந்தியாவின் ஒவ்வொரு மாநிலத்திலும் பெண் குழந்தைகள் வல்லுறவுக்கு ஆளாக்கப்படும் செய்திகள் வந்தவண்ணம்தான் இருக்கின்றன.எங்கொ எப்போதோ நடக்கும் தவறுகள் அல்ல இவை.இந்தியாவில் ஆண்டுக்கு ஒரு லட்சம் வழக்குகள் பதிவாகின்றன.காயங்கள்,ரத்தம் கொட்டுதல் இல்லாமல் நடக்கும் பாலியல் துன்புறுத்தல்களைப் பெற்றோரால் கண்டுபிடிக்க முடியாது.குழந்தைகளுக்கும் சொல்லத் தெரியாது.அப்படி வெளிவராத குற்றங்கள் எத்தனையோ ? தெரியாது.

ஐந்தாம் வகுப்புச் சிறுவன் ஒருவன் இரண்டாம் வகுப்புச் சிறுமியிடம் பாலியல் துன்புறுத்தல் செய்த செய்தியும் இந்தச் செய்திக்குவியலில் வந்து விழுகிறது.நிர்பயா வழக்கிலும் ஆஷிபா வழக்கிலும் சிறார் குற்றவாளிகள் பங்கேற்றுள்ள செய்தியை சும்மா கடந்துபோக முடியுமா?.

ஆகவே பெண் குழந்தைகளை இப்படிச் சித்ரவதை செய்வது இந்தியாவில் சகஜம்.

"இந்தியாவில் ஆண்கள் பெண்களை எப்படிப் பார்க்கப் பழகியிருக்கிறோம்" என்பதில்தான் துவங்குகிறது.நம்மைப்போல ஒரு சக மனிதப்பிறவிதான் பெண் என்கிற புரிதல் இல்லை.பெண்ணுடல் மீதானமயக்கம் இயல்புக்குமீறி ஆண்மனதில்கட்டமைக்கப்பட்டுள்ளது. ஆணின் நுகர்வுக்கான பொருள் என்பதற்கு மேல் இந்தியாவில் புரிதல் இல்லை.இந்தப் புரிதலின் மீது மற்ற மத,சாதிய,ஆணாதிக்கக் கருத்துக்கள்,பண்பாடு என்ற பேரில் தலையில் ஏறியுள்ள குப்பை எல்லாம் சேர்ந்து கூடுதலாக மசாலா சேர்த்து அவளை ஒரு பண்டமாகவே ஆக்கியுள்ளன.

தனிமையும்,வெளியே தெரியாது என்கிற உத்தரவாதமும், குழந்தைக்குச் சொல்லத் தெரியாது என்கிற சாதகமும் ஒருங்கே வாய்த்தால் ஆணின் குற்றமனம் இயங்கத் தொடங்கி விடுகிறது., தனித்திருக்கும் போதும் யாரும் பார்க்காவிட்டாலும் ஒழுக்கத்தையும் நாகரிகத்தையும் கடைப்பிடிக்கின்ற ஆண்களை நம் கல்வி முறையும் குடும்ப அமைப்பும் பண்பாடும் உருவாக்கத் தவறி விட்டன.வேர் அங்கே இருக்கிறது.

நிர்பயா கொலைக்குப் பின் அமைக்கப்பட்ட நீதிபதி வர்மா கமிஷனும் பாலியல் மற்றும் பாலின சமத்துவக் கல்வியில் கவனம் செலுத்த வேண்டும் என்று குறிப்பிட்டது.நீண்ட நெடிய ,அரசியல் உறுதிமிக்க நடவடிக்கைகள் தேவை.சிவில் சமூகத்தில் மாபெரும்

கல்வி-கலாச்சார அசைவியக்கங்கள் பீறிட்டு எழ வேண்டும், சந்தேகத்துக்கிடமின்றி அமலாகின்ற சட்ட/நிர்வாக ஏற்பாடுகள் வேண்டும்.

அதெல்லாம் செய்யாமல் தூக்குத்தண்டனைச் சட்டத்தையும் "நம் மகள்களைப் பாதுகாப்போம்" என்கிற பம்மாத்து மார்தட்டல்களையும் மட்டும் வைத்துக்கொண்டு ஒரு ஆணியையும் பிடுங்க முடியாது.

எசப்பாட்டு-34

காந்திய வழி

ஜனநாயகம் குறித்து ஆழ்ந்த நவீனமான புரிதலுடன் இயங்கிய அரசியல் தலைவர் பண்டித நேரு அவர்கள். ''பெண்கள் ஒரு சமூகத்தில் ஆண்களின் விளையாட்டுப் பொம்மைகள் போல அவர்களால் ஆட்டுவிக்கப்பட்டால் அங்கே ஜனநாயகம் முளைத்தெழாது. ஆண்களுக்குச் சமமான பங்கேற்பாளர்களாகப் பெண்களும் ஈடுபடும்போதுதான் ஜனநாயகம் முழுமைபெறும்'' என்றார். இன்னும்,"ஒரு நாட்டின் தன்மையை,தகுதியை அந்நாடு பெண்களை எப்படி வைத்திருக்கிறது என்பதைக் கொண்டு தீர்மானிக்கலாம்'' என்றார்.. அத்துடன் நில்லாமல் ,''சீதாப்பிராட்டியையும் சாவித்திரியையும் இலட்சியப் பெண்கள் என்று நம் நாட்டுப் பெண்களுக்குப் பாடம் நடத்தும் நம் இந்திய சமூகம்,ஆண்கள் ராமனைப்போலவும் சத்தியவானைப்போலவும் இருக்க வேண்டும் என்று எப்போதும் வலியுறுத்துவதில்லை'' என்றார்.70 ஆண்டுகால 'ஜனநாயக வாழ்வு'க்குப் பிறகு இன்று நாம் எங்கே நிற்கிறோம்?

பெண்கள்,பெண் விடுதலையின் மீது கொண்ட அக்கறையால் கூறப்பட்ட வாசகங்கள் இவை.அதில் மாற்றுக் கருத்துக்கு இடமில்லை. ஆனால், ராமனைப்போலத்தானே இந்திய ஆண்கள் காலம் காலமாக இருந்து வருகிறார்கள். சீதையின் விருப்பத்தைக் கேட்கும் ஜனநாயகம் ராமனிடம் இருந்ததா?

வனவாசம் முடிந்து ராமன் பட்டாபிஷேகமும் முடிந்த பிறகு, ஒரு சலவைத் தொழிலாளி ராமனை இளக்காரமாகப் பேசிவிட்டார் என்பதற்காக,ராமபிரானின் புனிதப் பிம்பத்தைக் காப்பதற்காக,ராஜியதர்மத்தைக் காப்பதற்காக கர்ப்பிணியான சீதையை மீண்டும் காட்டுக்கு அனுப்புகிறான்.

இந்தியப் புராணங்கள் பலவற்றிலும் இதுபோல ஆண்கள் தங்கள் நோக்கத்துக்காக,தங்கள் லட்சியத்துக்காக,தங்கள் விருப்பப்படி வாழ்வதற்காக மனைவியைப் பிரிவது என்பது மீண்டும் மீண்டும் சொல்லப்படுகிறது.அப்பெண்ணின் விருப்பம் ,அவளுடைய உணர்வுகள் ஒருபோதும் –ஒருபோதும்-கேட்கப்பட்டதே இல்லை. கணக்கில் கொள்ளப்பட்டதே இல்லை.அவர் எடுக்கும் முடிவை அவள்

ஏற்றுத்தானே ஆக வேண்டும் என்கிற ஆணாதிக்கக் கருத்து இப்படித்தான் கேள்விக்கு அப்பாற்பட்ட விதியாக நம் தலைகளில் ஏற்றப்பட்டது.

யசோதராவைக் கைவிட்ட கௌதம சித்தார்த்தன், ரத்தினாவளியைக் கைவிட்ட துளசிதாசர், சகுந்தலையைக் கைவிட்ட துஷ்யந்தன், சுவர்ச்சலாவைக் கைவிட்ட ஹனுமன் என்று பட்டியல் நீள்கிறது. தங்கள் திருமண பந்தத்தைத் துச்சமாக மதித்துத் துறந்த இந்த ஆண்கள் ரிஷிகளாகவும் செங்கோல் மன்னர்களாகவும் கவிகளாகவும் போற்றுதலுக்காளாகின்றனர். அவர்களின் பெண்களுக்கு ஒரே கடமைதான் விதிக்கப்படுகிறது. தங்கள் ஆண்களை நினைத்துப் பெருமைப்படுவதும், அவர்களது லட்சியம் ஈடேறவும் அவர்கள் நலமாக வாழவும் அவர்களை நெஞ்சில் ஏந்திப் பூஜைகள் செய்து தொழுது கிடப்பதும்தான்.

கணவன் கௌதமனைப்போல மாறுவேடம் பூண்டு வந்த இந்திரனால் பாலியல் வல்லுறவுக்கு ஆளாக்கப்பட்ட அகலிகையை –பாதிக்கப்பட்ட அவளையே–குற்றவாளியாக்கி கௌதம முனிவர் தன் புனிதம் காத்திடச் சாபமிட்டு அவளைக் கல்லாக்கி விடுகிறார்.

புராண காலத்தில் மட்டுமல்ல, நவீன காலத்திலும் ஒருவர் மகாத்மாவாகப் பொதுவெளியில் தன்னை நிலைநிறுத்திக்கொள்ளத் தன் விருப்பங்களை, உணர்வுகளை ஒரு கஸ்தூர்பாய் தியாகம் செய்துதான் ஆக வேண்டியிருந்தது. தேசத்தின் தந்தை தன் இணையரின் உணர்வுகளுக்கு நியாயம் வழங்கினாரா? அல்லது ராமனைப்போலவே ராஜநீதிக்காக தன் சகியின் உரிமைகளை நிராகரித்தாரா?

“கஸ்தூரிக்குள்ள ஒரு மிகச்சிறந்த குணாம்சம் பெரும்பான்மை இந்து மனைவிகளுக்கு ஓரளவு உள்ளது. விரும்பியோ, விரும்பாமலோ, தெரிந்தோ தெரியாமலோ, எனது காலடியைப் பின்பற்றுவதை, அவள் ஒரு தெய்வீகமான, புனிதமான, போற்றுதலுக்குரியது என நினைக்கிறார். சில கட்டுப்பாடுகள் உடைய வாழ்க்கையை நான் நடத்துவதற்கு அவள் என்றுமே தடையாக இருந்ததில்லை. இதனால் அறிவுபூர்வமாக எங்களிடையே பெரும் வேறுபாடுகள் இருந்தபோதும், எங்கள் வாழ்க்கையில் திருப்தி, மகிழ்ச்சி, முன்னேற்றம் ஆகியவை இருந்ததாகத்தான் நான் நினைக்கிறேன்...” *(David Hardiman :Gandhi in his time and Ours)*

'காந்திஜியின் இக்கருத்துக்களிலிருந்து பெண்கள்/ மனைவிமார்களிடமிருந்து அவர் என்ன எதிர்பார்க்கிறார் என்பதைப்

புரிந்துகொள்ள முடியும்' என்று கூர்மையான விமர்சனத்தைத் தன்னுடைய "கஸ்தூர்பா-மகாத்மாவின் மனைவி எழுப்பும் கேள்விகள்' என்கிற நூலில் முன்வைக்கிறார் தோழர் மைதிலி சிவராமன். தன் குழந்தைகளை வளர்ப்பதில், குடும்பமாக வாழ்வதில், சத்தியாக்கிரகத்தில் பங்கேற்பதில் என ஒவ்வொரு விஷயத்திலும் கஸ்தூர்பா எவ்விதம் தன் சுயத்தை விட்டுக்கொடுத்தார் என்பதை இதுபோன்ற பல நூல்கள் இன்று ஆதாரங்களுடன் பேசுகின்றன. அவர் உண்மையில் ஒரு மகாத்மா என்பதால் தான் கஸ்தூர்பாய்க்கு இழைத்த அநீதிகள் பற்றியும் சத்தியசோதனையில் திறந்த மனதுடன் எழுதியிருக்கிறார் என்பதையும் நாம் சொல்லியாக வேண்டும். அதே சமயம் அவர் எழுதாமல் விட்டதுதான் அதிகம். அவற்றை அவரது பேரன் அருண்காந்தியும் அவரது கொள்ளுப்பேத்தி உமாதுபேலியாவும் தங்கள் நூல்களில் எழுதியிருக்கின்றனர்.

தன் பாட்டி பற்றிய தன்னுடைய நூலின் சமர்ப்பணப் பகுதியில் அருண்காந்தி எழுதியிருப்பது கவனிக்கத்தக்க வாசகம்: "தங்கள் துணைவர்கள் பெரும் தலைவர்கள் ஆவதற்கு வழிசெய்யும் வகையில் தன்னலமற்று சுய தியாகம் செய்துகொள்ளும் எல்லா பெயர் தெரியாத பெண்களுக்கும் இந்நூல் அர்ப்பணம்"

தேசப்பிதாவின் புதல்வர்கள் அதே வழியில்தானே செல்வார்கள்?

காந்தியத்துக்கு எதிரான வரிசையில் நிற்கும் தலைவர்களும் தங்கள் இணையர்களை காந்தியின் வழியில் அல்லது ராமனின் வழியில்தான் நடத்தினார்கள், நடத்துகிறார்கள் என்பதற்கு சமீபத்திய உதாரணம், யசோதாபென் நரேந்திரமோடி என்கிற பெண்மணி.

எத்தனையோ இடதுசாரி இயக்கத்தோழர்கள் தீவிரமான பொதுவாழ்வில் தன்னலமற்று உழைக்கிறார்கள். தியாகம் செய்கிறார்கள். ஆனால், தங்கள் இணையரின் விருப்பங்களை நிறைவேற்றுவதிலும் அவர்களோடு அரசியல் விவாதம் நடத்தித் தம் வழிக்குக் கொண்டுவருவதிலும் அவர்களும் "காந்திய வழியை"த்தான் பின்பற்றுகிறார்கள்.

ஆண் முடிவு செய்கிறான். பெண் பின்பற்றுகிறாள். "ஆண்டவன் நினைக்கிறான்..அருணாச்சலம் முடிக்கிறான்." என்கிற கதைதான்.

ஆனால் வரலாறுகள் பேசாதவற்றை இலக்கியங்கள் பேசுகின்றன.. அரசியல் எழுப்பாத கேள்விகளை இலக்கியங்கள் எழுப்புகின்றன.. பிரிவின் துயரைச் சுமக்கும் பெண்களின் குரலைச் சங்க இலக்கியங்கள் விசும்பலாகவும் வெடிப்பாகவும் பேசியுள்ளன.

புதுமைப்பித்தனின் 'சாபவிமோசனம்' கதையில்,அகலிகை சீதை இருவரும் சந்திக்கிறார்கள். இலங்கையில் நடந்த சம்பவங்களைச் சீதை சொல்லிக்கொண்டிருந்தாள். பின்னர், அக்கினிப் பிரவேசத்தைச் சொன்னாள். அகலிகை துடித்துவிட்டாள். 'அவர் கேட்டாரா? நீ ஏன் செய்தாய்' என்று கேட்டாள்.' அவர் கேட்டார், நான் செய்தேன்' என்றாள் சீதை அமைதியாக. 'அவன் கேட்டானா?' என்று கத்தினாள் அகலிகை.அவர் இப்போது அவன் ஆகிவிட்டான். கல்லான அகலிகையைத் தொட்டுச் சாபவிமோசனம் தந்த ராமன் சீதையைத் தீக்குளிக்கச் செய்து, காட்டுக்கனுப்பிச் செய்த பாபத்துக்கான விமோசனத்துக்கு என்ன செய்யப்போகிறான்? என்கிற கேள்வியைச் சொடுக்குகிறார் புதுமைப்பித்தன்.

தம் இணையரின் கருத்தையும் உணர்வையும் பற்றிக் கவலைப்படாமல் முடிவெடுத்துத் தன் வழியில் பயணிக்கும் ஒவ்வொரு ஆணின் முதுகிலும் இந்தக் கேள்வி சாட்டையடியாக விழுகிறது.நமக்கு உறைக்குமா? உறைத்தால் ஜனநாயகம் பிழைக்கும்.

எசப்பாட்டு-35

ஞானமில்லா நேசங்கள்

அறிவொளி இயக்கம் நடந்துகொண்டிருந்த நாட்களில், உள்ளூர் சமூகத்தின் ஈடுபாடு அவ்வியக்கத்துக்குத் தேவை என்கிற புரிதலுடன், அவ்வப்பகுதியில் சமூகப்பணியாற்றுவோர், படித்த பெண்கள், ஆண்கள் எல்லோரையும் அவ்வப்போது அழைத்து எம் அறிவொளிக் கற்போரிடையே பேச வைப்போம். அப்படி ஒரு முறை மானூர் ஒன்றியத்தில் ஒரு கிராமத்தில் ஒரு மகளிர் மன்றத் தலைவியை அழைத்துப் பேச வைத்தோம். அது பெரும்பாலும் செங்கற்சூளையில் வேலைபார்க்கும் பெண்கள் படிக்கும் மையம். அறிவொளியில் படிக்கிற அப்பெண்களுக்கு 'நல்லொழுக்கங்களை'ப் போதிக்க வேண்டும் என்கிற 'நல்லெண்ணத்துடன்' அவர் வீட்டைத் தூய்மையாக வைத்திருப்பது எப்படி என்பதில் துவங்கிப் பலவற்றையும் எடுத்துரைத்தார். அவ்வுரையின் முக்கியப்பகுதியாக "தெய்வம் தொழாள் கொழுநற் றொழுதெழுவாள் பெய்யெனப்பெய்யும் மழை" குறளை முன் வைத்து காலையில் எழுந்ததும் தாலியை எடுத்துக் கண்களில் ஒற்றிக்கொண்டு, படுத்திருக்கும் கணவனின் கால்களைத் தொட்டு வணங்கி, நம்முடைய வேலைகளைத் துவங்கினால் நம்ம வாழ்க்கை நல்லாருக்கும் என்று சொன்னார். இதைக்கேட்டதும் அதுவரை அமைதியாகக் கேட்டுக்கொண்டிருந்த பெண்கள் வெடித்துச் சிரித்துவிட்டார்கள். அச்சிரிப்பு அந்த அம்மையாருக்குக் கோபத்தை மூட்டி, "எதுக்கு சிரிக்கிறீங்க? அதனாலதான் நீங்க வாழ்க்கையிலே கஷ்டப்படுறீங்க" என்று ஆவேசத்துடன் பேச ஆரம்பித்து விட்டார். சிறப்புரைக்காகப் போயிருந்த நான் அவரையும் கூட்டத்தினரையும் சமாதானப்படுத்த வேண்டியதாயிற்று.

அந்நேரத்தில் கூட்டத்தில் அமர்ந்திருந்த ஒரு பெண்மணியைத் தேடி அவருடைய கணவர் வந்துவிட்டார். வீட்டைப்பூட்டிச் சாவியைக் கையோடு அப்பெண் கொண்டுவந்திருந்ததால் தேடி வந்திருக்கிறார். அவரைப் பார்த்ததும் சிரித்துக்கொண்டே அப்பெண்மணி "யோவ்... கதையைக் கேளும் ..விடியமின்னே எந்திரிச்சு உம்ம காலைத் தொட்டுக்கும்பிடணுமாம்... ராத்திரி போதையைப் போட்டுட்டுக் குப்புற விழுந்தா, தலை எங்கே கால் எங்கேன்னு தெரியாமக்

கிடப்பீரு...உம்ம காலை எங்கிட்டுப்போயி நான் தேடறது.."என்று சொல்லியபடி, இருந்த இடத்திலிருந்து சாவியைத் தூக்கிப்போட்டார். அதைக் கப்பென்று பிடிக்க முடியாமல் கீழே விழுந்த சாவியை எடுத்துக்கொண்டு கணவர் ஏதோ முனகியபடி கிளம்பினார்."குடிச்சுப்போட்டு ஊர்ப்பொது மடத்திலேயோ சத்திரத்திலேயோ காளியம்மன்கோவில் வராந்தாவிலேயோ ராத்திரி கிடந்துவிட்டு இப்ப பன்னிரண்டு மணிக்குத்தான் விடிஞ்சிருக்குன்னு வாராரு அய்யா...வீடுன்னு விளக்கேத்தவும் முடியலே விளங்காதவன்னு விட்டுத்தொலைக்கவும் முடியலே." என்று இன்னும் தானே பேசிக்கொண்டிருந்தார் அப்பெண்மணி.

இது மறக்க முடியாத ஒரு காட்சி.இரண்டு வர்க்கங்களின் பண்பாட்டு மோதலின் குறியீடாக இக்காட்சியைப் பார்க்கலாம்.படித்த நடுத்தர வர்க்கத்துப் பெண்களைவிட உழைக்கும் பெண்களுக்குக் கூடுதல் சுதந்திரம் இருப்பது வெளிப்படுகிறது.அவனைச் சார்ந்து அவள் வாழவில்லை.அந்த சுதந்திரமே அவள் அவனைத் தயக்கமின்றி விமர்சிக்கும் தைரியத்தை அளிக்கிறது.அவன்தான் அவளைச் சார்ந்து வாழ்கிறான்.அவனால் குடும்பத்துக்குப் பெரிய பயன் ஒன்றுமில்லை. ஆனாலும் அவனை விட்டொழிக்க அவளால் முடியவில்லை. அவளுக்கும் அவனுக்கும் இடையில் அன்பு,காதல் என்பதெல்லாம் இயங்குமா?ஆம் எனில் அது என்ன வடிவத்தில் என்ன அளவில் இருக்கும் என்கிற கேள்வி மனதில் பிறந்தது.

இரண்டு கவிதைகள் நினைவுக்கு வருகின்றன.இருவேறு அரசியல் மற்றும் வாழ்க்கைப் பின்புலத்தைச் சேர்ந்த இரு கவிஞர்கள் எழுதியவை அவை..:

"நேசிக்காமல் இருந்ததில்லை/நேசித்ததைத் தொடர்ந்து/நேசித்ததும் இல்லை/ நேசிக்கத்தொடங்கியவர்/

நேசித்தவராகவே இருப்பதும் இல்லை /நேசிக்காமல் வாழவும் தெரியவில்லை" *(கவிஞர் கனிமொழி)*

"விலகி விலகியே சென்றோம்/விலக வேண்டும் என்ற விருப்பத்தோடும்/விலக முடியாத துக்கத்தோடும்" *(கவிஞர் பாலபாரதி)*

சாவியை விட்டெறிந்த பின்பு அக்கிராமத்துப் பெண்மணியின் வாயிலிருந்து புறப்பட்ட வார்த்தைகளும் இவ்விரு கவிதைகளும் ஒரே உணர்வைப் பேசுகின்றன. நேசம் கொண்டு வாழ்ந்து தொலைக்க வேண்டிய யதார்த்தத்தை --துக்கத்தைப் --பேசுகின்றன.நேசம் கொள்வதும் துக்கமாகும் ஒரு வாழ்க்கை என்ன வாழ்க்கை?ஆனால்

இத்தகைய துக்கமும் இருண்மை மனநிலையும் பெண்ணுக்கு மட்டுமே ஏற்படுகிறது.

ஏன் இது நேர்கிறது? விலக முடியாமல் எது கட்டுப்படுத்துகிறது? ஊரார் பழிச்சொல் குறித்த அச்சமா? பெண் மனம் திருமணம் என்கிற பந்தத்தை விட்டொழிக்க முடியாத உளவியல் சேற்றுக்குள் சிக்கிக் கொண்டதா?

ஏங்கல்ஸ் தன்னுடைய 'குடும்பம்,தனிச்சொத்து,அரசு ஆகியவற்றின் தோற்றம்' என்கிற நூலில் மனித குல வரலாற்றில், இந்தக் காதல் என்பதன் தோற்றம்,வளர்ச்சி குறித்து ஆழமாக விவாதித்துள்ளார்.

"காதல் என்பது ஒருவன்பால் அல்லது ஒருத்தியின்பால் செலுத்தப்படுவது.அது அதன் இயல்பு. என்றாலும் இன்று பெண் மட்டுமே அதைப் பூர்ணமாக நடைமுறையில் காட்டுகிறாள். எனவே,காதல் திருமணம் என்பது அதன் இயல்பிலேயே ஒருதார மணமாகத்தான் இருக்கிறது.குழு மணத்திலிருந்து தனிப்பட்ட திருமணத்துக்கு முன்னேறியது முக்கியமாகப் பெண்கள் செய்த வேலை........இணை மணத்திலிருந்து(குழு மண முறையும் தனிப்பட்ட மணமும் இணையாகச் சென்ற காலம்-கட்டுரையாளர்) ஒருதார மணத்துக்கு மாறியது ஆண்கள் செய்த வேலை...வரலாற்று ரீதியில் பார்த்தால் ,இந்த மாற்றத்தின் சாரம் பெண்களின் நிலை மேலும் இழிந்தது என்பதும் ஆண்கள் விசுவாசம் கெட்டுப்போகச் சௌகரியம் கிடைத்தது என்பதுமே" என்று கூறும் ஏங்கல்ஸ் அடுத்த கட்டமாக வழக்கமாக ஆண்கள் விசுவாசம் கெட்டுப் போவதைப் பெண்கள் சகித்துக் கொண்டிருக்குமாறு கட்டாயப்படுத்துகிற பொருளாதார நோக்கங்கள் -தமது வாழ்வாதாரம் மற்றும் தமது குழந்தைகளின் எதிர்காலத்தைப்பற்றிய கவலை –இந்த ஒருதார மணமுறையில் மறைவது பற்றிப் பேசுகிறார்.

ஆகவே பெண்ணின் காதல் வேறு; ஆணின் காதல் வேறாகத்தான் இருக்கிறது.விலக முடியாத துக்கம் அதனாலேயே எழுகிறது.விசுவாசம் என ஏங்கல்ஸ் குறிப்பிடுவதைத்தான் அவ்வை (கொன்றைவேந்தன்) சொற்றிறம்பாமை என்கிறாள்.அதாவது சொல் தவறாமை,நாணயம்,சத்தியம், மண ஒப்பந்தத்துக்கு விரோதமில்லாமல் என அச்சொல்லுக்குப் பெரியார் விளக்கமளிப்பார்.

இந்தியாவில் திருமண பந்தம் என்பது இன்னும் கூடுதலாக சாதி,குடும்பம்,சமூக வழக்கம் இவற்றோடு பின்னிப்பிணைந்து காதலிப்பவர்கள் கல்யாணம் செய்துகொள்ளும் உரிமை பின்னுக்குத் தள்ளப்பட்டுக் கிடக்கிறது.கல்லானாலும் கணவன் என்று காதலுக்குச் சம்பந்தமில்லாத சட்டமாக முடிகிறது.

திருமணங்கள், சடங்குகள் குறித்தெல்லாம் விரிவாக எழுதிய இன்னொரு அறிஞர் பெர்ட்ரண்ட் ரஸ்ஸல் "நல்ல வாழ்க்கை என்பது நேசத்தால் உந்தப்பெற்றதாகவும் ஞானத்தால் வழிநடத்தப்படுவதாகவும் இருக்க வேண்டும். நேசமில்லாத ஞானமும் ஞானமில்லாத நேசமும் நல்ல வாழ்க்கையை உருவாக்கித் தர முடியாது" என்பது அவர் வாக்கு. நேசம் என்பதை மிக விரிந்த பொருளில் ரஸ்ஸல் கையாள்கிறார்.

காதல் என்பது உடல் சேர்க்கையை நோக்கி நகர்த்தும் உணர்ச்சி அல்ல. ஆண், பெண் இருவரது வாழ்க்கைகளின் பெரும்பகுதியை ஆக்கிரமிக்கப்போகும் தனிமை என்னும் வெக்கையிலிருந்து தப்பிக்க உதவும் பிரதான உபாயமாக விளங்குவதே காதல். இதைப் பெண்கள் புரிந்துகொண்டதால்தான் விட்டுத்தொலைக்க முடியாமல் நம்மோடு வாழ்கிறார்கள். அன்பு செலுத்துகிறார்கள். நேசிக்காமல் வாழத்தெரியாத பிறவிகளாக நம்மோடு பயணிக்கிறார்கள்.

"காதல் திருமணங்கள் மட்டுமே ஒழுக்கமானவை என்றால் காதல் நீடித்திருக்கும் மண வாழ்க்கைகள்தாம் ஒழுக்கமுள்ளவை *(ஏங்கல்ஸ்).'* என்கிற ஞானத்தை ஆண்களும் பெற்று நேசத்துடன் வாழும் நாள் வரவேண்டும். அப்போதுதான் பெண்கள் இருண்மை மனநிலையிலிருந்து விடுபட முடியும்.

எசப்பாட்டு-36

ஆம்பிளைங்க சமாச்சாரம்

புள்ளி விவரங்கள் எப்போதும் நமக்குச் சலிப்பைத் தருபவைதான். ஆனால், சில புள்ளி விவரங்கள் நமக்கு அதிர்ச்சியையும் துக்கத்தையும் தருபவையாக அமைந்து விடுகின்றன.. தேசிய குற்றப் பதிவு ஆணையம் *National Crime Records Bureau (NCRB)* வெளியிட்ட அறிக்கையின்படி, 2017 ஓர் ஆண்டில் தலைநகர் டெல்லியில் மட்டும் 2049 பாலியல் வன்புணர்வு வழக்குகள் (நாள் ஒன்றுக்கு ஐந்துக்கு மேல்) பதிவாகியுள்ளன. தேசிய அளவில் நாள் ஒன்றுக்கு 94 பெண்கள் வல்லுறவு செய்யப்படுகிறார்கள். பதிவு செய்யப்பட்ட வழக்குகளில் 98 சதம் குற்றவாளிகள், வன்முறைக்கு ஆளாக்கப்பட்ட பெண்களுக்கு உறவினராகவோ அறிந்தவராகவோ இருக்கின்றனர்.

உலகில் மிக அதிகமான பாலியல் வன்முறைகள் நிகழும் நாடுகளின் பட்டியலில் இரண்டாவது இடத்தை இந்தியா பிடிக்கிறது. . இந்தப் புள்ளிவிவரங்களின் மீது ஏறி நிற்கையில் நம் மனச்சாட்சி சில கேள்விகளை எழுப்புகிறது. இந்திய ஆண்கள் ஏன் இப்படி –இவ்வளவு மோசமாகத் தங்கள் பெண்களிடம் நடந்து கொள்கிறார்கள்? அதன் காரணங்களைக் கண்டறிந்து வேரிலிருந்து சிகிச்சையை இனியாவது தொடங்க வேண்டாமா? மலரினும் மெல்லிய காமம் இந்தியாவில் ஏன் இப்படிக் கொல்லும் வன்மத்துடன் அலைகிறது? இதை மாற்றுவதில் சட்டங்கள், அரசின் தலையீடு, தண்டனைகள் என இவற்றுக்கெல்லாம் ஒரு முக்கியப் பங்கு இருக்கிறது. அத்துடன், காமம் சார்ந்து இந்திய ஆண் மனம் எவ்விதம் கட்டமைக்கப்பட்டுள்ளது என்பதை ஆய்வு செய்வது அவசியம். அவர்களின் காம உலகத்து ரகசியங்களைப் பொது வெளியில் கிழித்துப்போட்டு விவாதிப்பதும், காமம் ஏன் ஒரு மனநோய்க்கூறாக ஆண் மனதில் உருமாற்றம் பெற்றுள்ளது என்பதை ஆராய்வதும் வைத்தியத்துக்கான வழிகளைத் திறக்க உதவும்.

கருத்தடை சாதனங்களை உற்பத்தி செய்யும் கார்ப்பொரேட் நிறுவனமான டியூரெக்ஸ், 42 நாடுகளில் பாலியல் பழக்க வழக்கங்கள் குறித்து சமீபத்தில் ஓர் ஆய்வை நிகழ்த்தியது. மேற்கத்திய நாடுகளில்போல ''செக்ஸ் டாய்ஸ்'' பயன்பாடு இந்தியாவில் இல்லை என்று சொல்லுமளவுக்குக் குறைவாகவே உள்ளது. இந்திய ஆண்களில்

(சர்வே மேற்கொள்ளப்பட்ட 33 ஆயிரம் பேரில்) ஒரு கணிசமான எண்ணிக்கையினர் நேரடியான ஆண்-பெண் பாலுறவு இல்லாமலே வேறுபல பாலியல் இன்ப நடவடிக்கைகள் மூலமே தாங்கள் நிறைவடைந்து விடுவதாகக் கூறியுள்ளனர்.

அவற்றில் பரவலாகப் புழக்கத்திலிருப்பது சுய இன்பப் பழக்கம்.

பெண்களை நேரடியாகத் தொல்லை செய்யாமல், இம்சிக்காமல், பாலியல் வக்கிரங்களுக்கு உட்படுத்தாமல், இன்னும் சொல்லப்போனால் பெண்ணே தேவையில்லாமல் ஆண் மேற்கொள்ளும் பாலியல் நடவடிக்கையாக இது இருப்பதால் இதனால் கேடு ஏதுமில்லை என்று ஆண் மனம் கருதுகிறது. லேசான குற்ற உணர்வு வந்தாலும் தன்னைத் தானே மன்னித்துக் கொள்கிறது.

பெண் தேவையில்லை என்றாலும் பெண் உடல் சார் பிம்பங்கள் இப்பழக்கத்தில் முக்கியப் பங்காற்றுவதை மறுக்க முடியுமா? உடன் வாழும் பெண்களுக்குத் தெரியாத ஆண்களின் ஓர் ரகசிய உலகம் நெடுங்காலமாகச் சுழன்றுகொண்டிருக்கிறது.

நம் தந்தையர் காலத்தில், அச்சிடப்பட்ட பாலியல் புத்தகங்கள் அத்தேவையை நிறைவு செய்தன. படங்கள் அச்சிடும் தொழில்நுட்பம் வருவதற்கு முன்னால் "சரோஜாதேவி புத்தகங்கள்" எனப்பட்ட மறைவாகப் புழங்கும் புத்தகங்கள் மலிவாகக் கிடைத்தன. என் உறவுக்காரப் பெரியவர் ஒருவர் இறந்த சமயத்தில் அவருடைய அலமாரியில் சேகரிப்பாய் இருந்த புத்தகங்களில் சரோஜாதேவி புத்தகங்களும் ரசவந்தி போன்ற ஆங்கில போர்ன் கதைப்புத்தக வரிசையும் அடுக்கடுக்காக இருந்தன. அவர் காலத்தில் அப்படி ஒரு 'இனக்குழு' இருந்து வந்திருப்பதன் ரத்த சாட்சியாக அவர் இருந்தார். புத்தகங்களின் வருகைக்கு முன்னர் ஆண்கள் கூடி, வாய்ப்பேச்சிலேயே எல்லாவற்றையும் பேசித்தீர்த்த 'நாகரிகம்' ஒன்றும் இருந்துள்ளது.

அப்புறம் போர்ன் திரைப்படங்கள் திரையரங்குகளுக்கு வந்தன

இப்போது, இணையத்தில் பெண்ணுடல் சார்ந்த பிம்பங்கள் கோடி கோடியாகக் கொட்டிக் கிடக்கின்றன.. மார்பிங் செய்து தனக்குப் பிடித்த பெண்ணின் முகத்தை வெட்டி ஒட்டிப் பயன்படுத்தும் கலாச்சாரம் ஒன்று ஆண்களிடம் வளர்ந்துள்ளபடியால் முகநூலில் ப்ரொஃபைல் பிக்சராகக் கூடத் தன் படத்தை வைக்கப் பெண்கள் அஞ்சும் நிலை உருவாகி இருக்கிறது.

3G Moto e2 மாடலில்

1002 Mb 211 Kb 623 bytes

இன்னும் மிச்சமிருக்கிறது

ஆயிரமாயிரம் போர்ன் வீடியோக்கள்

அதில் இருக்கின்றன

அன்றைய தினம்

எதுவும் செய்யாமல் விட்டுவிட

மூன்றாவது கையேதும் அங்கில்லை.

(தொடுதிரையால் பளீரென்றாகும் இரவுகள் என்னும் கவிதை— கவிஞர் செல்வரங்கன்)

என்றொரு கவிதை இதைப் பதிவு செய்கிறது.

ஆகவே இப்பிம்பங்களோடு இணைந்த மாஸ்டர்பேஷனை ஆபத்தில்லாத பழக்கம் என்று தள்ளிவிட முடியாது. ஆணின் நிறைவேறாத வக்கிரமான காமக் கற்பனைகள் அரங்கேறும் இடமாக இது அமைகிறது. நேரடியாக ஒரு பெண்ணைப் பாதிப்பதில்லை. என்றாலும் மனித அறம் அழிகிற கொடுங்குற்றம் நிகழ்கிறதல்லவா? ஆணை நம்பிப்பழகும் ஒரு பெண்ணுக்கு அவளறியாமல் ரகசியமாய் ஆண் இழைக்கும் துரோகமல்லவா?

இந்தப் புத்தகங்கள்,திரைப்படங்கள்,வீடியோக்கள் இவை பாலியல் வக்கிரக் கண்ணாடி ஒன்றை ஆண்களின் மனக்கண்ணில் மாட்டிவிடுகின்றன. அந்தக்கண்ணாடியுடன் நிஜ உலகத்துச் சக மனுஷிகளையும் பார்க்கும் நிலைக்கு ஆண் மனம் வெகு இயல்பாக வந்து சேர்கிறது. முதல் பத்தியில் பட்டியலிட்ட புள்ளிவிவரங்களுக்கும் இவற்றுக்குமான தொடர்பைப் பேசியாக வேண்டும்.

நீண்ட காலம் இப்பழக்கத்துக்கு அடிமையான இளைஞர்கள் திருமணம் செய்து கொண்ட பிறகும் மனத்திரையில் ஏற்கனவே கொட்டிக்கிடக்கும் பெண்ணுடல்சார் பிம்பங்களுடன், அருகிருக்கும் இணையருக்கு மனதளவில் வஞ்சகம் செய்த குற்ற உணர்வுக்கு ஆளாகி, முழு ஈடுபாட்டுடன் தம் இணையரோடு தாம்பத்திய வாழ்வில் ஈடுபட முடியாமல் குறுகிப்போகிறார்கள். மனச்சிதைவுக்கு ஆளாகிறார்கள். முடிவில் பாதிக்கப்படுவது பெண்ணாகவே இருக்கிறாள். ஆகவே இப்பழக்கம் எங்கே சுற்றினாலும் கடைசியில் பெண்ணைப் பாதித்தே தீருகிறது.

இப்படியான ஆணின் ஒவ்வொரு பாலியல் உலகத்துப் பக்கத்தையும் புரட்டிப் பொது வெளியில் வாசிக்க வேண்டும்.

ஆணின் பாலியல் கற்பனைகள்,அவற்றோடு இணைந்த இதுபோன்ற பழக்கங்கள், ஆண்-பெண் இயல்பாகப் பழக முடியாத சமூகத் தடைகள்,அதனால் ஏற்படும் இயல்புக்கு மீறிய ஈர்ப்பு, வெறியாதல் என எல்லாவற்றையும் மனம் திறந்து பேசி விவாதிப்பது தீர்வை நோக்கிய முதல்படியாக அமையும்..உடைத்துப் பேசாமல் மூடி மூடி வைப்பது கிட்டித்த வெடிமருந்து போல வெடிக்கிறது. பெண்ணுடல் தேசமெங்கும் சிதறுகிறது.

எசப்பாட்டு-37

எந்தக் கடல்நீரால் கழுவுவோம்?

தமிழகத்தின் பண்பாட்டு வரலாறு ஒன்று இதுகாறும் எழுதப்படவில்லை.அப்படி எழுதப்பட்டால் கிராமத்தெய்வங்கள் அல்லது நாட்டுப்புற தெய்வங்கள் என்றழைக்கப்படும் சனங்களின் சாமிகளுக்கு ஒரு முக்கிய இடம் அளிக்கப்படவேண்டியிருக்கும். இத்தெய்வங்களில் பெரும்பாலானவை பெண் தெய்வங்கள் என்பதும் அவை யாவும் முன்னர் ஒரு காலத்தில் கொல்லப்பட்ட அல்லது தற்கொலை செய்துகொண்ட பெண்களே என்பதும் இங்கு நாம் கவனத்தில் கொள்ள வேண்டியவை.ஆண் தெய்வங்களும் அப்படியே. தென் மாவட்டங்களில் அதிகம் வணங்கப்படும் மதுரை வீரன் ஓர் உதாரணம்.சாதி மீறிய காதலுக்காகக் கொல்லப்பட்டவன் அவன்.

நெல்லை,தூத்துக்குடி,குமரி மாவட்டங்களில் பரவலாக வணங்கப்படும் இசக்கி அம்மன் கணவனால் வஞ்சிக்கப்பட்டுக் கைவிடப்பட்டுக் கண்ணீரோடு மாண்ட பெண்மணியாவாள். 'நீலிக்குக் கண்ணீர் நெத்தியிலே' என்றொரு சொலவடை உண்டு.அந்த நீலி காதலித்த ஒருவனால் கைவிடப்பட்ட பெண்ணாவாள்.கண்ணீருடன் ஊராரிடம் நியாயம் கேட்டாள். ஆணாதிக்க சமூகம் அவளைக் கைவிட்ட செட்டிக்கு ஆதரவாக 'இவள் சும்மா கண்ணீர் வடித்து ஏமாற்றுகிறாள்' என்று தீர்ப்பளித்தது.அது முதற்கொண்டே "நீலிக்கண்ணீர்" என்கிற சொற்பிரயோகம் வந்தது.இந்தச் சொல்லே நியாயம் மறுக்கப்பட்ட பெண்ணின் துயரத்தைச் சுமந்து நிற்கிறது. அதையறியாமல் நாமும் "சும்மா நீலிக்கண்ணீர் வடிக்காதே" என்று பேசி வருகிறோம்.

தமிழகத்தில் பரவலாக "தீப்பாய்ஞ்ச அம்மன்" கோவில்கள் உண்டு. இவை யாவும் குடும்ப வன்முறையால் அல்லது சாதி மறுத்த காதலுக்காக ஊரார் அவமதிப்புக்கு அஞ்சித் தம் உடலுக்குத் தாமே தீ வைத்துக்கொண்ட பெண்மணிகள்தாம்.தமிழகத்தில் நன்கறியப்பட்ட இன்னொரு பெண் தெய்வம் "நல்லதங்காள்" பஞ்ச காலத்தில் தன் ஏழு குழந்தைகளுக்கும் பசியாற வழியின்றித் தன் அண்ணன் வீட்டுக்குப் போய் கையேந்தி நிற்க அண்ணியால் துரத்தப்பட்ட அவள் தன் ஏழு குழந்தைகளையும் பாழுங்கிணற்றில் தூக்கிப் போட்டுத் தானும்

குதித்துத் தற்கொலை செய்து கொண்டாள். உண்மையில் இந்தக் கதை நடந்தது இன்றைய விருதுநகர் மாவட்டத்தில். ஆனால் தமிழகத்தின் பல மாவட்டங்களில் ''இதுதான் நல்லதங்காள் குதித்த கிணறு'' என்று மக்கள் காட்டும் கிணறுகள் பல உண்டு. நல்லதங்காளைப்போலக் குழந்தைகளுடன் கிணற்றில் விழுந்து தற்கொலை செய்துகொண்ட பெண்கள் எல்லா வட்டாரத்திலும் இருந்திருப்பார்கள்தானே. நல்ல தங்காளைப் போலச் செத்துட்டாளே என்று பேசப்பட்டு அதுவே பின்னர்கால வெள்ளத்தில் நல்லதங்காள் கிணறு என்றாகிவிட்டிருக்கும். ஆகவே இன்று பல நல்ல தங்காள் கிணறுகள் காணக்கிடைக்கின்றன. ஒவ்வொரு கிணறும் ஒரு பெண்ணின் துயரக்கதையைப் பேசும் சின்னமல்லவா? நல்லதங்காள் மாண்டது தாது வருடப்பஞ்சத்தில் என்பாருண்டு. தாதுவருடப்பஞ்சம் என்பது 1876ஆம் ஆண்டு பரவிய பஞ்சம்.

மதுரையில் 'கருத்துக் கூடம்' ஒன்றை அமைத்து நாங்கள் நாட்டுப்புறப் பண்பாட்டு அடையாளங்களைச் சேகரித்த நாட்களில் நான்கு தென் மாவட்டங்களிலிருந்து மட்டும் 3000க்கு மேற்பட்ட நாட்டுப்புற தெய்வங்களின் தோற்றக்கதைகளைச் சேகரித்தோம். அவற்றில் பெரும்பாலானவை கொல்லப்பட்ட பெண் தெய்வங்களே.

இதெல்லாம் ஏதோ ஒரு காலத்தில் நடந்தவை என்றுதான் எல்லாரையும்போல நாங்களும் கருதிக்கொண்டிருந்தோம். ஆனால் எங்கள் சேகரிப்புகளை வாசிக்கையில் இன்றும் இத்தகைய கொல்லப்பட்ட தெய்வங்கள் வந்துகொண்டே இருப்பதைக் காண முடிந்தது

விருதுநகர் மாவட்டம் வத்திராயிருப்பு அருகே கூனம்பட்டி என்கிற கிராமம்.. அங்கு குடியிருக்கும் தெய்வம் சர்க்கரையம்மாள். அவளுடைய கணவன் மகாலிங்கம் பெருங்குடிகாரன். . நான்கு பிள்ளைகள் அவர்களுக்கு. அவர்களைக்காப்பாற்ற அவள் அன்றாடம் கூலி வேலைக்குப் போனாள். பொறுப்பில்லாத கணவன் குடித்து விட்டு வந்து அடிப்பதும் குடிக்கக் காசு கேட்பதும் என ஒரு நரக வாழ்க்கையில் அவளைத் தள்ளிக்கொண்டிருந்தான். வெறுத்துப்போன சர்க்கரையம்மாள் நல்லதங்காளைப்போல தன் பிள்ளைகளைக் கிணற்றில் போட்டுத் தானும் குதித்தாள். அதில் ஒரு குழந்தை மட்டும் உயிர் தப்பி நடந்த கதையைச் சொன்னது. இது நடந்தது 1980இல். இன்றைக்கு அந்தக் கிணற்றடியில் நடுகல் நாட்டி சர்க்கரையம்மாளும் அவளுடைய பிள்ளைகள் மகாலட்சுமி, மல்லிகா, விநாயகமூர்த்தி ஆகிய நான்குபேரும் தெய்வங்களாக நிற்கிறார்கள்.

பெண்கள் 'தெய்வங்களாக்கப்படுவது' பழங்கதை அல்ல.

சிவகங்கை அருகே உடைகுளத்தை சேர்ந்தவர் தங்கராஜ், இவரது மகள் தமிழ்ச்செல்வி, வயது 19. கடந்த 2015 மார்ச் 3ஆம் தேதி, அவள் பெற்ற தந்தையால் எரித்துக்கொல்லப்பட்டாள் பிறப்பட்ட சமூகத்தைச் சேர்ந்த தமிழ்ச்செல்வியும் தாழ்த்தப்பட்ட சமுதாயத்தைச் சேர்ந்த பூமிநாதனும் காதலித்து வந்தனர். இதற்கு தங்கராஜ் கடும் எதிர்ப்பு தெரிவித்தார். இதனால் தந்தைக்கும்-மகளுக்கும் அடிக்கடி தகராறு ஏற்பட்டது. தங்கராஜின் எதிர்ப்பையும் மீறி தமிழ்ச்செல்வி, பூமிநாதனுடன் பழகி வந்துள்ளார்.

இதனால் ஆத்திரமடைந்த தங்கராஜ் மகள் தமிழ்ச்செல்வியை எரித்துக் கொலை செய்தார். இதற்கு உடந்தையாக தங்கராஜின் நண்பர்களான புரோட்டா மாஸ்டர்கள் ஐந்துபேர் இருந்துள்ளனர்.

சம்பவத்தன்று இரவு ஊருக்கு வெளியே உள்ள கொக்குபத்தை காட்டுப்பகுதிக்கு தனது மகளை தங்கராஜ் அழைத்துச் சென்றார். அவரை ஒரு மரத்தில் கட்டி மரக்கட்டைகளை அடுக்கினார்கள்.. தமிழ்ச்செல்வி தனது தந்தையிடம் 'என்னை விடுங்கப்பா' என கெஞ்சினார். ஆனாலும் தங்கராஜின் மனம் கரையவில்லை. "சரி. என்னை உயிரோடு விடமாட்டீங்க. தம்பி கார்த்திக் ராஜ், தங்கச்சி அபிநயாவை நன்றாக பார்த்துக்குங்க. நான் தீயில் எரியப் போறேன்; என் நகைகளை தங்கச்சி கிட்ட கொடுங்க என்று கழற்றிக் கொடுத்தார். மூக்குத்தியை கழற்ற முடியவில்லை. சிறிது நேரத்தில், விறகுக் கட்டையால் அவரை தலையில் தாக்கி, கயிற்றால் கழுத்தை இறுக்கிக் கொன்றார்கள். பின், விறகுகளின் மேல் உடலை வைத்து பெட்ரோலை ஊற்றி எரித்தார்கள்."ஒரு எலும்பு கூட மிஞ்சக்கூடாது என்பதற்காக, விடிய விடிய அங்கேயே இருந்தோம்' என்று வாக்குமூலம் அளித்தார்கள் பின்னர்.

இனி, என்ன? அவளைத் தெய்வமாக்கி வழிபட வேண்டிய நிகழ்ச்சி நிரலைத் துவக்க வேண்டியதுதான். இன்னொரு பெண் தெய்வம் தமிழ்ச்செல்வி நமக்குக் கிடைப்பாள்.கொல்லப்பட்ட பெண்களைக் கொன்ற ஆண்களும் குடும்பத்தாரும் ஆணாதிக்க-சாதிய சமூகமுமே ஏன் வழிபடுகிறார்கள்? தங்கள் குற்ற மனதைச் சமன் செய்து கொள்ளும் ஓர் உளவியல் இதில் தொழிற்படுகிறது.தலைமுறைகள் தாண்டும்போது நடந்த கதை மறந்துபோகும்.குற்ற மனதும் கரைந்து போகும்.குல தெய்வ வழிபாடு எனும் வெறும் சடங்காக அது மிஞ்சி நிற்கும்.

கால யந்திரத்தில் ஏறிப்பயணித்தால், காலவெளியெங்கும் கொலைக்களங்களில் பெண்கள் கதறும் ஒலியே நிரம்பித் தளும்புவதை நாம் கேட்க முடியும். இன்னும் எழுதப்படாத இப்பண்பாட்டு வரலாறு நம்மீது சுமத்தும் குற்ற உணர்வை எந்தச் சமுத்திரத்தின் தண்ணீரால் நாம் கழுவப்போகிறோம்? அந்தக்குற்ற உணர்வும் அற்றுப்போன காலமாக இன்றைய காலம் நம் முன் விரிகிறது.

ஸ்நோலின் என்கிற சிறுவயதுப் பெண் உள்ளிட்ட 13 பேரைத் தூத்துக்குடியில் சுட்டுக் கொன்ற தமிழக/ மத்திய ஆட்சியாளர்களுக்கு எந்தக் குற்ற உணர்வும் இல்லையே?

ஸ்னோலின் மெல்ல மெல்ல வழிபாட்டுக்குரிய பெண் தெய்வமாக மாறிக் கொண்டிருக்கிறாள்.

எசப்பாட்டு-38

துடைத்துப் போடு மகளே...

"சதா பால்குடித்து வளர்ந்த குழந்தைகள்
தாய்களைக் கற்பழித்தனர்
எனினும்
பாலூட்டும் அன்னைகளின் நேசக்குரல்கள்
என்றென்றும் ஒலிக்கின்றன"
(சமயவேலின் –வேறு வேறா என்னும் கவிதையிலிருந்து)

காமுகன் அல்லது காமக்கொடூரன் என்று நாம் வர்ணிக்கும் ஒருவன் காட்டில் பிறந்து தனியே வளர்ந்து வந்தவனல்ல. அவனும் ஒரு தாயின் அரவணைப்பில் வளர்ந்த சாதாரண மனிதன் தான். பிறகெப்படி அவன் ஒரு வல்லுறவாளனாக(RAPIST) மாறினான்? அவனது உளவியலின் வேர்கள் எங்கிருந்து கிளம்புகின்றன? இதுகுறித்த கள ஆய்வுகள் மற்றும் உள ஆய்வுகள் மிகவும் குறைவு. டெல்லியில் ஜோதிசிங்(நிர்பயா) வல்லுறவுக்கு ஆளாக்கிக் கொல்லப்பட்ட பின்னணியில் நிறைய விவாதங்கள் நடந்தாலும் ஓர் ஆண் எப்போது, எப்படி ரேப்பிஸ்ட்'டாக மாறுகிறான் என்கிற கோணத்தில் பெரிதாக விவாதங்கள் நடைபெறவில்லை. நோயின் முதல் நாட வேண்டுமல்லவா?

ஆனால் இந்தக் கேள்விகளோடு டெல்லி திகார் சிறைக்குள் புகுந்து, பாலியல் வல்லுறவுக் குற்றவாளிகளை நேருக்கு நேர் சந்தித்து உரையாடினார் ஓர் இளம் பெண். மதுமிதா பாண்டே என்கிற அந்த இளம் ஆய்வாளர் தன்னுடைய குற்றவியல்துறைக்கான டாக்டர் பட்ட ஆய்வேட்டுக்கான தரவுகளாகவும் அந்த நேர்காணல்களைப் பின்னர் வடிவமைத்தார். அவர் வல்லுறவுக் குற்றவாளிகள் நூறு பேரைச் சந்தித்துள்ளார். அவர்களெல்லாம் அரக்கர்கள் என்கிற எண்ணத்துடன் சிறைக்குள் போன அவர், அவர்களோடு பேசப்பேச அவர்கள் நம்மோடு வாழும் சாதாரண மனிதர்கள்தாம் என்பதைக் கண்டுகொள்கிறார். அது இன்னும் அவருக்கு அச்சத்தை ஏற்படுத்துகிறது. நம்மைச் சுற்றி இருக்கும் சக மனிதர்களே சந்தர்ப்பங்களை உருவாக்கி அல்லது சந்தர்ப்பம் வாய்க்கும்போது வல்லுறவுக்குற்றம் புரிகின்றனர்.

அவர் சந்தித்த 100 குற்றவாளிகளில் எவருக்குமே தாம் செய்த கொடுமை குறித்த குற்ற உணர்வு இல்லை. தங்கள் செயலை நியாயப்படுத்தவே ஒவ்வொருவரும் முயன்றுள்ளனர். பெரும்பாலானோர் அப்பெண்கள் மீதே குற்றம் சாட்டினர். அவள் என்னைத் தூண்டி விட்டாள் என்றோ அல்லது அவள் மறுக்கவோ எதிர்ப்புத் தெரிவிக்கவோ இல்லையே. அவள் சம்மதத்தோடுதான் நடந்தது என்றோதான் நூறு பேரும் சொன்னதாகக் குறிப்பிடுகிறார்.

குற்றவாளிகள் குறிப்பிடும் ''சம்மதம்'' என்பதுதான் என்ன? பெண் குறித்த ஆண் மனதின் எண்ணற்ற கற்பிதங்களின் பட்டியலில் இந்த சம்மதமும் ஒன்று. "அவள் வேண்டாம்னு சொன்னா வேணும்னு அர்த்தம். அவள் தொடாதேன்னு சொன்னா தொடுன்னு அர்த்தம்." என்றொரு ஆணுலக மொக்கைப் புரிதல் பரவலாக இருப்பதை நாம் அறிவோம். பல தமிழ்த்திரைப்படங்களில் இத்தகைய காட்சிகள் வந்துகொண்டே இருக்கின்றன. "நான் விண்ணைப்பார்க்கும்போது நீ என்னைப்பார்க்கிறாய்.. நான் உன்னைப் பார்க்கும்போது நீ என்னைப்பார்க்கிறாய்'' என்பதில் துவங்கி பெண்ணின் காதல், காமம் குறித்து நம் சமூகத்தில் உலவும் அத்தனை கருத்துக்களும் ஆண்களால் கட்டமைக்கப்பட்ட கருத்துக்களே. இக்கருத்துக்கள் பாலியல் வல்லுறவை நோக்கி நகரும் ஆண் மனதுக்கு இதமாக ஒத்தடம் கொடுத்து ஊக்குவிக்கின்றன.

மதுமிதாவின் ஆய்வுக்குள் வந்த நூறு பேரில் 80 பேர் படிப்பறிவில்லாதவர்கள் அல்லது ஆரம்பப் பள்ளியைத் தாண்டாதவர்கள். எனில் அவர்கள் மனங்களில் இதுபோன்ற கருத்துக்கள் எப்படிப் போய்ச் சேர்ந்தன? ஒட்டுமொத்தமாக நம் சமூகத்தின் உளவியலே இப்படியாகத்தான் இருக்கிறது. ஆகவேதான் யாரும் கற்றுக்கொடுக்காமலேயே ஆண்மனம் பெண்ணுடல், பெண் மனம் குறித்த தவறான கற்பிதங்களை நூறுசதம் உண்மையென நம்பிக் கொண்டிருக்கிறது. கூச்சமோ குற்ற உணர்வோ இல்லாமல் பாலியல் சீண்டல் துவங்கி வல்லுறவுவரை ஈடுபட முடிகிறது.

மதுமிதாவின் பட்டியலில் 49ஆவது இடத்தில் உள்ள குற்றவாளி, ஐந்து வயதுப் பெண் குழந்தையை வல்லுறவு செய்தவன். அவனுடைய நேர்காணலில் "அவள் என்னைத் தொடக்கூடாத இடத்தில் தொட்டுச் சீண்டிக்கொண்டே இருந்தாள். அவளுக்கு ஒரு பாடம் புகட்ட வேண்டும் என்று நினைத்தே அவளைக் கெடுத்தேன். இப்போது வருத்தப்படுகிறேன். கெட்டுப்போன அவளை இனிமேல் யாரும் கல்யாணம் செய்துகொள்ள மாட்டார்கள். சிறையிலிருந்து

வெளியேறியதும் அவளை நானே திருமணம் செய்து கண்டிப்பாக வாழ்வளிப்பேன்'' என்று 'பெருந்தன்மை'யோடு கூறுகிறான்.

அக்குற்றவாளி சொன்ன தகவலின் அடிப்படையில் மதுமிதா அக்கிராமத்துக்குச் சென்று பாதிக்கப்பட்ட குழந்தையையும் அக்குழந்தையின் அம்மாவையும் சந்திக்கிறாள். அன்றாடம் கூலி வேலை செய்து பிழைக்கும் குடும்பம் அது. பெண்ணுக்கு இப்படி ஆனதால் மனம் வெட்கி தகப்பன் எங்கோ ஓடிப் போய்விடுகிறான். தாய் மட்டுமே இருக்கிறாள். அக்குழந்தைக்கு இப்போது பத்து வயது. பள்ளிக்குப் போகிறாள். நன்றாகப் படிக்கிறாள். ஐந்து வயதில் தனக்கு நேர்ந்தது பற்றி இப்போது அவளுக்கு ஏதும் நினைவில்லை. அந்த நினைவே வராமல் தாய் அவளை வளர்க்கிறாள். குற்றவாளி சிறையில் இருக்கும் செய்தி கூட அவர்களுக்குத் தெரியவில்லை. செய்தி கேட்டு ஆச்சர்யமும் மகிழ்ச்சியும் அடைகிறாள் அத்தாய். இப்படியெல்லாம் கூட நம்ம நாட்டில் நடக்குமா என்று வியக்கிறாள். அறியாமையும் வறுமையும் பின்னிப் பிணைந்த இந்திய வாழ்க்கை இதுபோன்ற தருணங்களில் இன்னும் கூடுதல் அச்சத்தைத் தருகிறது.

அந்தத்தாய் பற்றி மதுமிதா எழுதியதை வாசிக்கையில் எனக்கு ஜெயகாந்தனின் "அக்கினிப் பிரவேசம்" கதையில் வரும் தாய் நினைவுக்கு வந்தாள். கல்லூரிப்பெண் ஒருத்தியை காரில் ஏற்றி, மயக்கிப் பாலுறவு கொள்ளும் ஒரு பணக்காரன் அவளைக் காரிலேயே கொண்டுவந்து வீட்டில் விட்டுப்போகிறான். நடந்ததைச் சொல்லி அழும் அவள் தலையில் தண்ணீரைக் கொட்டிக் குளிக்க வைத்துப் பின் அப்பெண்ணின் அம்மா கூறுவதாக வரும் பகுதி இது:

''நீ சுத்தமாயிட்டே...ஆமா.. தெருவிலே நடந்து வரும்போது எத்தனை தடவை அசிங்கத்தைக் காலிலே மிதிச்சுடறோம்....அதுக்காகக் காலையா வெட்டிப் போட்டுடறோம்? கழுவிட்டு பூஜை அறைக்குக் கூடப்போறோமே; சாமி வேண்டாம்னு வெரட்டவா செய்யறா? எல்லாம் மனசுதாண்டி.. மனசு சுத்தமா இருக்கணும்.. ஒனக்கு அகலிகை கதை தெரியுமோ? ராமரோட பாததுளி பட்டு அவ புனிதமாயிட்டாள்ன்னு சொல்லுவா, ஆனா அவ மனசாலே கெட்டுப்போகலை அதனாலேதான் ராமரோட பாதத்துளி அவ மேலே பட்டுது ....கெட்ட கனவு மாதிரி இதெ மறந்துடு.. உனக்கு ஒண்ணுமே நடக்கல்லே''

குற்றவாளிகளுக்குத் தண்டனை வாங்கித் தருவது எவ்வளவு முக்கியமோ அவ்வளவு முக்கியம் வன்முறைக்கு ஆளான பெண்ணுக்கு உளவியல் ரீதியான ஆறுதலும் சிகிச்சையும் அளிப்பது.

உடல்ரீதியாக வேறெந்த உறுப்பின் மீதும் தாக்குதல் நடந்தால் எப்படி அதை நாம் கடக்கிறோமோ அப்படித்தான் பாலியல் வன்முறையையும் கடக்க வேண்டும் என்பதே ஜெயகாந்தன் சொல்லும் ஒரு தீர்வு. ஆனால் கதையில் வருவது போல அவ்வளவு எளிதாகத் துடைத்துப் போட்டுவிட முடியுமா? ஏன் துடைத்துப் போட நம் குழந்தைகளைப் பயிற்றுவிக்க முடியாதா? அதுவும் தேவைதானே?

எசப்பாட்டு-39

தன் குற்றம் ஏதுமின்றித் தள்ளாடும் துயரம்

நெல்ல மாவட்டத்தில் அறிவொளி இயக்கத்தில் பணியாற்றிய நாட்களில் எங்களோடு கரம் கோர்த்த 20ஆயிரம் தொண்டர்களில் 15000 பேர் பெண்கள்தான். "இத்தனை நாளாக நீங்களெல்லாம் எங்கேதான் இருந்தீர்கள்?" என்று ஒரு அறிவொளி இயக்கப் பெண்கள் மாநாட்டில் முனைவர் வசந்திதேவி கேட்டார்.தமிழ்ச்சமூகத்தில் கோவில்,வழிபாடு இவற்றுக்கு அடுத்தபடியாக, படிப்பதற்கும், கல்வி தொடர்பான செயல்பாடுகளுக்கும் பெண்களை வெளியே அனுப்புவதில்,குடும்பங்களுக்குப் பெரிய மனத்தடைகள் இல்லை. அம்மனநிலை அறிவொளி இயக்கத்துக்குப் பெண்களைக் கொண்டு வரச் சாதகமாக இருந்தது.

பொதுவாகப் பெண்குழந்தைகளைப் படிக்க வைக்கும் ஆர்வமும் அக்கறையும் கடந்த பல பத்தாண்டுகளைவிட இன்று மிகவும் அதிகரித்திருப்பது உண்மைதான்.என்றாலும் இதைக் கேள்விக்கிடமற்ற அறிக்கையாகச் சொல்லிவிட முடியவில்லை.எனக்குத் தெரிந்த ஒரு குடும்பத்தில் ஒரு பெண் குழந்தை நல்ல மதிப்பெண்கள் எடுத்துப் பட்டப்படிப்பு முடித்து விட்டாள்.ஒரு விஞ்ஞானியாக வேண்டும் என்பது அவள் கனவு.அவளுடைய பெற்றோர் பள்ளிக்கல்வி வரை படித்தவர்கள்தான்.ஆனாலும் அவர்களுடைய கனவு அக்குழந்தையைக் காலா காலத்தில் ஒருத்தன் கையில் பிடித்துக் கொடுப்பதாக இருக்கிறது. அவள் சக மாணவர்களோடு கலகலப்பாகப் பேசிப் பழகுபவள்.இது பெற்றோருக்குச் சந்தேகத்தை ஏற்படுத்துகிறது.ஒரு ஜோசியன் வேறு வருகிற தை மாதத்துக்குள் அவளுக்கு மணம் முடிக்கவில்லை என்றால் வடக்குத் திசையிலிருந்து வரும் வேற்று ஜாதி,வேற்று மத பையனுடன் அவளுக்குப் பிணைப்பு ஏற்பட்டுவிடும் என்று சொல்லிவிட்டான்.

ஆகவே,அவளுடைய படிப்புக்காக அவள் பெற்றோரிடம் மன்றாடிக்கொண்டிருக்கிறாள்.சில முக்கியப் பல்கலைக் கழகங்களில் நுழைவுத்தேர்வெழுதித் தகுதியும் பெற்றிருக்கிறாள்.ஆனாலும் அவளை ஊருக்குப் பக்கமாக இருக்கும் ஒரு சோதாக் கல்லூரியில் சேர்த்து,மாப்பிள்ளை பார்க்கும் படலத்தையும் துவக்கியிருக்கிறது

அக்குடும்பம்.அக்குழந்தையின் கனவை நிறைவேற்ற சமூக ஏற்பாடு எதுவுமில்லை. அரசின் கல்வித்துறையில் அல்லது மகளிர் ஆணையம் போன்றவற்றில் இதுபோலக் குடும்பங்களின் அறியாமையால், பிற்போக்கான பார்வைகளால், கல்வி இழக்கும் பெண்குழந்தைகளுக்காக ஒரு அமைப்பை ஏற்படுத்தி அது குடும்பங்களின் முடிவுகளில் தலையிடும் உரிமை கொண்டதாக உருவாக்க முடியாதா?"இது எங்கள் குடும்பப்பிரச்னை.இதில் தலையிட யாருக்கும் உரிமை இல்லை என்று குடும்பங்கள் இழுத்து மூடுகிற பெரிய கதவுகளை உடைத்துத் திறந்து பெண்குழந்தைகளை விடுதலை செய்து பறக்க விடுகிற வல்லமை சமூகத்துக்கு இல்லையே என்று ஏக்கமாக இருக்கிறது.ஆண்களோடு இயல்பாகப் பேசிச் சிரிக்கும் காரணத்தாலேயே கல்வியை மறுக்கும் சாதிய மனோபாவத்தை நாம் இன்றுவரை (பெற்றோருக்கு)வழங்கிய கல்வியால் உடைக்க முடியவில்லையே?சாதியிடம் தோற்று நிற்கும் பரிதாபகரமான நோஞ்சான் கல்விமுறை பலப்படுவது எக்காலம்?

அறிவொளி இயக்கத்தில் ஒவ்வொரு கிராமத்திலும் ஒளி மிக்க கண்களுடன் அந்த ஊரையே கலக்கிக்கொண்டிருந்த பெண் தொண்டர்களை நாங்கள் சந்தித்தோம்.சேரன்மகாதேவி ஒன்றியத்தில் ஒரு கிராமத்தில் மங்களம்(பெயர் மாற்றப்படவில்லை) என்றொரு இளம்பெண் அறிவொளித் தொண்டராக இருந்தாள். நாலு அண்ணன்மாருடன் கடைக்குட்டியாக அவள் பிறந்ததால் வீட்டுக்கு அவள் செல்லப்பிள்ளை.அறிவொளியில் அவள் செய்த அர்ப்பணிப்பு மிக்க பணியால் ஊருக்கே செல்லப்பிள்ளையாக அவள் மாறினாள். ஒவ்வொரு இரவும் வீடு வீடாகச் சென்று பெண்களை அறிவொளி மையத்துக்கு அழைத்து வருவாள்.சமையல் முடித்து வைக்காமல் பெண்கள் கிளம்ப முடியாதாகையால் இவளும் அப்பெண்களுக்கு ஒத்தாசையாக சமையல் வேலைகளில் கூடமாட இருந்து முடித்து வைத்து அழைத்து வருவாள்.தண்ணீர்க் குழாய் ரிப்பேர் என்பதால் பெண்கள் அதிக தூரம் சென்று தண்ணீர் எடுக்க வேண்டியிருந்தது. அண்ணன்மார் துணையுடன் ஊராட்சி ஒன்றிய அலுவலகத்தோடு போராடி தண்ணீர்க் குழாயைச் சரி செய்து வைத்தாள்.எதெல்லாம் பெண்கள் வகுப்புக்கு வரத் தடையாக இருக்கிறதென்று அக்கிராமத்துப் பெண்கள் சொன்னார்களோ அவற்றையெல்லாம் சரி செய்து தர முயன்றாள். அதற்கெல்லாம் தானே பொறுப்பு என்பதாக ஒரு உணர்வு அவளுக்கு இருந்தது.அண்ணன்மார் நாலு பேரும் அவள் பெற்றோரும் அவள் சொன்னதையெல்லாம் செய்தார்கள்.அவள்தான் அங்கே அரசாங்கம் என்பதுபோல இருந்த காட்சியைக் காணக் கண்ணீரே வந்துவிட்டது எனக்கு.

அறிவொளி இயக்கம் முடிந்து ஒரு பத்தாண்டுகளுக்குப் பின் ஒருநாள் சேரன்மகாதேவி அஞ்சலத்தில் வைத்து மீண்டும் அவளைச் சந்திக்க நேர்ந்தது. கடந்து சென்ற அந்தப் பத்தாண்டுகள் அவள் முகத்திலிருந்த சிரிப்பையும் பெருமித உணர்வையும் வெளிச்சத்தையும் பறித்துவிட்டிருந்தது. புனையா ஓவியம் என்று சொல்வார்களே அப்படி அவள் நின்றாள். முன்னர் அவள்தான் அரசாங்கமே என்ற நிலை இருந்ததே அதெல்லாம் அவள் முகத்தில் வரையப்பட்ட வெறும் புனைவா பூச்சா என்று என் மனதில் துக்கம் கசிந்தது.

அப்பா இறந்துவிட்டார். அண்ணன்மார் நாலுபேருக்கும் கல்யாணமாகித் தனித்தனியாகப் போய்விட்டார்கள். இவளுக்கும் தூரத்து ஊரில் சொந்தக்காரப்பையனுடன் கல்யாணமானது. போகப் போகத்தான் அவனுக்கு வேறு ஒரு பெண்ணுடன் உறவு இருப்பது தெரிந்தது. ஐந்தாண்டுகள் போராடித் தோற்றுப்போன மங்களம் இப்போது பிறந்த வீட்டில் தனித்திருக்கும் தன் தாயுடன் வாழ்ந்து கொண்டிருக்கிறாள். 'அறிவொளியில் எப்படி வேலை பார்த்தோம்? ஒரு வேலை வாங்கிக்கொடுக்க முடியுமா சார்?' கண்ணீர் இல்லாமல் தன் கதையச் சொல்லி முடிக்குமளவுக்குப் பக்குவப்பட்டிருந்தாள் மங்களம். ஆனால் என்னால் கண்ணீரை அடக்க முடியவில்லை. வேலை வாங்கித்தர நம்மால் முடியாதே என்கிற இயலாமை உணர்வே என் கண்களில் கசிந்தது. அவளோடு சேர்ந்து ஒரு தேநீர் அருந்தி அவளை அனுப்பி வைக்க மட்டுமே என்னால் முடிந்தது. எத்தனை எத்தனை குற்ற உணர்வுகளைச் சுமந்தபடி நாம் வாழ நேர்கிறது?

தன் மீது எந்தக் குற்றமும் இல்லாமல் கணவன் செய்யும் தவறுகளுக்காக இயல்பு திரிந்து வாழ நேரும் பெண்கள் எத்தனை பேர்? வாழ்வையே இழந்தவர்கள் எத்தனை பேர்?

என்னுடைய இணையருடன் பள்ளியில் வேலை பார்த்த ஆசிரியை ஒருவர் அன்பான கணவர், நான்கு குழந்தைகளுடன் நல்ல குடும்ப வாழ்க்கை நடத்திக்கொண்டிருந்தார். கணவர் அவரைச் செல்லமாக வாடா போடா என்றுதான் அழைப்பார். அதில்தான் எத்தனை கர்வம் அவருக்கு? ஒருநாள் திடீரென்று கணவரைக் காணவில்லை. மாலைதான் தெரிந்தது அவர்கள் வீட்டில் வேலை பார்த்த பெண்ணையும் காணவில்லை என்பது. அவர்களின் கதையை இங்கே சொல்லப்போவதில்லை. ஆனால் குடை பிடித்துக் கம்பீரமாக எங்கள் தெருவில் நடந்துபோன அந்த ஆசிரியையின் நடை மாறிவிட்டது. நடுவீதியில் நிமிர்ந்து நன்னடை போட்ட அவர் இப்போது தெருவின்

இந்த ஓரத்திலிருந்து அந்த ஓரத்துக்கும் அந்த ஓரத்திலிருந்து இந்த ஓரத்துக்குமாக நிதானமிழந்த ஒரு நடைக்கு வந்துவிட்டார்.

ஆண்கள் செய்யும் தவறுகளைச் சுமக்க மாட்டாமல் இயல்பிழந்து தள்ளாடும் பெண்களாகவே மேற்சொன்ன மூவரையும் பார்க்க வேண்டும். அவர்கள் குற்றமென்ன? அவர்கள் ஏன் இயல்பிழக்க வேண்டும்?

எசப்பாட்டு-40

பிறகெப்படி மழை பெய்யும்?

எதற்கெடுத்தாலும் மழையை வம்புக்கு இழுப்பது நம் தமிழ்ச்சமூகத்தில் நீண்டகால வழக்கமாக இருக்கிறது. யாராவது செத்த அன்றைக்கு மழை வந்தால் வானமே அழுதது என்பது. பிடிக்காத கட்சி ஆட்சிக்கு வந்துவிட்டால் "இனி நாட்டிலே மழை பேஞ்சாப்புலதான்" என்று சொல்வது. இப்படிப் பல இருந்தாலும் பெண்ணின் ஒழுக்கத்தோடு மழையை இணைக்கும் கொடுமையைப்பற்றித்தான் இங்கு பேச வருகிறோம். இந்தத் துயரம் பழந்தமிழ் இலக்கியங்களிலிருந்தே வந்துகொண்டிருக்கிறது.

எல்லோருக்கும் தெரிந்த திருக்குறள் "தெய்வம் தொழாஅள் கொழுநற் றொழுதெழுவாள் பெய்யெனப்பெய்யும் மழை". கணவனைச் சாமியாகக் கும்பிடும் மனைவியின் ஏவலுக்கு மழையும் கட்டுப்படும் என்கிறது குறள். கணவனை மதிக்காவிட்டால் மழை பெய்யாது என்பது மறைபொருள். திருக்குறளை மட்டும் குற்றம் சொல்ல முடியாது. சங்க காலத்துக்குப் பிறகான இலக்கியங்கள் பலவும் பெண்ணின் கற்போடு மழையை இணைத்துப் பேசியிருக்கின்றன. தொல் தமிழர் திருமண முறைகளை மானுடவியல் நோக்கில் ஆய்வு செய்த சிலம்பு நா. செல்வராசு இதுபற்றிச் சிறு குறிப்பொன்றைத் தன் நூலில் எழுதியிருக்கிறார்.

மணிமேகலையிலும் சிலப்பதிகாரத்திலும் பல இடங்களில் கற்புடை மகளிர் வாழ்வதால்தான் மழை பெய்வதாகக் குறிப்பிடப்படுகிறது.

"வானம் பொய்யாது வளம்பிழைப் பறியாது
நீணில வேந்தர் கொற்றஞ் சிதையாது
பத்தினிப்பெண்டிர் இருந்த நாடு" என்கிறது சிலப்பதிகாரம்.

"மண்டினி ஞாலத்து மழை வளந்தரூஉம்
பெண்டிராயிற் பிறர்நெஞ்சு புகாஅர்" என்பது மணிமேகலை.

மழையின் தேவையை இன்றியமையாமையை உணர்ந்ததால் தான் "கற்புடைய மகளிரின் சிறப்பினைக் கூறும்போது சிறப்புடைய ஒன்றாகிய மழைவளம் தருதலை உடன் இணைத்துக்கூறினர் போலும்" என்று முடிக்கிறார் சிலம்பு நா. செல்வராசு.

ஆனால், எனக்கு வேறு மாதிரித் தோன்றுகிறது. ஏது குற்றமானாலும் அதைப் பெண்ணின் தலையில் ஏற்றி வைக்கும் ஆணாதிக்கச் சிந்தனையின் வெளிப்பாடுதான் இப்படி மழை பெய்யாததற்கும் பெண்ணின் கற்புடைமையைக் காரணமாக்கினார்கள் என்று சொல்லவேண்டும். அப்புறம் கற்பில் சிலபல ரகங்களை அறிமுகப்படுத்தினார்கள். தலைக்கற்பு, இடைக்கற்பு, கடைக்கற்பு ஆகிய மூன்று வகைகள் சொல்லப்பட்டன. தலைக்கற்பு எனப்படும் உடனுயிர் மாய்தல், இடைக்கற்பு எனப்படும் உடன்கட்டை ஏறுதல், கடைக்கற்பு எனப்படும் கைம்மை நோன்பிருத்தல் ஆகிய இம்மூன்று கற்பு நிலைகளும் ஓர் ஆணின் இறப்பையொட்டி அவனுடைய மனைவி(யர்) தேர்ந்தெடுக்கும் நிலைப்பாட்டை அடிப்படையாகக் கொண்டு வடிவமைக்கப்பட்டன. இதில் எந்தக் கற்புக்கு மழை கட்டுப்படும் என்பது விளக்கப்படவில்லை.

மேலே உள்ள மணிமேகலை வரிகளிலேயே உள்ள 'பிறர் நெஞ்சு புகார்' என்பதைப் பார்த்தாலே விளங்கும். ஒரு ஆடவனின் நெஞ்சில் ஒரு பெண் இடம் பெற்றுவிட்டால் அவள் கற்புடையவளல்ல என்கிறது பாடல். போகிற வருகிற பெண்களையெல்லாம் ஆடவர் தங்கள் நெஞ்சில் ஏந்திக்கொண்டால் அதற்குப் பெண்ணே பொறுப்பு.

மணிமேகலையில் மருதி என்னும் பிராமணப்பெண்ணின் கதாபாத்திரத்தைப் படைத்த சாத்தனார் அவளைத் துணையின்றி காவிரிக்கரையில் நடக்க வைக்கிறார். மருதி தனியே நீராடுகையில் பார்த்த ககந்தன் மகன் அவளை யாருமில்லாதவள் என்று எண்ணி, அவளைத் தன்னுடன் இருக்கும்படி அழைத்தான்

அவள் மனம் உடைகிறாள். மழைவளந்தரும் பத்தினிப் பெண்ணாக நான் இல்லாமல் போனேனே... அயலான் உள்ளத்தில் புகுந்து விட்டேனே.. முப்புரி நூல் அணிந்த மார்பினையுடைய எனது கணவனான அந்தணனின் முத்தீயைக் காக்கும் தகுதி எனக்கில்லாது போயிற்றே என்று சதுக்கப்பூதத்திடம் முறையிட்டு மன்றாடுகிறாள்.

சதுக்கப்பூதமும் கற்புடை மகளிரைப்போல பிறருடைய உள்ளத்தைச் சுடுகின்ற தன்மையுடையவளாக நீ இல்லை என்று சொல்கிறது. இப்படியே கதை போகிறது. பிறன் மனை நோக்கிய ஆண் குற்றவாளியில்லை. பிறன் நெஞ்சு புகுந்த பெண்ணே குற்றவாளி என்று காவியங்களும் காப்பியங்களும் நீதிநூல்களும் காலம் காலமாக ஒருதரப்பாகத் தீர்ப்புச் சொல்லிக்கொண்டே இருக்கின்றன.

சங்கப்பாடல்களில் குறுந்தொகையில்
'உடனுயிர் போகுக தில்ல கடனறிந்து
இருவேம் ஆகிய உலகத்து

ஒருவேம் ஆகிய புன்மைநாம் உயற்கே ' என்று கணவன் செத்ததும் தானும் செத்துவிடவேண்டும் என்கிற அவாவைப் பெண் வெளிப்படுத்துகிறாள்.ஆகவே எது உயர்ந்த கற்பு என்று பெண்ணுக்குக் காலம் காலமாகச் சொல்லப்பட்டு வருகிறது.ஆனால் ஆணுக்கான கற்பை பாரதி சபைக்கு வரும்வரை எந்த நீதிமானும் சொன்னதாகத் தெரியவில்லை.

நிற்க.

இவ்வளவு கதையையும் இங்கு எடுத்து விளம்ப வேண்டிய அவசியம் ஏன் வந்ததென்றால்,போன வாரத்தில் ஒருநாள் பேருந்தில் பயணம் செய்துகொண்டிருந்தேன்.வழியில் ஒரு நிறுத்தத்தில் ஒரு குடும்பம் ஏறியது.மனைவி முதலில் ஏறி உள்ளே வந்து அவசரமாக ஒரு சன்னல் இருக்கையைப் பிடித்து அமர்ந்துகொண்டாள். வெற்றிச்சிரிப்புடன் கணவனைத் திரும்பிப் பார்த்தாள்.அவன் ஒரு கையில் குழந்தையும் மறு கையில் கனத்த பையுமாக திக்கித் திணறி ஏறிக்கொண்டிருந்தான்.அவள் வா..என்பதாக கையசைத்தாள்.அவனும் வந்து பையைக் கீழே வைத்து மடியில் குழந்தையை வைத்து அவளருகே அமர்ந்தான். குழந்தை அம்மாவை நோக்கித் தாவியதா சன்னலை நோக்கித் தாவியதா என்று சரியாகச் சொல்லமுடியாதபடிக்குத் தாவியது.ஆனால் அந்த இளம் தாயோ குழந்தையை ஒரு முறைப்பு முறைத்து ம்...என்று ஆட்காட்டி விரலால் அதட்டிவிட்டுச் சன்னல் வழியே வேடிக்கை பார்க்க ஆரம்பித்துவிட்டாள்.

நான் இரண்டு வரிசை பின்னால் உள்ள சீட்டில் அமர்ந்திருந்தேன். என் பக்கத்தில் அமர்ந்திருந்த நடுத்தர வயதுக்காரரும் இந்தக் காட்சியை உன்னிப்பாகப் பார்த்துக் கொண்டிருந்தார்.அவள் குழந்தையை வாங்காமல் சன்னலில் வேடிக்கை பார்த்துக்கொண்டிருப்பதை அவரால் ஏற்க முடியவில்லை.உதட்டைப் பிதுக்கி என் பக்கம் திரும்பி "பிறகு எப்படி மழை பெய்யும்?" என்று கேட்டார்.இப்போது கட்டுரையின் முதல் வரியிலிருந்து மீண்டும் வாசியுங்கள்.

திருக்குறளில் புறப்பட்டுச் சிலப்பதிகாரம்,மணிமேகலை வழியாக அந்தப் பாழாய்ப்போன கற்புமழை மதுரை செல்லும் இந்தப் பேருந்தில் என் பக்கத்தில் வந்து உட்கார்ந்துவிட்டதே என்று நினைத்தேன். எந்நேரமும் பிள்ளையைச் சுமந்து சலித்துப்போன அவள் பஸ்ஸிலே

போகும்போது நான் தூக்கவே மாட்டேன். நீதான் தூக்கணும் என்று நிபந்தனைவிதித்துப் பயணத்துக்கு வந்திருக்கலாம் என்கிற கோணத்தில் கூட அந்த மழைக்காரர் யோசித்திருக்கலாம்தான். ஆனால் சமூகம் அப்படியெல்லாம் யோசிப்பதில்லை. முன்னோர் வாக்கு மூளையை அழுத்திக்கொண்டிருக்கிறது. அப்படியே அவள் சும்மா இருக்க, அவன் தூக்கி வந்தால்தான் என்னவாம்? அப்படி ஒரு காட்சியை ஏன் சகித்துக்கொள்ள முடியவில்லை?

எனக்கு " கொலையும் செய்வாள் பத்தினி - கொஞ்சம் இரு -முன்னதாக நீ என்ன செய்தாய் ?" என்கிற கவிஞர் தாமரையின் வரிகள் ஏனோ நினைவுக்கு வந்தன.

எசப்பாட்டு-41

பட்ட பாடெல்லாம் பாய்க்கடியிலே போட்டு...

எழுதப்பட்ட இலக்கியம் ஆணை ஆணாகவே இருக்கவும் பெண்ணைப் பெண்ணாகவே இருக்கவும் வலியுறுத்துகிறது. வளர்த்தெடுக்கிறது. செதுக்குகிறது. தகவமைக்கிறது. ஆண்மையையும் பெண்மையையும் கட்டமைக்கிறது. படிப்பறிவில்லா மக்களை எழுதப்பட்ட இலக்கியம் எட்டுவதில்லை. நல்லவேளை என்று நாம் மகிழ்ச்சி அடைய முடியாது. அவர்களின் இலக்கியமான நாட்டுப்புற இலக்கியம் இப்பணியைஅவர்கள்மத்தியில்செய்கிறது.'எழுதாக்கிளவி' என்று சொல்லப்படும் வாய்மொழி இலக்கியம் கல்வியறிவு கிட்டாத வெகுமக்களின் வாழ்க்கைக் கண்ணோட்டத்தைச் சுமந்து நிற்கிறது. நிலவும் ஆணாதிக்க சமூகம் நிரந்தரமானது, சரியானது, அத்துடன் 'ஒட்ட ஒழுகுவதே' பெண்ணால் ஆகக் கூடியது என்கிற கருத்தியலை அது வாய்மொழியாகவே பரப்பிக்கொண்டிருக்கிரது.

"களி கிண்டும் துடுப்பே
உனக்கென்ன விறைப்பே" என்றும்
"ராஜா வீட்டு நாய் சிம்மாசனம் ஏறுதுன்னு
வண்ணான் வீட்டு நாய் வெள்ளாவியில் ஏறலாமா"

என்றும் சொல்லி ஒடுக்கப்பட்ட மக்களையும் பெண்களையும் அவரவர் இடத்தில் உட்கார வைக்கும் உளவியலை உருவாக்குகிறது.

"என் வீட்டுக் கிணற்றில் எப்போதும் உப்புத் தண்ணீர் அது என்ன?" என்று விடுகதை போட்டு "கண்ணீர்" என விடை சொல்லிப் பெண்களும் கண்ணீரும் பிரிக்க முடியாதவை என்று நம்பும் மனநிலையைச் செதுக்குகிறது.

நாங்கள் மதுரையில் கருத்துக்கூடத்தின் வழியாக நாட்டுப்புற இலக்கியங்களை ஊர் ஊராகப் போய் சேகரித்துத் தொகுத்தபோது சொலவடைகள் தொகுப்பில் என்னை ஈடுபடுத்திக்கொண்டேன். விடுகதைகள், பழமொழிகள் போல அல்லாமல் சொலவடை என்பது இலக்கணச் சுத்தமாக செதுக்கப்படாத ஒரு மொழியில் இருப்பதால்

அது பெண்களின் மனதிலிருந்து அப்படியே குதித்து வந்த உயிர்த்துடிப்போடு இருப்பதைக் காண முடிந்தது. நாட்டுப் புறக்கதைகள், கதைப்பாடல்கள், தாலாட்டு,ஒப்பாரி, விடுகதை என்கிற எல்லா வாய்மொழி இலக்கிய வகைகளுமே கிராமப்புறப் பெண்களின் மனங்களில்தான் புதைந்து கிடக்கின்றன.ஆகவே சரிபாதியாக இருக்கும் பெண்களின் உளவியலை வடிவமைப்பதில் இவை முக்கியப் பங்காற்றுகின்றன.. மொழியறிவுள்ள கிராமப்புற மனிதர்களின் கைபடாத, பிறந்த குழந்தையின் 'பச்சை' வாசனையுடன் உள்ள வடிவம் சொலவடைதான்.

"பெத்தவ வயித்தப் பாப்பா..பெஞ்சாதி மடியைப் பாப்பா"

"கடுப்பெடுத்த மாமியா ..துடுப்பெடுத்து வந்தாளாம்"

"புதுசா வந்த மருமக எரவாணம் எல்லாம் தூத்துத் தெளிச்சாளாம்"(எரவாணம்=தாழ்வாரக்கூரை)

பெண்ணுக்குப் பெண்ணே எதிரி என்கிற கருத்தியலை அணைந்துவிடாமல் தலைமுறை தலைமுறைக்கும் ஊதி ஊதிக் கனன்று கொண்டிருக்க உதவும் சொலவடைகள் இவை.

3000 சொலவடைகளை நாங்கள் உணர்வுகள் அடிப்படையில் பிரித்துப் பார்த்தோம். சோகமான சொலவடைகள், நக்கலான சொலவடைகள்,கிண்டலான சொலவடைகள் என்று பிரித்தோம். கோபமான சொலவடைகள்தாம் மிக மிகக் குறைவாக இருந்தன. நம் பெண் மக்களுக்குக் கோபமே வரவில்லையா? ஏன்? என்ற கேள்வி எழுந்தது.

தங்கள் இருப்பு குறித்த பிரக்ஞை-தன்னுணர்வு அவர்களுக்கு இருப்பதை இச்சொலவடைகள் காட்டுகின்றன:

"குமரின்னு இல்லாம வாக்கப்பட்டுக்கிட்டேன்
மலடுன்னு இல்லாம பிள்ளைப் பெத்துக்கிட்டேன்"

"செக்கு கண்ட எடத்திலே எண்ணெ தேச்சு
சுக்கு கண்ட எடத்திலே புள்ளப் பெத்துக் கிடக்கேன்"

"தட்டிப்போட்ட ரொட்டி
பெரட்டிப் போட நாதியில்லே"

'அவ்வளவுதான்! அதுக்கு மேல சொல்ல என்ன இருக்கு என் வாழ்க்கையிலே?' என்கிற கேள்வியும் தோற்ற மனநிலையும் இந்தச் சொலவடைகளுக்குப் பின்னால் ஒளிந்திருப்பதைக் காண்கிறோம்.

"சோத்துப்பானை உடைஞ்சா மாத்துப்பானை இல்லே"
"மறைச்சுக் கட்ட மாத்துப்புடவையும் இல்லே"
"கடுகு இல்லாம கறிதாளிப்பு!
வெங்காயம் இல்லாம வெறுந்தாளிப்பு"

என்று தங்கள் பொருளாதார நிலையைச் சொல்லும் போதும் சோகத்தில்தான் சொற்களை வடிக்கிறார்கள்.ஆண் சொல்வதாக வரும் சொலவடையும் கூட :

"நடக்காத மாட்டோட நான் படுதேன் பாடு!
ஈரப் புழுங்கலோட எம் பொண்டாட்டி
என்ன பாடு படுதாளோ?"

என்று ஒரு அங்கலாய்ப்பாகத்தான் வந்து விழுகிறது.

கணவன்மார் பற்றிப் பெண்கள் சொல்லும் சொலவடைகள் இவ்வாறு செல்கின்றன:

"என்னிலும் கதி கெட்டவன் என்னைய வந்து
மாலையிட்டான்"
"வாக்கப்பட ஆசை,வளைவி போடப் பேராசை:
கொண்டவனைக் காங்(ண்)கையிலே கொடலைப்
பெரட்டுதம்மா"
"பேய்க்கு வாக்கப்பட்டா பிடுங்கு பட்டுத்தான் சாகணும்"

வாய்த்த வாழ்க்கையை 'தலையிலே எழுதின எழுத்துக்குத் தாய நொந்து என்ன செய்ய?"என்று தனக்குள் புலம்பி அவ்வாழ்க்கையை விமர்சனமின்றி ஏற்றுக்கொண்டு 'அடுப்பே வனவாசம் கடுப்பே கைலாசம்' என நம் பெண்கள் காலம் காலமாக வாழ்ந்து வருகிறார்கள் என்பதை சொலவடைகள் நமக்குக் காட்டுகின்றன."ஏர் பிடிச்சவன் என்ன செய்வான்? எல்லாம் பானை பிடிச்சவ பாக்கியம்" என்றும் "மூதேவி முகங்கழுவப் போனாளாம்! மூணு கிணறும் பாழுங் கெணறாப்போச்சாம்!" என்றும் எல்லாக் கேட்டுக்கும் காரணம் பெண்தான் என்கிற ஆணாதிக்கக் கருத்தை நிலை நாட்டுபவையாகவும் இவை இருக்கின்றன.

இத்தாலி நாட்டு மார்க்சிய அறிஞர் அந்தோனியோ கிராம்சி நாட்டுப்புறவியல் குறித்து ஆழமாக யோசித்தவர்.

"நாட்டுப்புறவியல் (FOLKLORE) என்பது வெகுமக்களின் உலகக் கண்ணோட்டத்தை உள்ளுறையாகக் கொண்டுள்ளது.மக்களிடம் புழங்கும் முற்போக்கு மற்றும் பிற்போக்கான கருத்தியல்களின்

அருங்காட்சியகமாக அது திகழ்கிறது. நிலவும் ஆதிக்கப் பண்பாட்டுடன் தன்னை வேகமாக இணைத்துக்கொண்டு ஆதிக்கத்துக்கு அனுசரணையான உளவியலைத் தகவமைக்க அது உதவுகிறது." என்றார் அவர். மக்களின் காமன் சென்ஸ் எனப்படும் உள்ளுணர்வை அது வடிவமைக்க உதவுகிறது.

சோகமான வாழ்நிலையை அப்படியே ஏற்க வைக்கும் சொலவடைகள் ஒருபுறம் எனில், தங்கள் வாழ்க்கையை மறந்து தங்களுக்குள் கேலி கிண்டல் பேசி இருக்கும் வாழ்க்கையை நகர்த்திக்கொண்டு போகவும் சொலவடைகள் உதவுகின்றன.

"அடுத்த வீட்டுக் குழம்பை நம்பி ஆறு மரக்கா கம்பு
இடிச்சாளாம்"
"மதுரைக்குத் திருடப் போறவன் மானாமதுரையிலேயே
பம்மல் போட்டானாம்"
"வாழ்றா வாழ்றான்னு மதுரையெல்லாம் பேரு அவ
ஆக்கித்திங்கிற பானை அம்பத்திரண்டு ஓட்டை"
"பட்ட பட்ட பாடெல்லாம் பாய்க்கு அடியிலே போட்டுட்டு
சம்பா நெல்லுக் குத்திப் பொங்க வைக்கப் போறாளாம்!"

கேட்கச் சிரிப்பாக இருந்தாலும் "கொடுமையைச் சிரிச்சுத்தான் கழிக்கணும்" என்று அதற்கும் ஒரு சொலவடை சொல்லிச் சிரித்துவிட்டுப் போய்விடுவார்கள். தம் வாழ்வின் மீது விமர்சனம் வைக்க மாட்டார்கள். சொலவடைகளைத் தொகுத்த பேரசிரியர் ச. மாடசாமி " தமிழ்ச்சொலவடைகளில் இடம்பெற்றுள்ள பெண் வசைச் சொற்கள் கணக்கிலடங்கா. அவிசாரி, மூளி, அறுதலி, மூதேவி, முண்ட, மொட்டைச்சி, கூத்தியா, தேவடியா, தாசி, நீலி, கள்ளி, சிறுக்கி என்பவை சில" என்று ஓரிடத்தில் எழுதுகிறார். கெட்ட வார்த்தைகள் எல்லாமே பெண்ணின் உடல் உறுப்புடனோ பெற்ற தாயுடனோ தமக்கையுடனோ தொடர்பு படுத்தித்தான் இருக்கிறது என்பது இன்னொரு உண்மை.

பெண்களை அணிதிரட்டக் களம் புகுவோர் இவற்றையெல்லாம் கணக்கில் கொள்ளாமல் அவர்களின் உளவியலில் மாற்றத்தைக் கொண்டுவர முடியாது.

எசப்பாட்டு-42

இலக்கிய வரலாற்றிலும் இடம் இல்லை

சங்க காலம் எனப்படும் கி.மு இரண்டாம் நூற்றாண்டுக்கும் கிபி இரண்டாம் நூற்றாண்டுக்கும் இடைப்பட்ட காலத்திலேயே 44 பெண்பாற்புலவர்களைக் கொண்டிருந்த மொழி நம் தமிழ்மொழி என்கிற பெருமிதம் நமக்குண்டு.

சங்க காலம் அன்று பெண்களுக்கு வழங்கிய சுதந்திர வெளியைப் பின் வந்த காலம் வழங்கவில்லை.ஆண் ஆதிக்கம் கொண்ட குடும்ப அமைப்பும் அதன் வழியே உயர்சாதி ஆதிக்கம் கொண்ட சாதியமைப்பும் இவை இரண்டையும் நிரந்தரப்படுத்தி நியாயப்படுத்தும் நிறுவன மதங்களும் பிந்தைய காலத்தில் நிலைபெற்றதால் பெண்ணின் இடம் அடுக்களைக்குள் எனச் சுட்டிக்காட்டப்பட்டுவிட்டது. பெண் படைப்பாளிகள் எழுந்துவர வாய்ப்பில்லாமல் போனது.

ஆங்கிலேயர் காலத்தில் பெண்களுக்குப் பள்ளிக்கதவுகள் திறக்கப்பட்டாலும் மேற்சொன்ன நம் சமூக அமைப்புகள் வீட்டுப்பெண்களை உடனே பள்ளிகளுக்கு அனுப்பி விடவில்லை. ஆனாலும் பெண்கள் தங்கள் குடும்பத்து ஆண்கள் இட்ட கல்விப்பிச்சையால் வாசிக்கக் கற்று, நூல்களைக் கற்றுத் தாமும் அப்போதே எழுதவும் ஆரம்பித்தனர். நூற்றுக்கணக்கான நாவல்களையும் சிறுகதைகளையும் கவிதைகளையும் பெண்கள் எழுதிக்குவித்தனர். அதனால் என்ன? இலக்கிய வரலாற்றை எழுதும்போது பார்த்துக்கொள்ளலாம் என்று காலம் அவர்களை அனுமதித்தது.பின்னர் இலக்கிய வரலாற்றை எழுதியவர்கள் அதில் பெண்களின் பங்களிப்பு பற்றி எதுவும் குறிப்பிடாமல் ‘மறந்தாற்போல’ இருந்துவிட்டனர்.

70களுக்குப் பிறகு சமூகத்தில் பெண்நிலைவாதம் வேகமெடுக்கத் துவங்கிய பிறகே இலக்கிய வரலாற்றில் எங்களுக்கான இடம் ஏன் மறுக்கப்பட்டது என்கிற கேள்விகளுடன் பெண்கள் எழுந்து வந்தனர்..

‘இந்தியாவில் பெண்ணெழுத்து’’*(WOMEN WRITING IN INDIA -600 BC TO THE PRESENT)* என்கிற நூலை சுசீ தரு வும் கே.லலிதாவும் இணைந்து

தொகுத்தபோதுதான் இந்திய இலக்கிய வரலாற்றில் எத்தனை மகத்தான சாதனைகளைப் பெண்கள் படைத்துள்ளனர் என்பதை அறிய முடிந்தது. மொழிவாரியாக பெண்களின் பங்களிப்பு அந்நூலில் *(OXFORD UNIVERSITY PRESS)* தொகுக்கப்பட்டுள்ளது.

தமிழில் அத்தகைய இலக்கிய வரலாறுகளில் பெண்படைப்பாளிகளுக்கு எப்படியான இடம் வழங்கப்பட்டுள்ளது என ஆய்வு செய்ய முயன்ற ப.பத்மினியின் ”மறக்கப்பட்ட பதிவுகள் –பெண் எழுத்து வரலாறு*(1896-1950)* ” என்னும் நூல் (புலம் வெளிய்யிடு) பல அதிர்ச்சியூட்டும் உண்மைகளை வெளிக்கொண்டு வந்துள்ளது.

*1893*இல் கிருபை சத்தியநாதன் அம்மாளின் ‘கமலம்-ஒரு இந்துப்பெண்ணின்ஜீவிய சரித்திரம்’எனும் புதினத்துடன்தமிழ்நாட்டில் பெண் படைப்பாளிகளின் வரலாறு துவங்கிவிட்டது. அன்று முதல் *1947* ஆம் ஆண்டுக்குள் பெண்கள் எழுதிய *200* நாவல்கள் வந்து விட்டன. ஆனால் இலக்கிய வரலாற்றை எழுதியோர் ஆண் எழுத்தாளர்களின் படைப்புகள் பற்றியும் அவர்கள் வாழ்க்கை பற்றியும் அக்கறையாகவும் சிரத்தையாகவும் பதிவு செய்த அளவுக்கு இப்பெண் படைப்பாளிகள் பற்றி கவனம் செலுத்தவில்லை. அப்படியே எழுதியிருந்தாலும் ஓரிரு வரிகளுக்கு மேல் இல்லை.

தமிழ் இலக்கிய வரலாறு மற்றும் தமிழ் இலக்கிய வரலாற்றுக் களஞ்சியம் என்னும் நூல்களை இயற்றிய மது.ச.விமலானந்தம் பெண் எழுத்தாளர்களைப் பற்றிக் குறிப்பிடும்போது ,

“வை.மு.கோதைநாயகி அம்மையார் சமூகம் மற்றும் நாட்டு நிலையினைச் சித்தரிக்கும் கதைகளை நூற்றுக்கு மேலாக எழுதிக் குவித்தார்.படிப்பு அவ்வளவாக இல்லாத பெண்டிர் படித்துப் பொழுது போக்கும் பான்மையன இவை” என்று சுருக்கமாக ஒற்றைத்தன்மையில் உரைத்துச் செல்வதாக பத்மினி குறிப்பிடுகிறார்.

மு.வரதராசனார் எழுதிய தமிழ் இலக்கிய வரலாற்றிலும் தமிழண்ணல் எழுதிய ‘புதிய நோக்கில் தமிழ் இலக்கிய வரலாறு’ என்னும் நூலிலும் எம்மார் அடைக்கலசாமி எழுதிய ‘தமிழ் இலக்கிய வரலாறு’ நூலிலும் பேராசிரியர்களான அ.கா.பெருமாள்,எஸ்.ஸ்ரீகுமார் போன்றோர் எழுதிய தமிழ் இலக்கிய வரலாற்று நூலிலும் துப்பறியும் கதைகள் எழுதியவராக மட்டுமே வை.மு.கோதை நாயகி அம்மாள் குறிப்பிடப்பட்டுள்ளார். அவர் பெயரைத்தவிர சரோஜா ராம்மூர்த்தி,ஆர். சூடாமணி,லட்சுமி போன்ற சில பெண் படைப்பாளிகள் பற்றிச் சில வரிகள் எழுதப்பட்டுள்ளன.

க.கைலாசபதியின் 'தமிழ் நாவல் இலக்கியம்' கா. சிவத்தம்பியின் 'நாவலும் வாழ்க்கையும்' 'தமிழ்ச் சிறு கதையின் தோற்றமும் வளர்ச்சியும் போன்ற நூல்களில் பெண் எழுத்தாளர்கள் குறித்து எவ்விதமான செய்திகளும் இல்லை என்கிறார் பத்மினி. அது உண்மைதான். இந்நூல்களை நானும் வாசித்திருக்கிறேன்.

ஆனால் உண்மையில் பெண் படைப்பாளிகள் 'போனால் போகட்டும் பாவம் பெண்கள்'என்று இலக்கிய வரலாறு தீட்டியோர் பெருந்தன்மையோடு நாலுவரி எழுதிவைக்கும் நிலையில் ஒருபோதும் இருந்ததில்லை. ஒருசோற்றுப் பதமாக வை.மு.கோதைநாயகி அம்மாளின் பங்களிப்பு பற்றி மட்டும் இங்கு பார்ப்போம்.

1901 ஆம் ஆண்டு பிறந்த வைமு.கோதைநாயகி அம்மாள். அவர் பள்ளிக்கு அனுப்பப்படவில்லை.”10-12 வயதுக்கு மேல்,நானாக ஆசைப்பட்டு என் சிறிய தகப்பனாரிடம் அ,ஆ,இ,ஈ முதலிய எழுத்துக்களைக் கற்றுக்கொண்டேன்.அதன் பிறகு தமிழ்ப்புத்தகங்கள் படிக்க வேண்டும் என்ற ஆசை அதிகமாக உண்டாகியது.கதையில் உள்ள ருசியினால் பிறர் படிக்க நான் கேட்டு இன்பம் அடைவது மனதிற்குக் குறையாய் இருந்தது.நானே படித்து ரசிக்க ஆவல் மிகுந்த்து. என்கணவரிடம் படிப்பதற்குக் கற்றுக்கொண்டேன்.”என்று வை.மு.கோ அவர்களே பின்னர் எழுதுகிறார்.எழுதப்படிக்கத் தெரிந்ததும் விசையுறு பந்தினைப்போலப் பாய்ச்சல் வேகத்தில் அவர் நாவல்களை எழுதினார்.1925இல் 'ஜகன் மோகினி' என்கிற இதழை நடத்தத் துவங்கினார். அவ்விதழில் 150க்கு மேற்பட்ட பெண் எழுத்தாளர்களை எழுத வைத்தார். உருவாக்கினார்.

'நாவலும் வாசிப்பும்' என்கிற தன்னுடைய நூலில் பெண்கள் நாவல் வாசிப்பது குறித்து அன்றைய ஆண்களுக்கு இருந்த அசூயையும் வெறுப்பையும் ஆ.இரா.வேங்கடாசலபதி ஆதாரங்களுடன் விளக்கியிருப்பார்.அப்படிப்பட்ட சூழலில் வாசிப்பைத் தாண்டி 150 பெண்களை எழுத வைத்த 'பாவத்தை'ச் செய்த வை.மு.கோவை அன்றைய சமூகம் சும்மா விடுமா?.வை.மு.பத்மினி சீனிவாசன் கூறுகிறார் “ஜகன்மோகினி தொடங்கிய புதிதில் வை.மு.கோ.தெருவில் நடந்து செல்லும்போது, தெருக்காரர்கள் பத்திரிகையைக் கொளுத்தி அவர் முன்னே வீசியிருக்கின்றனர்.அம்மையாருக்கு எதிர்ப்புகள் பல பிறந்தன. மிரட்டல்கள், மொட்டைக்கடிதங்கள், குற்றச்சாட்டுக்கள் எனத் தொடர்ந்தன”என்று குறிப்பிடுகிறார்.இத்தனை தடைகளையும் தாண்டி அவர் ஜகன்மோகினி இதழை 35 ஆண்டுகாலம் வெற்றிகரமாக நடத்தியுள்ளார்.அவர் மட்டுமே 47 நாவல்கள் 2 சிறுகதைத்தொகுப்புகள்

உள்ளிட்டு ஆயிரக்கணக்கான பக்கங்களை எழுதிக்குவித்துள்ளார். ஆனால் இலக்கிய வரலாறுகள் அவரை பொழுதுபோகப் பெண்கள் வாசிக்கக் கதை எழுதியவர் என்று ஒற்றை வரியில் பதிவு செய்துவிட்டுப் போகிறது.

புதுமைப்பித்தனைக் கொண்டாடும் நம் இலக்கிய வரலாறுகள் அவரது இணையர் கமலா விருத்தாச்சலம் எழுதிய நுட்பமான சிறுகதைகள் பற்றி ஒரு வரி கூட எழுதுவதில்லை. கு.ப.ராஜகோபாலனை மறக்காமல் பதிவு செய்யும் இலக்கிய வரலாறுகள் அவரது சகோதரி கு.ப.சேது அம்மாளின் பங்களிப்பை மறந்தே போகின்றன. ஆண்களைப்போன்ற கட்டற்ற சுதந்திரம் பெண்களுக்கு அளிக்கப்பட்டிருந்தால் இலக்கியத்தில் அவர்கள் மகத்தான சாதனைகள் படைத்திருப்பார்கள். இன்றைக்கும் வீட்டாரின் கோபத்துக்கு அஞ்சிக் கழிப்பறைக்குள் சென்று கவிதை எழுதிப் புனைபெயரில் பத்திரிகைக்கு அனுப்பும் நிலைதான் (கவிஞர் சல்மாவின் பதிவுகள்) நீடிக்கிறது.

பெண்களைப் பேனா எடுக்க விடுவதில்லை. தம் சொந்த உழைப்பாலும் முயற்சியாலும் குடும்பத்து ஆண்களின் தளராத உதவிகளாலும் அவர்கள் எழுதியே விட்டாலும் இலக்கிய வரலாற்றில் அவர்களுக்கு இடம் அளிப்பதில்லை. இது ஆணாதிக்கமன்றி வேறென்ன?

எசப்பாட்டு-43

பெற்றால்தான் பெண்மையா?

“ஒரு காலத்தில் குழந்தைப் பேறு இல்லாத பெண்களை 'மலடி' என்று இழித்துப் பேசுவார்கள். நல்ல காரியங்களை அவர்களை வைத்துச் செய்ய மாட்டார்கள். கோபதாபங்களின் போது இதையே வசவுக்கான மூலமாகக் கொள்வார்கள். ஆனால் இன்று காலம் மாறிவிட்டது. குழந்தை இல்லாத பெண்களை யாரும் குறை கூறுவதில்லை. அவர்கள் அதைப்பற்றிய நினைப்பே இல்லாமல் இயல்பாகவும் மகிழ்ச்சியாகவும் நிறைவாகவும் வாழ சுற்றமும் சூழலும் ஆதரவாக நிற்கிறது.”

இப்படி ஒரு பத்தியை எழுதிவிட மாட்டோமா என்று மனம் ஏங்குகிறது.

ஐடி துறையில் பணியாற்றும் என் நண்பரின் மகளுக்குத் திருமணமாகி ஆறு ஆண்டுகள் ஆகிவிட்டன. கருப்பையில் கட்டி, சினைமுட்டைகளின் எண்ணிக்கைப் பிரச்னை என்று பலவிதமான கண்டுபிடிப்புகளும் அதற்கான வைத்தியங்களும் எனப் போராடிக்கொண்டிருக்கிறாள். மாமியார் வீட்டார் வெளிப்படையாக இல்லாவிட்டாலும் பூடகமாகவேனும் இதைப்பற்றி அவ்வப்போது பேசி அவளை மிக நுட்பமாகக் காயப்படுத்திக்கொண்டே இருக்கிறார்கள். காலம் மாறினாலும் பிற்போக்கான உளவியல் இன்றும் அப்படியேதான் தொடர்கிறது.

போகாத கோயில் இல்லை கும்பிடாத சாமியில்லை என்று பேசுவது அந்தக்காலம். இப்போதெல்லாம் துறைவாரியாகப் பிரித்து வைத்திருக்கிறார்கள். குழந்தைப்பேறு இல்லையெனில் போக வேண்டியது திருக்கருகாவூர் கர்ப்பரட்சாம்பிகை திருக்கோவில். இன்னொரு சாரார் வேளாங்கண்ணி மாதா கோவிலில் எண்ணெய் வாங்கி வந்து வயிற்றில் தடவிக்கொள்கிறார்கள். வட்டாரத்துக்கு வட்டாரம் பிள்ளை வரம் தரும் சாமி என மக்கள் பல கோவில்களை அடையாளப்படுத்தி வைத்திருக்கிறார்கள். வேண்டுதலிலும் செலுத்துதலிலும் என எளிய மக்களின் பணம் புரள்கிறது. மறுபுறம் பல்லாயிரக்கணக்கில் பணம் வாங்கி மகப்பேற்றுக்கான மருத்துவம் செழிக்கிறது. இந்த எல்லா இடங்களிலும் ஏக்கம் நிறைந்த கண்களுடன்

தம்பதிகள் காத்திருப்பதைக் காணலாம்.அவரவர் அறிவுநிலைக்கும் வசதிக்கும் ஏற்ப நிவர்த்தியைத் தேடுவது பற்றி நமக்கொன்றும் ஆட்சேபம் இருக்க முடியாது.

ஆனால்,எண்ணற்ற குடும்பங்களில் இக்'குறை' பெண்ணுடையது என்றே சொல்லப்பட்டு அவளும் அதை விதியே என்று ஏற்றுக்கொண்டு தலை குனிந்து வாழும் நிலை இன்றைக்கும் தொடர்கிறது.இதுதான் நம் கவலை.இத்தகைய ஒரு தம்பதியின் கதையைத்தான் எழுத்தாளர் பெருமாள் முருகன் தன்னுடைய 'மாதொரு பாகன்' நாவலில் நுட்பமாக வடித்திருப்பார்.

"வாடியே நாளெல்லாம் வருந்தி வருந்தி தவமிருந்து
தேடிய நாள் தன்னில் செல்வமாய் வந்தவளே
மலடி மலடி என்று வையகத்தார் ஏசாமல்
தாயென்ற பெருமைதனை மனம் குளிர தந்தவளே"

என்கிற திரைப்பாடலில் குழந்தைப்பேறு வாய்க்காத காலத்தின் பெண் உளவியல் "வருந்தி வருந்தி தவமிருந்து" என்கிற வார்த்தைகளிலும் "வையகத்தார் ஏசாமல்" என்பதிலும் வெளிப்படுகிறது.

"ஆடு போகும் வழி தனிலே அரகரா மகனே மார்க்கண்டா-நான்
ஆறு குளம் வெட்டி வச்சேன் சிவனே
மரடி யோட பேரைச் சொல்ல அரகரா மகனே மார்க் கண்டா
மந்தை ஆடு அருந்தலையே சிவனே அரகரா. " *(மரடி= மலடி)*

இப்படி 'மலடி' என்பதால் ஆடு மாடு கூடத் தண்ணீர் அருந்தவில்லை என்கிற எல்லைக்குப் பெண்களை அவமானப்படுத்திய சமூகம் நம்முடைய சமூகம்.மலடி என்பதும் அறுதலி (தாலி அறுத்தவள்) என்பதும் இன்றளவும் நம் சமூகத்தில் வசைச்சொற்களாகவே நீடிக்கின்றன. இதில் அவள் குற்றம் என்ன?

குழந்தைப்பேறு இல்லாவிட்டால் என்ன?என்கிற இடத்துக்கு நம் சமூகம் நகர வேண்டும்.பல்லாண்டுகளாக பிள்ளை பெற்றால்தான் அவள் பெண் என்கிற கருத்து பரப்பப்பட்டுப் பெண்ணின் மூச்சுக்காற்றை நெரித்துக்கொண்டிருக்கிறது.இதில் எந்த சமூகமும் விலகி நிற்கவில்லை.

"கத்தோலிக்கத் திருவிவிலியத்தில் சீராக்கின் ஞானநூல் என்றொரு பகுதி உள்ளது. இதில் 42ம் பிரிவு 9, 10 வசனங்களின் தலைப்பே 'மகளைப் பற்றிய தந்தையின் கவலை' என்று இருக்கிறது. '9... தந்தை

தம் மகளுக்கும் தெரியாமல் அவளைப் பற்றி விழிப்பாக இருக்கிறார்; அவளைப் பற்றிய கவலை அவரது உறக்கத்தை விரட்டியடிக்கிறது. இளமையிலே அவளுக்குத் திருமணம் ஆகாமல் போய்விடுமோ எனவும், திருமணமான பின் அவள் வெறுக்கப்படுவாளோ எனவும் கவலைப்படுகிறார். *10...* கன்னிப்பருவத்திலேயே அவள் கெட்டுப்போகாத படியும் தம் வீட்டிலேயே கருவுற்றவள் ஆகாதபடியும் கணவருடன் இருக்கும்போது நெறி தவறாதபடியும் திருமணமானபின் மலடி ஆகாதபடியும் அவர் கவலையாய் இருக்கிறார்...” *(மேற்கோள்–கவிஞர் சக்திஜோதியின் கட்டுரையிலிருந்து)*

தந்தைமைச் சமூகம் பெண்ணைப் பார்த்துக்கொண்டேயிருக்கிறது. ஒவ்வொரு பருவத்திலும் அவள் எப்படி இருக்க வேண்டும் என விதிகள் இயற்றி அதை அவள் மீறுகிறாளா என்று கண்களில் விளக்கெண்ணெய் விட்டுப் பார்த்துக்கொண்டே இருக்கிறது. பேதை *(5* முதல் *8* வயது வரை*)* பெதும்பை *(9* முதல் *10* வயது வரை*)* மங்கை *(11* முதல் *14* வயது வரை*)* மடந்தை *(15* முதல் *18* வயது வரை*)* அரிவை *(19* முதல் *24* வயது வரை*)* தெரிவை *(25* முதல் *29* வயது வரை*)* பேரிளம் பெண் *(30* வயதுக்கு மேல்*)* என்று பெண்ணுக்கு மட்டும் சிறப்புக் ‘கவனம்’ எடுத்துப் பேர் சூட்டியது ஒரு சான்று.

இதே ‘பார்வை’ தான் அவளைக் கல்யாணமானதும் பிள்ளை பெறச் சொல்கிறது. நவீன சமூகமாகிவிட்ட நாம் இன்று இந்தக் ‘கட்டாயத் தாய்மை’ என்னும் சங்கிலியிலிருந்து பெண்களை விடுதலை செய்ய வேண்டும். அது அவள் விருப்பம் என்பது சமூக நடைமுறையாக்கப்பட வேண்டும். தாய்மைக்கு வாய்ப்பில்லை என்றால் ‘அதனாலென்ன?’ என்று இயல்பாக இருக்கப் பெண் மனமும் சமூக மனமும் பயிற்றுவிக்கப்பட வேண்டும்.

தெய்வங்களின் விருப்பமே அதுதான் என்று நம் தலைகளில் ஏற்றி வைத்திருப்பதால் இந்த உளவியலை மாற்றுவதற்குப் பெரு முயற்சி தேவைப்படும். ஆரம்பக்கல்வியிலிருந்து குழந்தைப்பேறு பற்றிய உளவியல் உருவாக்கத்திற்கு வித்திட வேண்டும்.

இந்தியாவில் இந்த மலட்டுத்தன்மை ஆண்களிடம் *40* சதமும் பெண்களிடம் *40* சதமும் இருவருக்கும் பொதுவான பிரச்னையாக மீதியும் இருப்பதாக அறிவியல்பூர்வமான ஆய்வுகள் கூறுகின்றன. அறிவியல் உண்மைகள் எவ்வாறாக இருந்தாலும் நம் கலாச்சாரம் இது பெண்ணின் குற்றம் என்று வழக்குப் பதிவு செய்வதற்கு முன்பே தீர்ப்பை எழுதி வைத்திருக்கிறது. மகப்பேறு இல்லாத பெண்களைப்

பரிவுடன் பார்ப்பதோ கருணையுடன் பார்ப்பதோ மேலும் வேதனையை உண்டாக்கும். குழந்தை பெற்றுக்கொள்வதைப் போலவே பெறாமல் போவதும் இயற்கையானது-இயல்பானது-என ஏற்றுக்கொள்ளும் சமூக உளவியலே இன்றைய தேவை.

எசப்பாட்டு-44

வேற்றுக்கிரகவாசிகளா பெண்கள்?

"ஒரு காலத்தில் ஆண்கள் எல்லோரும் செவ்வாய்க் கிரகத்தில் இருந்தனர். பெண்கள் எல்லோரும் வெள்ளிக் கிரகத்தில் இருந்தனர். அப்புறம் என்னாச்சு என்றால் ஆண்கள் புறப்பட்டு வெள்ளிக் கிரகத்துக்குப் போனார்கள். பெண்கள் தங்கள் இருகரம் விரித்து ஆண்களை வரவேற்றுத் தழுவிக்கொண்டு அன்பை வெளிப்படுத்தினார்கள். அதற்குப்பிறகுதான் ஆண்களும் பெண்களுமாகச் சேர்ந்து பூமிக்கு வந்து குடும்பம் நடத்தத் தொடங்கினார்கள். நாளாக நாளாக இருபாலாருக்கும் தாங்கள் வேறு வேறு கோள்களிலிருந்து வந்தவர்கள் என்பதே மறந்து போய் விட்டது. ஏதோ இருவரும் ஒரே கிரகத்திலிருந்து வந்தது போலக் கருதிக்கொண்டு, தாங்கள் எதிர்பார்ப்பதுபோல மற்றவர் இல்லை என்று புகார் சொல்லிக்கொண்டும் சண்டை போட்டுக்கொண்டும் தங்கள் வாழ்க்கையைத் தாங்களே நாசமாக்கிக்கொள்ளத் துவங்கினர்." என்று ஆரம்பமாகிறது ஒரு புத்தகம். உலகத்தில் பைபிளுக்கு அடுத்தபடியாக அதிகமாக (50 மில்லியன் பிரதிகளுக்கு மேலாக) விற்பனையான புத்தகம் அது. ஜான் க்ரே என்பவர் எழுதிய *"MEN ARE FROM MARS, WOMEN ARE FROM VENUS"*

சலிப்பூட்டிய அப்புத்தகத்தை வாசித்துக்கொண்டிருந்தபோது, "அதிகமா கோபப்படுற பொம்பளையும், அதிகமா ஆசைப்படுற ஆம்பளையும் நல்லா வாழ்ந்ததா சரித்திரமே கிடையாது!" என்ற வசனமும், ``பொம்பளைன்னா பொறுமை வேணும்! அவசரப்படக் கூடாது! .... மொத்தத்துல பொம்பளை பொம்பளையா இருக்கணும்!" என்கிற சூப்பர் ஸ்டாரின் பஞ்ச் டயலாக்கும் நினைவுக்கு வந்துகொண்டே இருந்தது.

காலம் காலமாக நம் மனங்களில் ஏற்றி வைக்கப்பட்டிருக்கும் "ஆண் வேறு வார்ப்பு. பெண் வேறு வார்ப்பு. இது இயற்கையின் படைப்பு. இதை மனிதர்களால் மாற்ற முடியாது. அப்படியே ஏற்றுக்கொண்டு-புரிந்து கொண்டு-வாழ்ந்தால்தான் இணக்கமும் நிம்மதியும் கிடைக்கும்" என்கிற கருத்தை வேறு வேறு மொழிகளில் சூப்பர் ஸ்டாரும் ஜான்

க்ரேயும் இன்னும் பலரும் கூறிக்கொண்டே இருக்கிறார்கள். இதனால் யாருக்கு லாபம்?

ஆணுக்கும் பெண்ணுக்கும் இடையில் ஒரு பிரச்னை,ஒரு உரசல்,ஒரு நெருக்கடி வரும் தருணத்தில் பெண் அதை தன்னுடைய ஆணுடன் விரிவாகப் பகிர்ந்து கொள்ள ஆசைப்படுவாள்.ஆனால் அவள் பேசத்துவங்கிய சில நிமிடங்களில் ஆண் அப்பிரச்னைக்குத் தீர்வு சொல்லத் துவங்கி விடுவான்.முழுதாக அவள் பேச்சைக் கேட்க மாட்டான்.அவள் அதில் சமாதானம் ஆகாமல் பேச்சைத் தொடர முற்பட்டால் ஆண் அங்கிருந்து தப்பி ஓட முயல்வான்.அவன் தனிமையை நாடுவான்.தனிமையில் தன் மனக்குகையில் போய் அமர்ந்து விட்டு வெளியே வந்தால் பெண்ணின் பேச்சைக் கேட்கும் பக்குவத்துக்கு வந்து விடுவான்.பெண்ணானவள் அது வரை பொறுமை காத்து அவனுடைய குகைத் தனிமையைக் கலைக்க முயலக் கூடாது. செவ்வாய்க் கிரகத்தில் இருந்தபோது ஆண் இப்படியான கலாச்சாரத்திற்குள் இருந்தவன் என்பதைப் பெண் புரிந்துகொள்ள வேண்டும். வெள்ளிக்கிரகக் கலாச்சாரப்படி பெண் பேச ஆசைப்படுகிறாள் என்பதை ஆண் புரிந்துகொள்ள வேண்டும். தேட்ஸ் ஆல்.வெரி ஈஸி.ப்ராப்ளம் சால்வ்டு என்கிறார் ஜான் க்ரே.

இதற்கு மேலும் சென்று, வெள்ளிக்கிரகத்தில் ஷாப்பிங் மால்கள் நிறைய இருந்ததால் பூமிக்கு வந்த பிறகும் பெண்கள் கடைகளுக்குப் போவதை அதிகமாக விரும்புகிறார்கள் என்று அடுக்கிக் கொண்டே போகிறார்.

இதைவிட அபத்தமான வாதமும் புரிதலும் இருக்க முடியாது. இப்புத்தகமும் இதேபோல செவ்வாய்க்கிரகம்-வெள்ளிக்கிரகம் கருத்தாக்கத்தை மையமாக்க் கொண்டு அவர் தொடர்ந்து எழுதிய பல புத்தகங்களும்

(Mars and Venus in the Bedroom... Children are from heaven, Mars and Venus on a Date, Why Mars and Venus Collide,Beyond Mars and Venus: Relationship skills for today's complex World) லட்சக்கணக்கான பிரதிகள் விற்றுக் கொண்டிருக்கின்றன. அவர் நடத்துகின்ற ஆண்-பெண் உறவுக் கருத்தரங்குகளில் ஆயிரக்கணக்கானோர் பங்கேற்றபடி இருக்கின்றனர்.

இன்று ஆண்-பெண் உறவு பல வீடுகளில் சுமுகமாக இல்லை. வேலைத்தளங்களில் இணக்கமாக இல்லை.அதை சுமுகமாக்கும் வைத்தியம் என்னிடம் இருக்கிறது வாங்க என்று ஒருவர் அழைத்தால் மக்கள் போய்விடுகிறார்கள்.சர்வரோக நிவாரணம் அளிக்கும் தாயத்து,லேகியம் போன்றவைதான் இப்புத்தகங்கள்.கோடீஸ்வரர்

ஆவது எப்படி? ஒரே மாதத்தில் பணக்காரராவது எப்படி? பெண்களைக் கவருவது எப்படி? தொழிலில் வெற்றியடைவது எப்படி? என்று தமிழிலும் சுய-உதவிப் புத்தகங்கள் வருகின்றன. அவையும் விற்பனையில் சாதனை படைக்கின்றன. எனில், மக்கள் வாழ்நிலை கீழே இருக்கிறது. மந்திரம் போலத் தாம் வாழ்வில் உடனடியாக முன்னேறிவிட வேண்டும் என மக்கள் ஆசைப்படுகிறார்கள் என்று அர்த்தம்.

ஆண்-பெண் உறவுச் சிக்கல்களை இப்படி எல்லா ஆண்களும் ஒரே மாதிரி சிந்திப்பதுபோலவும் எல்லாப்பெண்களும் ஒரே மாதிரி உணர்வதுபோலவும் ஒரு கருத்தாக்கத்தைக் கற்பிதம் செய்து கொண்டு அதனடிப்படையில் தீர்வுகளை வழங்குவது, அறிவியல் பார்வையற்ற ஒன்று. ஆணுக்கும் பெண்ணுக்கும் இடையில் சில உடல் சார்ந்த வேறுபாடுகள் இருக்கின்றன. அதனடிப்படையில் ஒரு சிறிய சதவீதம் உளவியல் வேறுபாடுகளும் இருக்க முடியும். மற்றபடி ஆணும் பெண்ணும் எப்படி இருக்க வேண்டும் என்பதை அவர்கள் பிறந்த சமூகமும் அச்சமூகத்தின் பண்பாடும் அவரவர் பொருளாதார நிலையும் சேர்ந்தே தீர்மானிக்கின்றன. அவர்களின் குணத்தைத் தீர்மானிக்கும் ஒரே ஒரு அம்சமாக பாலியலை மட்டும் முன்னிறுத்தும் பார்வைகள் குறைபாடுடையவை.

ஆணோ பெண்ணோ அவரை ஒரு தனிநபராகப் பார்க்க வேண்டும். சமூகத்தில் இயங்கும் தனிநபர்கள் அவர்கள். ஆணும் பெண்ணும் வேறானவர்கள் என்கிற வாதத்தைவிட ஒவ்வொரு தனி நபரும் வேறு வேறானவர் என்று பேசுவதே சரியானதாக இருக்கும். தனிநபர்களான இரு பெண்களுக்கிடையில் வேறுபாடுகள் இல்லையா?. இரு ஆண்களுக்கிடையில் வேறுபாடுகள் இல்லையா? என்கிற கோணத்தில் ஆராயும்போதுதான் உறவுச் சிக்கல்களுக்கு விடை கிடைக்கும். அதல்லாமல், பெண்களை எல்லாம் ஒரே வகைமாதிரி*(Steriotype)*யாகக் கட்டமைத்துக்கொண்டு விவாதிப்பது,

பெண்ணெல்லாம் பரிச்சையிலே முதல் இடம்தாங்க ,
நம்ப பசங்களத்தான் எங்கே அவுங்க படிக்க விட்டாங்க ?
பெண்ணெல்லாம் தங்க மெடல் ஜெயிச்சு வந்தாங்க ,
நம்ப பையன் முகத்தில் தாடியத்தான் முளைக்க வச்சாங்க ,
பெண்ணெல்லாம் உலக அழகி ஆகி வந்தாங்க ,
ஆணெல்லாம் காதலிச்சே தலை நரச்சாங்க

என்று பாட்டுப்பாடும் மொக்கையான இடத்துக்குத் தான் நம்மை அழைத்துச்செல்லும். பெண்மை என்பதும் ஆண்மை என்பதும் அவ்வச்

சமூகத்தால் கட்டமைக்கப்படுவதே. இந்தக் கட்டமைத்த பெண்மை என்பதும்கூட ஒவ்வொரு பெண்ணிடத்திலும் ஒரே மாதிரிக் கட்டமைந்து விடுவதும் இல்லை. பெண்கள் விழிப்படைந்து வரும் இன்றைய காலத்தில் இந்தக் கட்டமைப்புகள் தகர்ந்து வீழத்துவங்கியுள்ளன. சுய அடையாளத்தோடு பெண்கள்தம்மைத்தாமே சுதந்திரப்பெண்களாக வளர்த்துக்கொண்டு வருகிறார்கள். இந்த உயிர்ப்புள்ள மாற்றைத்தை தடுக்கும் தடைக்கற்களாகவே வேற்றுக்கிரகவாசிகள் என்கிற நெத்தியடியான தட்டை வாதங்கள் அமையும்.

எசப்பாட்டு-45

தன்னைத் தான் செதுக்கும் நாள் எந்த நாள்?

என் மகள் ஒருத்தியின் நெருங்கிய தோழி, ஒருவரைக் காதலிக்கிறாள். இருவரும் பால்யகாலத்திலிருந்தே சினேகிதம் என்பதால் தன் காதல் சமாச்சாரங்கள் உட்பட எல்லாவற்றையும் என் மகளிடம் அவள் பகிர்ந்து கொள்வாள்.அவள் பகிர்வதையெல்லாம் மகள் என்னிடம் சொல்வதில்லை.ஆனால் ஒரு விஷயத்தை மட்டும் பகிர்ந்து கொண்டாள்.காதலிக்கத் தொடங்கியபிறகு, அவளுடைய உடையிலும் உணவுப் பழக்கத்திலும் நிறைய மாறுதல்கள்.ஐஸ் கிரீம் என்றால் அதற்காக எதையும் செய்யத்தயாராக இருந்த அவள் இப்போது ஐஸ் கிரீம் பக்கமே போவதில்லை.ஏன் என்று கேட்டால் அவருக்குப் பிடிக்காது என்கிறாள். 'அவருக்குப் பிடிக்கலைன்னா அவர் சாப்பிடாம இருக்கட்டும்.அதுக்காக நீ ஏண்டி சாப்பிட மாடேன்கிறே?' என்று கேட்டால், 'இல்லையில்லை அவருக்கு ஐஸ் கிரீம் பிடிக்கும்.ஆனால் நான் ஐஸ் கிரீம் சாப்பிடுவது அவருக்குப் பிடிக்காது.நான் குண்டாகி விடுவேனாம்(க்ளுக் சிரிப்பு) அதனாலே விட்டுட்டேன்' என்கிறாள். ரொம்ப மாடர்ன் ஆக உடைகளைத் தைத்துப் போடுவது அவளுக்குப் பிடிக்கும்.இப்போது அதையும் மாற்றிக்கொண்டுவிட்டாள்.ஏன்னா அதேதான்.அவருக்குப் பிடிக்காது. லெக்கின்ஸ் போடாதே.எனக்குப் பிடிக்காது.அப்படியே போட்டாலும் வெள்ளைக்கலர் லெக்கின்ஸ் போடாதே.ஸ்லீவ்லெஸ் ஆடைகள் வேண்டாம்.அது எனக்குப் பிடிக்காது.

காதலிக்கிற அந்தப் பையன் கல்யாணத்துக்கு முன்னாடியே தன் ருசிக்கேற்ப, தன் விருப்பத்திற்கேற்ப அந்தப் பெண்ணைச் செதுக்கிக் கொண்டிருக்கிறான் என்பது புரிந்தது.உயிருக்கு உயிரான ஐஸ் கிரீமை காதலுக்காக அவள் தத்தம் செய்துவிட்டாள்.இழப்புகளின் கணக்கு இப்போதே அவளுக்குத் துவங்கி விட்டதான உணர்வு என்னைத் தாக்கியது.சிகரெட்டைத் தவிர வேறு எதையும் விடச்சொல்லி அவனை அவள் வற்புறுத்தவில்லை.சமத்துவமின்மை காதலிக்கும் பருவத்திலேயே துவங்கிவிட்டது.

படித்திருந்தாலும் நவீன யுகத்துப் பெண்களாக இருந்தாலும், அன்பு, காதல் இவற்றின் பேரால் தாம் இழப்பது என்னவென்பதை அறியாமல்-தாம் ஆணின் ருசிக்கேற்ப மறு வடிவமைப்புச் செய்யப்படுகிறோம் என்பதே அறியாமல்தான் இன்றைக்கும் நம் பெண் குழந்தைகள் இருக்கிறார்கள் என்பது கவலையளிக்கிறது. காதல் திகையும் நாள் வரை ஆண் பெண்ணிடம் சரணாகதியடைவதாகக் காட்டுவதும் காதல் திகைந்துவிட்ட பிறகு அவளைத் தனக்கானவளாகத் திருத்தி வடிவமைக்கத் துவங்குவதும் சத்தமில்லாமல் நடந்து கொண்டே இருக்கிறது.

காதல் என்கிற ஒரு சீன் இல்லாமலே வாழும் பெண்ணையும் தெருவில் இறங்கி நடக்கையில் மொய்க்கும் பார்வைகள் திருத்தமாக்கிவிடுகின்றன. சேலையை இப்படி இழுத்து விடு. துப்பட்டா இன்னும் கீழே இறங்கி வரட்டும். ம்.. இப்ப சரி நீ போகலாம். இது ஊரார் திருத்தும் கணக்கு.

மணப்பெண் என்று ஆகிவிட்டால் நிச்சயித்த நாள் முதல் மணநாள் வரை அவள் வீட்டைவிட்டு வெளியில் இறங்க முடியாது என்று குடும்பம் திருத்துகிறது. இன்னும் சில குடும்பங்களில் மாப்பிள்ளை வீட்டாரிடம் போன் பண்ணிக் கேட்ட பிறகுதான் தங்கள் பெண்ணையே கடைக்கு அழைத்துச் செல்கிறார்கள் பெற்றோர். ஏனெனில் நிச்சயம் செய்துவிட்டால் அவள் அடுத்த வீட்டுக்கு உடமையாகி விடுகிறாளாம். அவங்க பொருளைப் பத்திரமாப் பாதுகாத்து அவங்ககிட்ட ஒப்படைச்சிடனுமில்லே.

கருவுற்ற நாள் முதல் அவளுடைய உணவுப்பழக்கம், உறங்கும் பழக்கம், உட்காரும் நிலை என எல்லாவற்றையும் வயிற்றிலிருக்கும் சிசு மாற்றியமைக்கிறது. குழந்தை பிறந்து பால்குடி மறக்கும்வரை அவள் குழந்தையின் நலம் சார்ந்து மட்டும்தான் உண்டுறங்க வேண்டியிருக்கிறது. இதைக்கூட இயற்கை சார்ந்தது, உடலியல் சார்ந்தது என விட்டுவிடலாம். ஆனால் மற்றதெல்லாம் பண்பாடு சார்ந்து திணிக்கப்படுபவை அல்லவா?

எங்களுக்குத் திருமணமான புதிதில் என் இணையருக்கு காதுகளில் ஜிமிக்கி போட்டுக்கொள்ளும் ஆசை இருந்தது. என்னிடம் கேட்டார். நான் ‘அது நல்லா இருக்காதே’ என்று சொல்லிவிட்டேன். மேல்நிலைப்பள்ளி மாணவர்களுக்குப் பாடம் எடுக்கும் ஆசிரியருக்கு ஜிமிக்கி பொருத்தமாக இருக்காதே என்று என் கருத்தைச் சொல்லிவிட்டேன். அப்புறம் அவர் அதை வற்புறுத்தவில்லை. நீண்ட

காலத்துக்குப் பிறகு அதுபற்றி ஒருமுறை அவர் பெருமூச்சுடன் நினைவுகூர்ந்தபோது மிகுந்த குற்ற உணர்ச்சிக்கு ஆளானேன். "சிறு வயதில் ஜிமிக்கி போட ஆசைப்பட்டபோது அப்பா வாங்கித்தரவில்லை. பெரியவளாகி கை நிறையச் சம்பளம் வாங்கினபிறகு நீங்கள் மறுத்துவிட்டீர்கள்" என்று இழப்பின் வலியுடன் சிரித்தார். ஒரு தலைமுறை தாண்டியும் நிறைவேறாக் கனவுகளின் பட்டியலில் ஜிமிக்கியும் சேர்ந்துவிட்டது. என் தவறை நான் உணர்ந்து திருத்திக்கொள்ளும் காலம் வரும்போது முதுமை வந்துவிட்டது. அக்கனவும் இப்போது கரைந்து போய்விட்டது. சொல்லக்கூடியது இது. சொல்ல முடியாதது எத்தனையோ.

பிரளயனின் 'வஞ்சியர் காண்டம்' என்கிற முழுநீள நாடகத்தில் ஒரு காட்சி வரும். நாடகம் முழுக்க கண்ணகியின் கதையை கண்ணகியின் பார்வையில் செவிலித்தாய் சொல்வதாக அமைந்திருக்கும். கடைசிக்காட்சியில், கொண்ட கணவனை இழந்து, வாழ்வில் தோற்றுப்போனவளாக தன்னந்தனியளாகக் கண்ணகி சோர்ந்து போய் மலையை நோக்கி நடந்து மறைவாள். அவள் வாழ்நாளெல்லாம் மாதவியிடமிருந்து கணவன் வரமாட்டானா என்று ஏங்கிக் காத்திருந்தாள். அவண் திரும்பி வந்ததும் புதிய வாழ்வுக்கான கனவுகளுடன் மதுரைக்குப் போய் அங்கே பாண்டிய மன்னனால் கணவனை இழக்கிறாள். அவள் கதையைக் கேள்விப்பட்ட ஊரார் அவளுக்குச் சிலை வடிக்கிற காட்சிதான் நாடகத்தின் நிறைவுக்காட்சி. வாழ்விழந்த துக்க முக பாவத்துடன் கைகள் சோர்ந்து தொங்க ஒரு பெண்ணாக சிலையை வடிப்பார் சிற்பி. 'இல்லை இல்லை இப்படி வடிச்சா சரியா இருக்காது' என்று ஆட்சேபிப்பார்கள் மக்கள். 'வேறு மாதிரி வடிக்க வேண்டும்' என்பார்கள். கை கூப்பியதுபோலவும் கைகளை விரித்தது போலவும் என வெவ்வேறு கோலத்தில் கண்ணகியை மாற்றி மாற்றி வடித்துக் கடைசியில் சிலம்பைக் கையில் கொடுத்து உயரத் தூக்கிப் பிடித்து நீதி கேட்கும் பாவத்துடன் வடித்து முடிப்பார்கள். ம்.. இதுதான் ஒரு சக்தியாக இருக்கிறது இதுதான் சரி என்று வடித்த மக்கள் திருப்தி அடைவார்கள்.

நாம் காணும் வெவ்வேறு புராண, இதிகாச, காப்பியப் பெண்மணிகள் எல்லோருமே இப்படித் திட்டமிட்டு வடிவமைக்கப்பட்டவர்கள்தான். தன் கற்பைத் தீக்குளித்து நிரூபித்த சீதையின் தீக்குளிக் காட்சிதான் மிகவும் பிரசித்தம். கணவனைத் தலையில் தூக்கிக்கொண்டு வேசியின் வீட்டுக்குச் செல்லும் நளாயினியின் சித்திரம்தான் அதிகமாக வரையப்படும். மீரா, ராதை என்றால் கண்ணனுக்காக உருகி மீட்டும்

காட்சிதான்.ஜான்சி ராணி என்றால் முதுகில் குழந்தையுடன் குதிரையில் வாளேந்தி நிற்கும் கோலம்.அவள் கடந்து வந்த துயர்மிகுந்த வாழ்வை மறக்கடித்துத் தங்களுக்குத் தேவையான வீரப்பெண்மணி வேஷத்தையே அவளுக்குச் சமூகம் கொடுத்தது.

இப்படிக் காலம் காலமாக இதிகாசப்பெண்கள் சமூகத்தால் / காலத்தால் வடிவமைக்கப்பட்டார்கள்.நாமும் நம் பங்குக்கு அவரவர் அளவில் நம் வீட்டுப் பெண்களைச் செதுக்கி நம் (ஆண்களில்) கண்களுக்கு உறுத்தாத கோலத்தில் திருத்தி வடித்து உலவ விட்டுக் கொண்டிருக்கிறோம். அவர்கள் அவர்களாக இருக்க,அவர்களே தம்மை வடித்துக்கொள்ள எப்போது அனுமதிக்கப்போகிறோம்?

எசப்பாட்டு-46

கண்களைப் பார்த்துப் பேசுங்க சார்...

ஐஸ்லாந்து நாட்டின் பாராளுமன்றத்தில் ஒரு மசோதாவின் மீது தன் கருத்தைத் தெரிவிக்க பாராளுமன்ற பெண் உறுப்பினர் உன்னுர் ப்ரா கொண்ட்ரோஸ்டொட்டி என்பவர் அழைக்கப்பட்டார்.அப்போது அவர் தன் இருக்கையில் அமர்ந்து தன் 6 மாதக் குழந்தைக்குப் பாலூட்டிக்கொண்டிருந்தார்.தான் அழைக்கப்பட்டதும், அவர் அப்படியே பாராளுமன்றத்தின் மேடையேறித் தன் கருத்தைப் பேசிவிட்டு இறங்கினார்.குழந்தைக்குப் பாலூட்டியபடியே அவர் பாராளுமன்றத்தில் பேசிய வீடியோ உலகம் முழுவதும் யூட்யூப்பிலும் சமூக வலைத்தளங்களிலும் தொலைக்காட்சிகளிலும் அச்சு ஊடகங்களிலும் வெளியாகிப் பரபரப்பாகியது.ஆனால் ஐஸ்லாந்து பாராளுமன்றத்தில் ஒருவர்கூட இப்படி பாலூட்டியபடி பேசுவதை ஒரு பொருட்டாக்கித் திரும்பிக்கூடப் பார்க்கவில்லை.இதெல்லாம் அந்த நாட்டில் சாதாரண விஷயம்.பொது இடங்களில் அப்படியே தாய்மார்கள் பாலூட்டுவது அங்கு மிக இயல்பான ஒரு நிகழ்வு. ‘தாய்மார்கள் பாலூட்டும் அறை’ என்று தனி இடம் அத்தகைய ஒரு நாட்டில் தேவைப்படவில்லை.

இதற்கு ஒரு முன்கதை இருக்கிறது.2015இல் ஐஸ்லாந்தின் பள்ளி மாணவி ஒருத்தி சமூக வலைத்தளங்களில் தன்னுடைய மார்பகத்தை ஆடையின்றிப் படம் எடுத்து வெளியிட்டார்.அவளுடைய சக மாணவன் ஒருவன் இதற்குப்போட்டியாக மேலாடையின்றித் தன் மார்பகம் தெரியப் படம் எடுத்து வெளியிட்டான்.அப்பெண் தன் படத்தைச் சில நிமிடங்களில் நீக்கிவிட்டாள். என்றாலும் நாட்டில் ஒரு பிரளயத்தைக் கிளப்ப அந்தச் சில நிமிடங்கள் போதுமானதாக இருந்தது.அந்தப்பையனின் படத்தை யாரும் கண்டுகொள்ளவும் இல்லை.கண்டிக்கவும் இல்லை.ஆனால் அந்தப் பெண் குழந்தை அப்படிச்செய்தது தவறா சரியா என்று நாடு முழுவதும் விவாதம் கிளம்பிவிட்டது.மனிதராகப்பிறந்த ஒவ்வொருவரும் கண் திறந்ததும் விழிப்பது தனக்குப் பாலூட்டும் தன் தாயின் பால்காம்புகளில்தான்.அது ஏன் பின்னர் பார்க்கக் கூடாத ஒன்றாக ஆக்கப்பட்டது?ஆணுக்கும் மார்புக்காம்புகள் இருக்கின்றன.அதைக் காட்டுவதும், சட்டையின்றிப் பிறர் முன் நடமாடுவதும் இயல்பான ஒன்றாக ஏற்கப்படும்போது

பெண்ணின் உடம்பின் பிற பகுதிகளைப்போல , முழங்கை போல் தானே மார்பகமும் என இயல்பாக ஏன் எடுத்துக்கொள்ள மறுக்கிறீர்கள். இது ஆணாதிக்கப்பார்வையன்றி வேறென்ன? என்பது அப்பெண்ணின் செயலை ஆதரிப்போர் வாதம். 'அதெல்லாம் தப்பு. அப்புறம் சமூகத்தில் எல்லாத்தியும் அவுத்துவிட்ட மாதிரிக் களேபரம் ஆகிவிடும்' என்பது எதிர் வாதம். எதிர்வாதத்தில் இன்னொரு வாதம் என்னவெனில் 'மறைபொருள்' என ஏதும் இல்லாவிட்டால் பாலியல் ஈர்ப்பே மறைந்துபோகும்-மரத்துப்போகும் என்பது.

ஆனாலும், ஐஸ்லாந்து நாடு முழுவதும் தாய்மார்கள் அப்பெண்ணின் சில நிமிடச் செயல்பாட்டுக்கு ஆதரவாகப் பொது வெளிகளில் அமர்ந்து தங்கள் குழந்தைகளுக்குப் பாலூட்டுவதை ஒரு இயக்கமாகவே நடத்தத் துவங்கினர். அது தேசம் முழுதும் தீப்பற்றியதுபோலப் பரவியது. அதன் ஒரு பகுதியாகவே நாடாளுமன்றத்தில் அந்த உறுப்பினர் பாலூட்டியபடி பேசியதும் நிகழ்ந்தது.

தன் குழந்தை பால் அருந்துவதைப் பிறர் பார்க்கக்கூடாது -அது குழந்தைக்கு ஆகாது என்கிற நம்பிக்கைசார் உளவியல் நம்நாட்டுத் தாய்மார்களிடத்தில் உண்டு. அதனால் வீடுகளிலும் கூட முந்தானையால் குழந்தை பால் அருந்துவதை மூடிக்கொள்ளும் தாய்மார்கள் உண்டு. நைட்டி உலகமான பிறகும் ஒரு துண்டைப்போட்டு மூடிக்கொள்ளும் பழக்கம் இதனால்தான் தொடர்கிறது. அது பிரச்னையில்லை. ஆண்களின் 'வெறிப்பு'தான் பொது வெளியில் பாலூட்டும் பழக்கம் இல்லாமலே போனதற்குக் காரணம் என்பதே இங்கு விவாதப் பொருளாகிறது.

காலம் காலமாகப் பெண்ணின் மார்பகத்தை 'வெறிக்கும்' உளவியல் நோய்க்குள் ஆண்கள் சிக்கியுள்ளோம். அதை விடுவிக்க உலக அளவில் ***"Free The Nipple"*** என்கிற பிரச்சார இயக்கம் கடந்த பத்தாண்டுகளுக்கு மேலாக சமூக வலைத்தளங்களிலும் அமெரிக்க-ஐரோப்பிய நாடுகளில் தெருக்களிலும் நடந்து கொண்டே இருக்கிறது. ஆண்-பெண் சமத்துவத்துக்கான அந்த இயக்கம் தன் இயக்கத்துக்கு ஏன் இப்படிப் பேர் சூட்டிக்கொண்டது என்று கேட்கும்போது, 'எங்கள் உடம்பை உங்கள் பார்வையிலிருந்து நாங்கள் மீட்க வேண்டி உள்ளது. ஆணின் பார்வையில் அடிப்படையான மாற்றங்களை நாங்கள் கோருகிறோம்' என்று கூறுகிறார்கள்.

இந்தப் போராட்ட வடிவம் சரியா தவறா என்று விவாதிக்கும் உரிமை எல்லோருக்கும் உண்டு. இந்தியா போன்ற பழம்பஞ்சாங்கங்களும் ருத்ராட்சப் பூனைகளும் நிறைந்த நாட்டில்

இத்தகைய போராட்ட வடிவங்கள் பெண்ணுக்கு இன்னும் கூடுதலான ஆபத்தை வரவழைக்கலாம்.ஐஸ்லாந்து நாடு அளவில் சின்னதாக இருந்தாலும் ஆண்-பெண் சமத்துவத்தை நடைமுறைக்குக் கொண்டுவந்ததில் உலகத்தில் முதலிடத்தில் நிற்கிறது.உலகத்தின் முதல் பெண் ஜனாதிபதியை தேர்ந்தெடுத்த நாடு மட்டுமல்ல: நாட்டின் சகல துறைகளிலும் கிட்டத்தட்ட சரிசமமாகப் பெண்களை பணியமர்த்தியிருக்கும் நாடு.திருமணம் செய்துகொண்டால்தான் பெண் பாதுகாப்பாகவும் நிம்மதியாகவும் வாழ முடியும் என்கிற நிலையைத் தகர்த்தெறிந்து,அது பெண்ணின் விருப்பமாக ஆக்கிவிட்ட சமூகம். தனித்துத் தன் குழந்தைகளுடன் வாழும் தாய்மார்கள் மிக அதிகமாக உள்ள நாடு.'லிவிங் டுகெதர்' எனப்படும் திருமணம் ஆகாமலே சேர்ந்து வாழ்ந்து குழந்தை பெற்றுக்கொள்வதும் *30-40* வயதில் திருமணம் செய்வதும் அல்லது பெண் தனித்து வாழ்வதும் சாதாரண விஷயமாக ஆகியுள்ள நாடு.அங்கேயும் பாலியல் வன்முறை இருக்கிறது.அதை எதிர்த்த இயக்கமும், தீவிரமாக இயங்குகிறது. குடும்ப வன்முறைக்காளாகும் பெண்கள் வீட்டை விட்டு வெளியேறி சுதந்திரமாக வாழ அரசாங்கமே பாதிக்கப்பட்ட பெண்களுக்கான விடுதிகளைத் திறந்து நடத்துகிறது.இது தந்தை பெரியார் கனவு கண்ட பெண்கள் நிலையங்கள் அல்லாமல் வேறென்ன? அவர்கள் அடுத்த கட்டத்துக்கு நகர்ந்து கொண்டிருக்கும் ஒரு சமூகம்.நாம் எங்கோ கீழே கிடக்கிறோம்.ஆகவே நாம் அதுபோல மார்பக விடுதலை இயக்கமெல்லாம் நடத்த முடியாது.

ஆனால் பெண் உடல் ஆண் உடலைப்போல இயல்பாகப் 'பார்க்கப்பட' வேண்டும்.அதற்கான உளவியல் மாற்றம் ஆண்களிடத்தும் பொது சமூகத்திடத்தும் ஏற்பட வேண்டும் என்கிற இப்போராட்டத்தின் உள்ளடக்கத்தில் எனக்கு உடன்பாடுதான்.

பெண் உடலை உற்று நோக்குவதும், அவள் அவயவங்களை வருணிப்பதும், அதன் வழியே பெண்ணை வெறும் உடம்பாக நிலைநிறுத்துவதும் ஆணாதிக்க சமூகமாக மாறிய பழங்காலந்தொட்டு நம் நாட்டிலும், உலகத்திலும் இருப்பதுதான்.தமிழில் இது வகை தொகை இல்லாமல் போனபடியால் இதை ஒரு வரன்முறைக்குள் கொண்டுவரவேண்டும் என்கிற நோக்குடன் 'உவமான சங்கிரகம்' என்கிற பேரில் மூன்று நூல்கள் இயற்றப்பட்டுள்ளன.

சங்க காலந்தொட்டுப் பெண்ணின் ஒவ்வொரு உடல் உறுப்பும் எப்படி ஆணின் 'வெறிப்பு'க்கு ஆளானது என்பதைத் தன்னுடைய 'ஆண் ஆளுமையில் பெண் கற்பு' என்னும் நூலில் அ.செல்வராசு

விரிவாக ஆய்வு செய்துள்ளார்.

உலகம் முழுவதுமே இந்த 'உற்றுநோக்கல்' இருக்கிறதுதான்.அது அந்தரங்கமான குறிப்பிட்ட காலத்துக்குள் தாம்பத்தியத்தின் பகுதியாக மட்டும் இருக்கும்போது சுமையாவதில்லை. இன்று பெண்களின் சுதந்திரமான இயக்கத்துக்கே தடையாக மாறுமளவுக்கு விரிந்து விட்டதால் இத்தகைய இயக்கங்கள் மேற்கில் எழுந்துள்ளன. நம்முடைய நாட்டில் இப்படியான இயக்கம் வருமானால் அது *"FREE FROM NIPPLE"* என்பதாக ஆண்களை ஆண்களின் உளவியலை நோக்கியதாகத்தான் அமையவேண்டியிருக்கும்.

எசப்பாட்டு-47

பகிர்தல் இல்லாப் பண்பாடு

“கடலின் ஆழத்தைக்கூட அளந்துவிடலாம். பெண் மனதின் ஆழத்தை யாராலும் அளக்க முடியாது” என்றொரு ’ஆண்பேச்சு’ அல்லது பழமொழி நம் சமூகத்தில் நீண்ட காலமாகவே உண்டு. பெண்ணைப்பற்றி நம் சமூகம் கட்டமைத்திருக்கும் எண்ணற்ற பிம்பங்கள்,கற்பிதங்களில் இதுவும் ஒன்று.

என் நண்பர் ஒருவர் தன் மகளுக்கு வரன் பார்த்துக்கொண்டிருந்தார். எந்த மாப்பிள்ளை வந்தாலும் மகள் ‘எனக்குப் பிடிக்கலை.. பிடிக்கலை...” என்று தட்டிக்கழித்துக்கொண்டே இருந்தாள். யாரைவாவது விரும்புகிறாளா என்று விசாரியுங்களேன் என்று ‘க்ளூ’ கொடுத்தேன் அதெல்லாம் இன்னுமா கேட்காமல் இருக்கேன்.அப்படி எதுவும் இல்லை என்று சொல்லிவிட்டாள். அவருடைய துணைவியாரும் ஆரம்பத்தில் இவர் சொன்னபடி மகளிடம் பேசி, வந்த மாப்பிள்ளைகளை ஒப்புக்கொள்ள வைக்க முயன்றவர், இப்போது மகள் சொல்வது சரிதானே என்று பேச ஆரம்பித்து விட்டார். “இந்தப் பொம்பளைங்களைப் புரிஞ்சுக்கவே முடியலிங்க சார்” என்று புலம்பினார்.

பொதுவாகத் தகப்பன்மார்கள் பெண் குழந்தைகள் மீது உயிரையே வைத்திருப்பார்கள்தான்.அம்மாவிடம் ஒட்டுவதைவிட அப்பாவிடம் ஒட்டிக்கொள்ளும் மகள்கள்தாம் அதிகம். ஆனால், வளர்ந்து பெரியவர்கள் ஆகும்போது,இயல்பாக அம்மாவிடமும் பாட்டியிடமும் நெருக்கமாகி விடுவார்கள். உடல்சார் மாற்றங்களையெல்லாம் அப்பாக்களிடம் பகிர்ந்து கொள்ள முடியாத மனத்தடைகளை நம் சமூகம் உருவாக்கி வைத்திருப்பதால் இந்த அப்பா டூ அம்மா மடைமாற்றம் நிகழ்ந்து விடுகிறது. பத்து வயதுக்குப் பிறகான மகளின் மன ஓட்டங்களை தந்தையர் சமூகம் அறிவதில்லை. எல்லாமே அறிவியல்தான் எல்லாமே பகிர்ந்துகொள்ள வேண்டியவைதான் . தேவையற்ற கலாச்சாரத்தடைகள் காரணமாக ஆணுக்கும் பெண்ணுக்கும் இடையிலான உரையாடல் ஒரு கட்டத்துக்கு மேல் இல்லாமல் போகிறது.

எனக்கும் காலமாகிவிட்ட என் தாயாருக்கும் இடையிலான உரையாடல்களை ஒருநாள் நினைத்து நினைத்து எழுதிப்பார்த்தேன். இரண்டு மூன்று பக்கங்களுக்கு மேல் அது போகவில்லை.அதிலும் அதிகம் அவரோடு பேசிய வார்த்தைகளாக கீழ்க்கண்டவையே இருந்தன:

"போதும்மா"
"கொஞ்சம் சாம்பார் ஊத்துங்க"
"இன்னிக்கு வர லேட்டாகும்"
"போயிட்டு வரேன்மா"

நாடெல்லாம் போய் மைக் பிடித்துப் பேசும் என் கதை இதுவெனில் மற்றவர்களைக் குறைசொல்ல என்னிடம் ஒன்றுமில்லை.நீண்டகாலம் மாதவிடாய்ப் பிரச்னையால் என் அம்மா அவதிப்பட்டிருந்த செய்தி கூட எனக்குத் திருமணமாகி என் இணையர் வழியாகவே எனக்குத் தெரிய வந்தது.பெற்ற மகனிடம் சொல்லக்கூடியவை சொல்லக்கூடாதவை என்கிற எழுதப்படாத கலாச்சார விதிகளால் நாம் கட்டுண்டு கிடக்கிறோம்.முன்னமே தெரிந்திருந்தால் இன்னும் சற்று ஆதரவாகவும் ஆறுதலாகவும் பிள்ளைகள் நடந்துகொண்டிருந்திருப்போமே என்கிற வருத்தம்தான்.

நேற்றுவரை அப்பாவின் கையைப்பிடித்துக்கொண்டே திரியும் மகள்கள் பெரியவர்களானதும் 'டக்'கென்று அப்பாவின் கைககளிலிருந்து தம் கைகளை விடுவித்துக்கொள்வதன் இழப்பையும் துக்கத்தையும் அப்பாக்கள் மட்டுமே அறிவார்கள்.

இப்படிப் பகிர்தல் இல்லாத ஒரு பண்பாட்டுக்குள் சிக்கிக்கொண்டு "பெண்ணின் மனம் கடலை விட ஆழமானது" என்று சொல்வதைப்பார்த்தால் கைத்த சிரிப்புத்தான் நமக்கு வருகிறது.

"அவனுடைய இளிப்புகள் எப்படி இருந்தாலும் மன்னித்து ஏற்றுக்கொள்ள அவள் தயாராக இருந்தாள்.வசு....என்று நெருக்கமான ஒரு அழைப்புக்காக அவள் ஏங்கினாள்.அவனோ வசந்தா... என்று எப்போதுமே முழுசாக அவளை வேண்டினான்." *(ச.தமிழ்ச்செல்வனின் குதிரை வண்டியில் வந்தவன் - கதையிலிருந்து)*

என் நண்பரின் மகளைப்போல 'இந்த மாப்பிள்ளையைப் பிடிக்கலை.காரணம் கேட்டால் சொல்லத் தெரியாது' என்கிற நிலையில் பல பெண் பிள்ளைகள் பிடிவாதம் பிடிப்பதைப் பார்த்திருக்கிறேன். பார்த்த முதல் பார்வையில் பிடிக்கணுமல்லவா? அதுக்கெல்லாம் காரண காரியம் தேட முடியுமா என்ன? இதைப் பெற்றவர்கள்

,பெரியவர்கள் புரிந்து கொள்வதில்லை.நல்ல குணம்,நல்ல சம்பளம்,நல்ல குடும்பம்,வரதட்சிணை கேட்கவில்லை அப்புறம் ஏன் வேண்டாம்னு சொல்றே ?

இன்னொரு கோணத்திலும் இதை விவாதிக்க வேண்டும்.

பெண் குழந்தைகள் வளர வளர அவர்களின் உலகம் விரிகிறது. அவர்கள்விரும்பும் எல்லாமே அவர்களுக்குக்கிடைத்துவிடுவதில்லை.. விரும்பிய பாடத்தை எடுத்து விரும்பிய கல்லூரியில் படிப்பது,விரும்பிய உடை அணிவது,விரும்பிய இணையைத் தேடிக்கொள்வது,விரும்பிய பிறந்த வீட்டு வாழ்வு என மறுக்கப்பட்ட எல்லாமே அவள் மனக்கிணற்றில் விழுந்துகொண்டே இருக்கிறது.என்றைக்குமே கேட்கப்படாத அந்த நிராசைகள் ஆழத்தில் ஆழத்தில் என்று அமிழ்ந்து கொண்டே போய் விடுகிறது.என்றைக்கேனும் அக்கிணறு தூர்வாரப்படுமானால் எல்லாம் வெளியில் வந்து விழத்தான் செய்யும்.

செய்யிறதையெல்லாம் செய்துவிட்டு கடலின் ஆழத்தை விடப் பெண் மனம் ஆழமென்றால் எங்கே போய் முட்டிக்கொள்வது?

ஒரு முறை பேருந்தில் போய்க்கொண்டிருந்தேன்.சில நடத்துநர்கள் சதா மக்களுக்கு உத்தரவு போட்டுக் கொண்டே இருப்பதை பழக்கமாக்கிக் கொண்டிருப்பார்கள்.முன்னே போங்க..பின்னே போங்க..படியிலே நிக்காதே..கம்பியைப் பிடிம்மா...சில்லறையா எடுத்து வைங்க..ஏங்கிட்ட சில்லறையே கிடையாது..டிக்கட்டிலே குறிச்சுத்தான் கொடுப்பேன்,டிப்போலே போய்தான் வாங்கிக்கணும்.. லக்கேஜை வழியிலே போடாதிங்க மேலே தூக்கி வைங்க இல்லே காலுக்குக் கீழே வைங்க....

போகிற போக்கில் அந்த நடத்துநர், பேசிக்கொண்டிருந்த சில பெண்களைப்பார்த்து ,"ஏம்மா..இத்தனை ஆம்பளைங்க இருக்காங்க.. ஒரு சத்தம் வருதா..நாலு பொம்பளைங்க இருந்துக்கிட்டு என்னா சள சளப்புபண்றீங்க" என்று ஒரு கமெண்ட் அடித்தார்.அதை ஆமோதிப்பது போலவும் இந்தப் பொம்பளைங்களே இப்படித்தான் சார்..என்று அடிக்கோடிடுவது போலவும் பேருந்தில் இருந்த ஒட்டுமொத்த ஆண்களும் 'கொல்ல்ல்'லெனச் சிரித்தனர்.

இது இன்னொரு கற்பிதம்.அறிவொளி இயக்கக் காலங்களில் கிராமம் கிராமமாகவும் நகரங்களில் வார்டு வார்டாகவும் அலைந்திருக்கிறோம்.2 லட்சம் பெண்கள் எங்கள் வகுப்புகளில் அமர்ந்து படித்தார்கள்.15000 பெண் அறிவொளித்தொண்டர்கள் எங்களோடு பயணித்தார்கள்.பெண்கள் தேவையில்லாமல் சளச்

சளவென்று பேசியதாக எங்குமே நாங்கள் கண்டதில்லை. வீட்டுக்குள்ளேயே அடைந்து கிடந்தும், வேலை வேலை என்று எந்நேரமும் செக்குமாடாகச் சுழன்றதுமான அயர்ச்சி அழுத்தினாலும், அவை எல்லாவற்றிலிருந்து விட்டு விடுதலையாகி நாலு பெண்கள் ஓரிடத்தில் கூடும்போது மறையும். அந்த மகிழ்ச்சியில் சற்றே அளவளாவிப் புத்துணர்ச்சி பெறுவார்கள். அது மிக இயல்பாகவும், பார்க்க நமக்கே மகிழ்ச்சியாகவும் இருக்கும். இப்படி அவர்களைப் பேச விடவேண்டும். பன்னெடுங்காலத்து மனக்குகை மௌனங்கள் பேசிப்பேசிக் கரைய வேண்டும். கரவொலி எழுப்பி வரவேற்க வேண்டிய இதையும் ஒரு குற்றச்சாட்டாக மாற்றுவது ஆணாதிக்கத்தின் குரூரம்தான்.

'பெண்மையின் இலக்கணங்கள்' என்று நாம் கருதுகின்ற அச்சம், மடம், நாணம், பயிர்ப்பு, நளினம், மென்மை, தாய்மை இத்யாதி இத்யாதிகளையெல்லாம் மொத்தமாக அள்ளி அம்மியில் வைத்து அரைத்துப் பொடிபடச் செய்ய வேண்டும்.

பெண்களுக்கே உரியவை என்று நம் சமூகம் சித்தரிக்கும் பல கோலங்களையும் குணாம்சங்களையும் நாம் அறிவியல் பூர்வமான கேள்விகளால் கலைத்து அழித்துப் போட வேண்டும். அவற்றைத் திருத்திப் புதிய கோலங்களாக வரைய வேண்டும்.

எசப்பாட்டு-48

நாடே வகுப்பறையாய்....

ஆண்-பெண் சமத்துவம் குறித்த சிந்தனைகளை பிஞ்சு மனங்களில் ஊன்றிவைக்கும் விதமாக முதல் வகுப்புப் பாடப்புத்தகத்திலிருந்தே எவ்விதம் அதை இணைக்கலாம் என்பது பற்றிய ஒரு கலந்தாய்வுக் கூட்டம் நடைபெற்றது.பாடப்புத்தகத்தை ஆறு வயதில் ஒரு குழந்தை கையில் எடுக்கும் முன்பாகவே, தன்னுடைய ஆறு ஆண்டுகால வாழ்வனுபவத்தில்பலவற்றைக்கற்றுக்கொண்டுதான் வகுப்பறைக்குள் வந்து அமர்கிறது.நம்முடைய குடும்பங்கள், மிகத்தெளிவாக ஆண் வேறு பெண் வேறு,ஆண் வேலை வேறு, பெண் வேலை வேறு என்பதைக் குழந்தைகள் கண்ணாரக்கண்டு, அனுபவத்தில் கற்றுக்கொள்ளும்படியாக இயங்குகின்றன.ஆகவே,எழுதப்படாத சிலேட்டுகளாக நம் குழந்தைகள் வகுப்பறைக்கு வருவதில்லை.. ஆணும் பெண்ணும் சமமல்ல என்று அழுத்தமாக எழுதப்பட்ட வாழ்வனுபவத்துடன் குழந்தைகள் பாடப்புத்தகத்தைக் கையில் எடுக்கிறார்கள்.

இதைக்கணக்கில் கொண்டால்,வகுப்பறை என்பது, சோவியத் கல்வியாளர் மெகரங்க்கோ கூறியதுபோல, பள்ளி வளாகத்துக்குள் மட்டும் இயங்கும் அறையாக இருந்து சமத்துவக்கல்வியைத் தர முடியாது.குழந்தைகள்புழங்கும் வெளிகளான வீடு,தெரு,விளையாட்டு மைதானம்,திரையரங்குகள்,கடைகள் என எல்லா இடங்களுமே வகுப்பறைகளாக மாற வேண்டும்.அதாவது, இந்த எல்லா இடங்களிலும் ஆண்-பெண் சமத்துவம் குழந்தைகள் கண்டுணரத்தக்க விதத்தில் வெளிப்படையான இயல்பான நடைமுறையாக இருக்க வேண்டும். அதற்கு பெரியவர்கள் சமூகமாகிய நாம், ‘குழந்தைகள் நம்மைப் பார்த்துக் கொண்டிருக்கிறார்கள். நம்மிடமிருந்து கற்றுக்கொண்டிருக்கிறார்கள்.நம்முடைய ஒவ்வொரு அசைவும் குழந்தைகளுக்கான கற்றல் நடவடிக்கையாக மாறுகிறது’ என்கிற தன்னுணர்வுடன் நம்முடைய செயல்பாடுகளைத் திருத்திக்கொள்ள வேண்டும்.அதற்கு முன் நிபந்தனையாக நம்முடைய சிந்தனையில் மாற்றம் வேண்டும்.நம்முடைய சிந்தனை என்பது அரசின் சிந்தனை,அரசு நிர்வாக எந்திரத்தின் சிந்தனை,சமூகத்தின் சிந்தனை,குடும்பத்தின் சிந்தனை என விரிவு கொள்ள வேண்டும்.

இப்படியான ஒருங்கிணைந்த செயல்பாடுகள் இல்லாமல் வகுப்பில் ஒரு பாடத்தில் ஆண் - பெண் சமத்துவம் பற்றிச் சில வரிகள் எழுதிவைத்தால் மட்டும் மாற்றம் வந்துவிடாது.

அல்லது இப்படி யோசித்துப் பார்க்கலாம். ஆணும் பெண்ணும் சமம் எனப்பாடத்தில் எழுதி வைத்துவிட்டு, சமம் என்றால் நடைமுறையில் அது எப்படி இருக்க வேண்டும் என்பதையும் சொல்லிக்கொடுத்து, உங்கள் வீட்டில் இந்த சமத்துவம் இருக்கிறதா என்று வீட்டில் பெரியவர்களுடன் விவாதித்து வருக என்று வீட்டுப்பாடம் கொடுக்கலாம். வகுப்பறையின் வெளிச்சம் குழந்தைகள் வழியாக வீடுகளுக்குள் போய் குடும்பங்கள் விவாதிக்கட்டுமே. அப்படி விவாதிக்க நம் ஆணாதிக்கக் குடும்பங்கள் அனுமதிக்குமா? என்பது அடுத்த கேள்வி. இதற்கெல்லாம் தயாரான மனநிலையும் அறிவு நிலையும் முதலில் ஆசிரியருக்கு உருவாக்கப்பட வேண்டும்.

அவ்விவாதங்களின் தொடர்ச்சியாக, பெற்றோருக்கான ஆண்-பெண் சமத்துவப் பயிலரங்குகள் பள்ளிகளில் நடத்தப்பட வேண்டும். பள்ளிக்கூடம் சமூகத்தைத் தன்னுடன் இணைத்துக்கொண்டு நடைபோட வேண்டும். அரசு இதில் தலையிட வேண்டும் குடும்பங்களில், வீட்டு வேலைகளில் சமத்துவம் நிலவுவதை சட்டப்பூர்வமாக உறுதிப்படுத்த வேண்டும்.

''சார்.. நிறுத்துங்க. இதெல்லாம் நடக்குமா? கற்பனைக்கும் எல்லை இல்லையா'' என்று நமக்குள்ளிருந்தே ஒரு குரல் கேட்கிறது. மனித குலத்தின் அழகிய கனவாக மலர்ந்து பின்னர் சிதைந்துபோன சோசலிச சோவியத் யூனியனில் இதெல்லாம் உண்மையிலேயே நடந்தது.

வீட்டுவேலைகளில் ஆணும் பெண்ணும் சமமாக ஈடுபடவேண்டும் என்பதை சோவியத்நாடு சட்டமாக்கியது. வேலைகளில் உயர்வு தாழ்வோ ஆண்-பெண் பேதமோ இருக்கக் கூடாது என்றது. பெண் சமூக உழைப்பில் ஈடுபடுவதை அந்நாடு சட்டப்படி உறுதி செய்தது. அதற்கு உதவியாக, வீடுகளிலிருந்து சமைத்தல், துணி துவைத்தல், குழந்தைகள் பராமரிப்பு ஆகிய மூன்று முக்கிய வேலைகளை அரசே எடுத்துக் கொண்டது. சமூக அடுப்பறைகள், சமூகச் சலவையகம், ஊருக்கு ஊர் குழந்தைகள் காப்பகங்கள் உருவாக்கி அன்றாடக் குடும்பச்சுமையை, ஒரு கருணை மிக்க தாதியைப்போல, ஏற்றுக்கொண்டது அரசு. ஆகவே பெண்கள் வேலைக்குப் போவது எளிதான ஒன்றாக ஆக்கப்பட்டது. குழந்தைப்பேறு என்பது 'பெண்ணின் சமூகச் செயல்பாடு' என அரசியலமைப்புச் சட்டம் பிரகடனம் செய்தது. தாயின் வலியைத் தேசம் பகிர்ந்துகொண்டது.

"நச்சரிக்கும் வீட்டு வேலைகளிலிருந்து பெண்களை விடுவிக்காமல் மனித குல விடுதலை சாத்தியமில்லை" என்கிற தோழர் லெனினின் வாசகம் அங்கே சட்டபூர்வ நடவடிக்கைகள் மூலம் அமலுக்கு வந்தது. அன்றாட வாழ்க்கையில் ஆணும் பெண்ணும் சமத்துவத்துடன் வாழாமல் சட்டத்தின் முன் ஆண்-பெண் சமத்துவம் கொண்டுவருவது சாத்தியமே இல்லை என்று முழங்கிய சோவியத் அரசு, ஒவ்வொரு குடும்பத்துக்குள்ளும் கம்யூனிஸ்ட் வாழ்முறையைக் கொண்டுவர அந்தரங்கசுத்தியுடன் பாடுபட்டது. வேறுபல அரசியல் தவறுகளால் அது வீழ்ந்தாலும் அந்நாடு முன்வைத்த, செயல்படுத்திய, முன்னுதாரணங்கள் இன்றைக்கும் நமக்கு வழிகாட்டும் ஒளிவிளக்காகத் திகழ்கின்றன.

சோவியத்தைப் பின் தொடர்ந்து இன்று ஐஸ்லாந்து, பின்லாந்து, சீனா உள்ளிட்ட பல நாடுகள் குடும்பங்களுக்குள்ளும் வெளியிலும் பால் பேதத்தை ஒழித்திட சட்டப்பூர்வ நடவடிக்கைகளை மேற்கொண்டுள்ளன. ஆகவே , இது நடக்க முடியாத கற்பனை அல்ல. நம்மாலும் நம் நாட்டிலும் செய்ய முடியும். அதற்கான அரசியல் உறுதி நமக்கு வேண்டும். குடும்பங்களுக்குள் நடப்பதும் அரசியல்தான் என்கிற ஆழ்ந்த புரிதல் நமக்கு வேண்டும்.

சமத்துவம் கற்பித்தல் என்பது கல்விச்சாலை நடவடிக்கையாக மட்டும் இருக்க முடியாது. அது சமூக நடவடிக்கையாக மாற்றப்பட வேண்டும். நாட்டின் அரசியல், பொருளாதார, பண்பாட்டு நடவடிக்கைகள் அதை நோக்கித் திருப்பிவிடப்பட வேண்டும்.

1995இல் உருவாக்கப்பட்ட பெய்ஜிங் செயலுக்கான மேடையில் நம்முடைய அரசும் இருக்கிறது. பெய்ஜிங் பிரகடனத்தில் இந்திய அரசும் கையெழுத்திட்டிருக்கிறது. பெண்களும் சுற்றுச் சூழலும், முடிவெடுத்தலிலும் அதிகாரத்திலும் பெண்கள், பெண் குழந்தைகள், பெண்களும் பொருளாதாரமும், பெண்களும் வறுமையும், பெண்களுக்கெதிரான வன்முறைகள், பெண்களும் மனித உரிமைகளும், பெண்களுக்கான கல்வியும் பயிற்சியும், பெண்கள் முன்னேற்றத்துக்கான நிறுவன ஏற்பாடுகள், பெண்களும் சுகாதாரமும், பெண்களும் ஊடகங்களும் ஆகிய இந்தப் பன்னிரண்டு துறைகள் உடனடிக் கவனம் கொள்ள வேண்டிய நோயுற்ற பகுதிகளாக பெய்ஜிங் மாநாடு அறிவித்தது. இவற்றில் நாம் எவற்றில் கவனம் கொண்டு எவற்றிலெல்லாம் முன்னேறியிருக்கிறோம் என்று புள்ளிவிவரங்களை வைத்து ஆராய்ந்தால் ஏமாற்றமும் விரக்தியுமே மிஞ்சும்.

பெண்களை இயல்பாக வாழ விடாத பண்பாடும்,எந்நேரமும் அவளைச் செதுக்கிக்கொண்டே இருக்கும் நம் கூரிய பார்வைகளும்,தன்னலம் கருதாமல் குடும்பத்துக்காக உழைப்பதே பெண்மையின் இலக்கணம் என்பன போன்ற பத்தாம்பசலிக் கருத்துக்களும் 33 சத இடத்தைக்கூடத் தர வக்கற்ற அரசியல் வெளியும் பச்சிளம் பெண் குழந்தைகளைக்கூட விட்டு வைக்காத பாலியல் வன்முறைகளும் என நாம் பெண்களைச் சிறப்பாகக் கவனித்துக்கொள்கிறோம்.

பெண்கள் வாழத்தகுதியற்ற நாடுகளின் பட்டியலில் இந்தியா முதலிடம் வகிக்கிறது என்று சர்வதேச ஆய்வுகள் உரக்கவும் மீண்டும் மீண்டும் கூறுவதைக் கேட்க விரும்பாமல், நாம் இரு செவிகளையும் இறுகப்பொத்திக்கொண்டு நடந்தால்தான் நிம்மதியாக ஒரு கவளம் சோறு தின்ன முடியும்-பெண்கள் சமைத்துப் பெண்கள் (இன்னும் கூடச் சிரித்த முகத்துடன் !) பரிமாறும் அந்தச் சோற்றை.

எசப்பாட்டு-49

பொதுவான குற்றங்களும் பாலியல் குற்றங்களும்

கல்யாணமாகி, ஒரு குழந்தையும் பெற்ற பின், அவனுடைய மனைவி 'உன்னை எனக்குப் பிடிக்கலே' என்று சொல்லிவிட்டதால் என்னுடைய நீண்டகால நண்பர் ஒருவரின் மகன் பெங்களூரில் தனித்து வாழ்கிறான். அவனுடைய சம்பளம், ஐடி துறையில் பணியாற்றும், அவளுடைய சம்பளத்தைவிடக் குறைவு என்பதுதான் அடிப்படையான பிரச்னை.அதை ஒட்டி, அவள் அவனைக் கேலி செய்வதில் ஆரம்பித்துக் குத்திக் காட்டுவதும் திட்டுவதும், உளவியல்ரீதியாக அவனைக்காயப்படுத்துவதுமாக இருந்து, கடைசியில் அவனால் தாக்குப்பிடிக்க முடியாமல் தனித்து வாழ்கிறான் இப்போது.ஆனாலும் தன் மகனோடும் மனைவியோடும் வாழும் கனவைச் சுமந்து கொண்டு அலைகிறான்.அவள் இப்போது அவளுடைய தாய் தந்தையுடன்.பலர் மூலமாக அக்குடும்பத்தாரோடு பேசியும் இணைப்புக்கு வழி கிடைக்கவில்லை.அப்பெண் தன் இறுக்கம் தளர்த்த மறுக்கிறாள். 'ரொம்பப் பேசினால் வரதட்சிணைக்கொடுமைச் சட்டத்தில் குடும்பத்தையே உள்ளே தள்ளுவேன்' என்கிறாள்.

இப்படிப் பாதிக்கப்பட்ட ஆண்களும் நம் சமூகத்தில் இருக்கிறார்கள். எண்ணிக்கையில் குறைவென்றாலும் இதுவும் இன்றைய யதார்த்தங்களில் ஒன்றுதான். இதுபோன்ற சில பாதிப்புகளை மையமிட்டே நம் நாட்டின் பல நகரங்களில் ஆணுரிமைச்சங்கங்கள் இயங்குகின்றன.

"இந்த நாட்டின் சட்டங்கள் எல்லாமே பெண்களுக்குச் சாதகமாகவே இயற்றப்பட்டுள்ளன. பாதிக்கப்படும் ஆண்களுக்குச் சட்டப்பூர்வமான பாதுகாப்பு ஏதும் இல்லை." என்பது ஆண்கள் பாதுகாப்பு அமைப்புகள் தொடர்ந்து எழுப்பி வரும் குரல்.அதிலும் குறிப்பாக இந்திய குற்றவியல் சட்டத்தின் 498 ஆவது பிரிவு திருத்தப்படவேண்டும் என்பது அவர்களின் முக்கியமான கோரிக்கை. அச்சட்டப்பிரிவுபெண்களுக்கு எதிரான வன்முறை நிகழ்த்தும் கணவன்,அல்லது கணவனைச் சார்ந்த உறவினர்களைத் தண்டிக்க வகை செய்கிறது. "அச்சட்டத்தைப் பல பெண்கள் தவறாகப் பயன்படுத்தி

அப்பாவி ஆண்களையும் அப்பாவி நாத்தனார், மாமியார்களையும் ஜெயிலுக்கு அனுப்பி விடுகிறார்கள் " என்பது அவர்களின் குற்றச்சாட்டு. வரதட்சிணைக் கொடுமை செய்வதாக சும்மா ஒரு பொய்யான குற்றச்சாட்டைச் சொல்லி விவாகரத்து வாங்கிக்கொண்டு கணவன் வீட்டிலிருந்து கணிசமாகப் பணம் பறிப்பதற்கான உத்தியாக வரதட்சணைக்கெதிரான சட்டத்தைப் பெண்கள் பயன்படுத்துகிறார்கள். திருமண பந்தத்தின் புனிதத்தையே கெடுக்கிறார்கள் என்பது பரவலாக இச்சங்கத்தார் முன் வைக்கும் இன்னொரு குற்றச்சாட்டு.

பெண்களுக்கெதிரான வன்முறைகள் சுமார் பத்தாயிரம் ஆண்டுகளாக நடைபெற்று வருகின்றன. அவர்களையும் அவர்களது உரிமைகளையும் பற்றிய பேச்சே 19ஆம் நூற்றாண்டில்தான் துவங்கியது. ஜனநாயக நாடுகளில் பெண்களின் வாக்குரிமை பற்றிய கோரிக்கைகளும் அப்போதுதான் எழுந்தன. பால்பேதம், பாலியல் வன்முறைக்கு எதிரான கருத்துக்கள் 20 ஆம் நூற்றாண்டின் துவக்கத்தில்தான் தெளிவான குரலில் மேலெழும்பி வந்தன.

வரதட்சிணைக்கொடுமைகளும் ஸ்டவ் வெடித்து மருமகள்கள் மட்டும் சாவதும் அதிகமானபோதுதான் இந்தியாவில் பெண்கள் இயக்கங்கள் வேகம்பெற்றுக் குரல் எழுப்பின. பெண்களின் வாழ்வுரிமையைக் காக்கச் சில சட்டங்கள் இந்த 50 ஆண்டுகளில்தான் இயற்றப்பட்டுள்ளன. அவையும் அமலாவதில்லை என்பது கள யதார்த்தம். சட்டங்களைச் சில பெண்கள் (பல பெண்கள் அல்ல) ஆண்களைப் பழிவாங்குவதற்காகவோ பணம் பறிப்பதற்காகவோ தவறாகப் பயன்படுத்தினால் அது தவறுதான். அதை நாம் ஆதரிக்க முடியாதுதான். ஆனால் அதற்காகச் சட்டங்களைத் திருத்துகிறோம் என்கிற பேரில் ஆண்கள் (குற்றமிழைத்த) தப்பிப்பதற்கான ஓட்டைகளை, போராடிப்பெற்ற, இச்சட்டங்களில் நாமே உருவாக்கிவிடக்கூடாது.

பெண்கள் எல்லோருமே யோக்கியம், அப்பாவிகள், பாதிக்கப்பட்ட வர்கள் என்கிற 'வெள்ளையடிப்பை' நாம் செய்யவில்லை. ஆண்களிடம் இருக்கும் எல்லாக் குற்ற மனக்கூறுகளும், ஒரு குறிப்பிட்ட சதவீதமாவது, பெண்களிடமும் இருக்கும் என்பதை நாம் புரிந்துகொள்ள வேண்டும். ஆணாதிக்க சமூகத்தில் வாழும் பெண்களும் அதிலிருந்து பாடம் பெறுவார்கள்தானே? ஏமாற்றுதல், ஊழல் செய்தல், திட்டுதல், காயப்படுத்துதல், துரோகமிழைத்தல், வன்முறைச் செயல்பாடுகள் போன்றவையெல்லாம் குற்றங்கள்தாம். பெண்ணும் செய்வாள். இரக்கமற்ற பெண்களை இச்சமூகம் உருவாக்கவில்லை என்றா நாம்

சொல்லுகிறோம். ஆனால் அது பாலினப்பிரச்னையா? பாலியல் பிரச்னையா என்பதுதான் நாம் வைக்கும் கேள்வி. பொதுவான குற்றங்களை ஆணும் செய்கிறான். பெண்ணும் செய்கிறாள். அதற்கான சட்டப்படி அவர்கள் தண்டிக்கப்படுகிறார்கள். ஆனால் பாலியல் குற்றங்களை பெண்கள் செய்கிறார்களா? ஆம் எனில், அது எத்தனை சதவீதம்?

பெண் என்கிற உயிரியல் காரணத்தால், பாலினக் காரணத்தால் பெண்கள் வதைக்கப்படுவதுபோல, ஆண்கள் பெண்களால் வதைக்கப்படுகிறார்களா? என்பதுதான் கேள்வி.

கள்ளக்காதலனுடன் சேர்ந்து கணவனைக் கொன்ற பெண்கள் பற்றி அவ்வப்போது பத்திரிகைகளில் செய்திகள் வருவதைச் சுட்டிக்காட்டுவார்கள். எப்போதாவது எங்காவது நடக்கும் இதுபோன்ற குற்றங்களைச் சொல்லிக்காட்டி அன்றாடம் அன்றாடம் சித்ரவதைக்குள்ளாகும் ஒட்டுமொத்தப் பெண்கள்மீது கோபப்படுவதும் ஆண் குற்றங்களுக்கு இணையாக அவற்றைப் பாவித்துப் பேசுவதும் என்ன நியாயம்?

தனிப்பட்ட முறையில் தன் மனைவியாலோ வேறு பெண்ணாலோ உண்மையிலேயே பாதிக்கப்பட்ட ஒரு ஆணிடம் நாம் என்ன சமத்துவத்துவக் கருத்தை எப்படிப்பட்ட நியாயங்களோடு சொன்னாலும் அவர் காதில் ஏறாது என்பது தெரிந்த ஒன்றுதான். அவர்களை வேறுவிதமாக நாம் அணுகவேண்டும்.

ஆனால், பெண்ணுக்கு சுதந்திரம் சுதந்திரம் என்று பேசி "அவுங்களை முழுசா அவுத்துவிட்டுட்டா சமூகம் கெட்டுக் குட்டிச்சுவராப்போகும்" என்று கோபப்படுகிற 'ஒழுக்கப் பொறுப்பாளர்கள்' தாம் எண்ணிக்கையில் அதிகம். அவர்கள் மனங்களில் சமத்துவ எண்ணத்தை விதைப்பதுதான் நமக்கு ஆயுட்காலச் சவாலாக இருக்கும். இருக்கிறது.

அப்படியானால், ஆணாகப்பிறந்த காரணத்தால், ஆணுக்கு அவதி ஏதுமே இல்லையா? இருக்கிறது. முக்கியமாக, ஆணுக்கென்று நம் சமூகம் விதித்திருக்கும் கடமைகள். ஆண்மை என்று நம் பண்பாடுகள் கட்டமைத்திருக்கும் கற்பிதங்கள். இவையெல்லாம் பிரச்னைகள்தாம். குடும்பத்தின் பொருளாதாரப் பாரத்தை ஆண்தான் சுமக்க வேண்டும் . பெண் சம்பாதித்தாலும் அதை வைத்துக் குடும்பம் நடப்பதாக ஆகிவிடக் கூடாது. ஆண் தன் மனத்துயரத்தை வெளிக்காட்டக் கூடாது. எதுவானாலும் உள்ளுக்குளேயே வைத்துச் சமாளிக்கணும். ஆண் பிறர் முன்னிலையில் கண்ணீர் விட்டு அழக்கூடாது. ஆண்தான் குடும்பத்தை

வழி நடத்த வேண்டும்.ஆண் தான் குடும்பத்தலைவன்....இப்படியான பிம்பச்சுமைகள் ஆணாகப்பிறந்ததால் இருக்கத்தான் செய்கின்றன. ஆனால் இவற்றுக்கெல்லாம் காரணம் பெண்களா? நம் சமூகமும் பண்பாடும் அல்லவா?

இப்படியெல்லாம் நாங்க கஷ்டப்படுகிறோமே என்று ஆண்கள் , பெண்கள் மீதும், பெண்ணிய இயக்கங்கள் மீதும் கோபப்படுவது அறிவுடைய செயலா?

மாதர் சங்கத்தோழர்களிடம், பெண்ணால் பாதிக்கப்பட்ட ஆண் முறையிட்டு, அவர்கள் பக்கம் நியாயம் இருக்கும்போது அந்த ஆண்களுக்காகப் பேச்சு வார்த்தைகள் மூலமும் சட்டப்பூர்வமாகவும் எடுத்து நடத்திச் சங்கம் தீர்வு கண்டதை நானே நேரில் பலமுறை பார்த்திருக்கிறேன்.

·ஆண்கள் இந்தச் சமூகம் கட்டமைத்திருக்கும் ஆண்மை குறித்த கற்பிதங்களிலிருந்து உடைத்துக்கொண்டு வெளி வர வேண்டும். உள்ளுக்குளேயே வைத்துக் குமைந்து கொண்டிராமல்,யாரிடமாவது பகிர்ந்துகொள்ள வேண்டும்.கண்ணீர் விட்டுக் கரைவது மிகப்பெரிய ஆறுதலைத் தரும் அருமருந்து.அதை ஆண்கள் கைக்கொள்ள வேண்டும். எல்லாவற்றுக்கும் பெண் மீது குற்றம் சுமத்துவதில் எவ்விதமான வரலாற்று நியாயமும் இல்லை.

எசப்பாட்டு-50

மிருக ஜீவனமும் தேவ ஜீவனமும்

விமர்சனம்,சுயவிமர்சனம் இரண்டும் தனிமனித வாழ்வுக்கும் சமூக வாழ்வுக்கும் மிக இன்றியமை யாதனவாகும். நம்மிடம் விமர்சனப்பார்வை இருக்குமளவுக்குச்சுயவிமர்சனப்பார்வை இருப்பதில்லை.ஒருநாணயத்தின் இரு பக்கங்களைப்போல இரண்டையும் பெற்றுள்ளசமூகம்தான் சீக்கிரமே தன்னைத்தானே திருத்திக்கொண்டு வேகமாக முன்னேறும்.

ஆண்மனதில் ஏற்படவேண்டிய மாற்றங்களைப் பட்டியலிடத் துவங்கினால் அவற்றைப் பொறுமையாக உள்வாங்கி “ஓ.. இவ்வளவு பிரச்னை நம்மிடம் இருக்கிறதா...” என்று சுயவிமர்சனமாக ஓர் உள் முகப் பயணத்தை மேற்கொள்ளாமல் “அப்பன்னா... பொம்பளைங்க மட்டும் யோக்கியமா ” என்று ஒருநிமிடம் கூட யோசிக்காமல் பட்டியலிட்ட வாயிலேயே திருப்பி அடிக்கும் குணவான்களையே மீண்டும் மீண்டும் சந்திக்கிறோம். குடும்பத்திலும் வெளியிலும் பிறருக்கு ஆலோசனை சொல்லும் இடத்திலேயே தன்னை வைத்துப் பார்த்துக்கொண்ட ஆண் மனம் ,சின்ன விமர்சனத்தைக் கூடத் தாங்கிக்கொள்ள முடியாத ஓர் உளவியல் சிக்கலில் மாட்டிக்கொண்டுள்ளதாகத் தோன்றுகிறது. பெண்ணைவிட ஆண் உயர்ந்தவன் என்கிற கருத்து ஆழமாக நம் மனங்களில் விதைக்கப்பட்டுள்ளது.இதுவே ஆண் பெண் உளவியல் சிக்கலுக்கு அடியுரமாக இருக்கிறது.

”என்கணவனும் ஏனைய விலங்குகளும்” என்று தலைப்பிட்டு 'தி இந்து' ஆங்கில இதழில் சூழலியலாளரான தோழர் ஜானகி லெனின் ஒரு தொடர் எழுதினார்.(பாரதி புத்தகாலயம் அதைப் புத்தகமாகத் தமிழில் வெளியிட்டுள்ளது)அதைப்பார்த்து ஆண் வாசகர்கள் பலர் அவர்மீது கோபப்பட்டுக் கடிதங்கள் எழுதினர். பொறுமையாக அவர் சொல்வதை,சொல்ல வருவதை முழுதாகப் படிக்கக் கூட அவர்களுக்கு நிதானமில்லை.கணவன் மீது மரியாதை இருந்தா இப்பிடி எழுதுவியா என்பதுதான் அவர்கள் கோபம்.இதுபற்றி அவர் எழுதியது:

“என் கணவனை நான் விலங்கு என்று எழுதுவது உங்களுக்குச் சங்கடமாக இருக்கிறதா?நாம் 96 சதம் சிம்பான்ஸிக்கள்.நான் உங்களைச் சீண்டுகிறேன்.உண்மைதான்.நான் சொல்ல வருவது 96 சதவீதம் இனக்கீற்று அமிலம்/மரபுப்பொருள் (டிஎன் ஏ) நமக்கும் சிம்பான்ஸிகளுக்கும்

பொதுவானது....ஆனால் மூளைத்திறனால் மற்ற விலங்குகளைவிட மேம்பட்டவர்கள் ஆகிவிட்டோம்.''மனிதருக்கும் விலங்கினத்துக்குமான இடைவெளி மிகமிகச் சுருங்கிய ஒன்றே என்பதை அறிவியல்பூர்வமாக விளக்குகிறார் அவர்.

''நாம் எந்த அளவுக்கு மிருகங்களை விட உயர்ந்த நிலையில் இருக்க முயல்கிறோமோ அந்த அளவுக்கு அவை தாங்கள் மனிதர்களில் இருந்து மாறுபட்டவர்கள் அல்ல என்று உணர்த்துகின்றன.மனிதன் என்பதற்குப் பொருள்என்னவாக இருந்தபோதிலும்கூட, என்கணவன் ஒரு விலங்குதான். நீங்களும் நானும் கூட'' என்று அப்பத்தியை முடிக்கிறார்.

விலங்குகளுக்கும் நமக்குமே பெரிய வித்தியாசமில்லை என்னும்போது ஆணுக்கும் பெண்ணுக்கும் என்ன பெரிய வித்தியாசம் இருந்துவிடப் போகிறது? இதில் உயர்வு தாழ்வு எங்கிருந்து வரும்?

இன்னும் கூடுதலாக நாம் யோசித்தால் ,விலங்குகளிடம் ஆண்-பெண் ஏற்றத்தாழ்வு இல்லை.ஒடுக்குதல் இல்லை.பாலியல் வன்முறை இல்லை. ஈவ் டீசிங் இல்லை.வரதட்சிணை இல்லை.ஆணவக்கொலைகள் இல்லை.

மறைந்த எழுத்தாளர் கு.அழகிரிசாமி அவர்களின் 'தேவ ஜீவனம்' என்கிற புகழ்பெற்ற சிறுகதை எனக்கு இவ்விடத்தில் நினைவுக்கு வருகிறது. 'தேவ ஜீவனம்' பற்றிய பக்திச் சொற்பொழிவுக்குப் போய்ப் பிடிக்காமல் பாதியில் திரும்பும் பெரியவர் ஒருவர் கூற்றாக இவ்வரிகள் வரும்:

''எந்த மிருகமாவது சோத்துக்குத் திண்டாடுமா? காத்துக்குத் திண்டாடுமா? காட்டிலே எங்காவது புலி பட்டினி கிடந்திருக்கா ஐயா, கேள் விப்பட்டிருக்கிறீர்களா? ஒரு நரிகூட ஜோடி கிடைக்காமதிண்டாடியிருக்கா?..... வயித்தை ரொப்பினாப் போதும் ...புருசன்னு ஒரு சண்டி சப்பாணியாவது கிடைச்சாப் போதும் ,வீடுன்னு ஒரு எலி வளை கிடைச்சாப்போதும்... எவன்கிட்டே இம்சைப்பட்டாலும்,எவன்கிட்டே அவமானப்பட்டாலும் உசுரோட இருந்தாப் போதும்னு நினைக்கிறது பற்றா?.பற்றுக்கூடாதுன்னு சுவாமிஜி உபதேசம் பண்றார்....இங்கே மிருக ஜீவனத்துக்கு லொண்டா அடிக்கிறப்போ தேவஜீவனம்பத்திப் பிரசங்கம் நடக்கு!....''

ஒரு விரக்தியில் இப்படிப் பேசினாலும், விலங்குகளைவிட மேம்பட்டது மனிதகுலம்.ஜானகிலெனின் அவர்கள் உயிரியல் அம்சங்களில் விலங்குகளுக்கும் நமக்கும் வேறுபாடுகள் மிகக்குறைவு என்று சொன்னபோதும் ஒரு விஷயத்தில் நாம் முன்னே நிற்கிறோம். ஏனெனில், பிற உயிரினங்கள் அந்த நிமிடத்தில் மட்டுமே, அதாவது நிகழ்காலத்தில் மட்டுமே வாழ்பவை.ஆனால் மனிதர் மூன்று காலங்களிலும் வாழ்பவர். கடந்தகாலத்தைப் புரிந்துகொண்டு அதிலிருந்து பாடம் கற்று எதிர்காலத்தை

இன்னும் நலமானதாக,நமக்குச் சாதகமானதாக, மாற்றியமைக்கப் போராடுவது மனிதகுலம்.அதனால்தான் பாவ்லோ பிரையர் மனிதர்களை 'வரலாற்றின் குழந்தைகள்' என்றார்.

ஆனால் எவ்வித வரலாற்றுணர்வும் இன்றி இந்த நிமிடத்தில் உணர்வதையும் தோன்றுவதையும் மட்டும் பேசித்திரியும் ஜீவராசிகளாக நாம் ஏன் மாறிப்போனோம்?ஆண்கள் மீதான விமர்சனம் வரும்போது வரலாற்றில் நின்று அதை எதிர்கொள்ளாமல் இந்தக் கணத்தில் வாழ்பவர்களாக ஏன் மாறி விடுகிறோம்?வரலாற்றுணர்வை எது நம்மிடமிருந்து உதிரச்செய்கிறது?நம்முடைய அறியாமையா?வெற்று ஆணவமா?நம் தலையில் ஏறி நிற்கும் பொய்யான –கற்பிதமான – வரலாற்றின் பிடிமானம் அவ்வளவு வலுவாக இருக்கிறதா?

ஆண் உயர்வு பெண் தாழ்வெனும் கருத்து ஆணின் கருத்தல்ல.வரலாறு நம் தலையில் ஏற்றிய ஒன்றுதான். ஆணையும் பெண்ணையும் எதிரெதிர் என நமக்குக் காலம்காலமாகச் சொல்லிவரும் நம்சமூகமும் பண்பாடும்தான் வில்லன்கள்.சக பயணிகளாகப் பார்க்காமல் ஆண்களைப் பெண்களும் பெண்களை ஆண்களும் எதிராகப் பார்க்கும் பார்வையை நாம் உதற வேண்டும்.அப்படி உதறுவதற்கு நீண்ட மனப்பயிற்சி தேவைப்படும்.

அறிவியல் ஆய்வுகள், ஆணுக்கும் பெண்ணுக்கும் இடையில் பொதுவான குணாம்சங்கள் 90 சதவீதம் இருப்பதாகவும் வெறும் 10 சதவீதம்தான் வேறு வேறான குணாம்சங்கள் இருப்பதாகவும் கூறுகின்றன. ஆண்மை,பெண்மை என இரு எதிர்வுகளாக நம் பண்பாடு வரலாறு நெடுகிலும் கட்டமைத்து வைத்த கற்பிதமெல்லாம் இந்த 10 சதவீதத்துக்குள்ளிருந்து எடுத்துக்கொண்ட சின்னசதவீதம்தான்.இணைவுகள் 90 சதம்.எதிர்வுகள் 10 சதவீதத்திலிருந்து கொஞ்சம். நாம் ஏன் எதிர்வுகளையே தலையில் தூக்கிக்கொண்டு அலைகிறோம்?இருவருக்கும் பொதுவான அம்சங்களை உயர்த்திப் பிடித்தால்,ஆண்-பெண் சமத்துவம் நமக்கு இயற்கையான ஒன்றாக- இயல்பான ஒன்றாக-ஏற்க வேண்டிய ஒன்றாகச்சட்டெனப் பிடிபட்டுவிடும்.

கல்வி முறையிலேயே ,விமர்சன-சுயவிமர்சனப்பார்வையை நாம் உள்வாங்கும்படி, நம் பாடத்திட்டமும் கற்றல்-கற்பித்தல் முறைகளும் வகுப்பறை நிகழ்வுகளும் மாற்றியமைக்கப்பட வேண்டும்.ஆண்-பெண் பேதம் இயல்பானதென்று நம் மனங்களில் விதைக்கப்பட்டுள்ள கண்ணி வெடிகளைச் செயலிழக்கச் செய்யும் வலுவுள்ள கல்விமுறையைக் கட்டமைக்க வேண்டும்.கற்பதை விடவும் கற்றதை மறக்கடிப்பதுதான் (de-Learning) ஆணாதிக்க சமூகத்தில் மிகப்பெரும் சவாலான பணி.இத்தகைய முயற்சிகளின் மூலம் ஆண் மனம் சுயவிமர்சனப் பார்வையை உள்வாங்கிக்கொண்டால் மாற்றம் எளிதாகும்.

எசப்பாட்டு-51

தொடர்ந்து வாசித்துத்தான் ஆக வேண்டும்

எசப்பாட்டு தொடரை வாசிக்கிற நண்பர்கள், என் புரிதலை ஆழமும் விசாலமுமாக்கிய இப்புத்தகங்களையும் வாசிப்பது யாம் பெற்ற இன்பத்தைத் தரும். சில இணையத்திலேயே கிடைக்கும். பல, நூலகங்களிலும் கிடைக்கும். இன்னும் பல நூல்களை வாங்கித்தான் ஆக வேண்டும்.

1. குடும்பம் ,தனிச்சொத்து, அரசு ஆகியவற்றின் தோற்றம்-ஏங்கல்ஸ்-முன்னேற்றப்பதிப்பகம், மாஸ்கோ
2. உலக வரலாற்றில் பெண்கள்-ரோஸலிண்ட் மைல்ஸ்-தமிழில் ராதாகிருஷ்ணன்- என்சிபிஹெச் வெளியீடு
3. பெரியார் களஞ்சியம் தொகுதிகள் 3,4,5,6-பெண்ணுரிமை-பெரியார் சுயமரியாதைப் பிரச்சார நிறுவனம், பெரியார் திடல், சென்னை
4. குடிஅரசு-பெரியாரின் எழுத்தும் பேச்சும்-27 தொகுதிகள்-வெளியீடு –பெரியார் திராவிடர் கழகம், சென்னை
5. பெண் ஏன் அடிமையானாள்? தந்தை பெரியார்-பாரதி புத்தகாலயம்
6. ம.சிங்காரவேலரின் சிந்தனைக்களஞ்சியம்-தொகுப்பு-முத்து குணசேகரன், பா. வீரமணி-பதிப்பு-தென்னக ஆய்வு மையம், சென்னை
7. பெண்ணியம்-வரலாறும் கோட்பாடுகளும்-சாரா காம்பிள்-டோரி மோய்-தமிழில்-ராஜ்கௌதமன்
8. அமெரிக்காவில் பெண்களின் நிலை-பூவுலகின் நண்பர்கள்-சவுத் ஏசியன் புக்ஸ்
9. பெண்ணியப்பார்வை(சங்க இலக்கியம்-தி.ஜானகிராமன் நாவல்கள்)-க.பரிமளம்-தமிழினி பதிப்பகம்
10. தமிழகக் கல்வெட்டுகளில் பெண்கள்-லெஸ்லி.சி.ஓர்-தமிழில் வி.நடராஜ்-விடியல் பதிப்பகம், கோவை
11. இந்தியாவில் பெண்கள் இயக்கம்-1940-1950-ரேணு சக்ரவர்த்தி-தமிழில்-நா.தர்மராஜன் அலைகள் வெளியீட்டகம்

12. சங்கப்பெண் கவிதைகள்-சக்திஜோதி-சந்தியா பதிப்பகம்
13. சொலவடைகளும் சொன்னவர்களும்-ச.மாடசாமி-அருவிமாலை-வாசல் பதிப்பகம்,மதுரை
14. நாட்டுப்புறக்கதைகளில் முடிவெடுக்கும் பெண்கள்-லைலாதேவி-அருவிமாலை,வாசல்
15. வை.மு.கோதைநாயகி அம்மாள்-இரா.பிரேமா-சாகித்ய அகாடமி
16. ஆண் ஆளுமையில் பெண் கற்பு-அ.செல்வராசு-எழில் பதிப்பகம்,திருச்சி
17. சங்க இலக்கியத்தில் குடிமக்களும் தலைமக்களும்-அ. செல்வராசு-எழில்,திருச்சி
18. தமிழ்ச்சமூகத்தில் கற்பும் கற்பிப்பும்-அ.செல்வராசு-எழில்,திருச்சி
19. பெண்ணியமும் பாரதியும்-பதிப்பாசிரியர்-வீ.அரசு-அலைகள் வெளியீட்டகம்
20. பாலின சமத்துவம்-முனைவர் ஆ.ஜெகதீசன். ராஜா பதிப்பகம், திருச்சி
21. கஸ்தூர்பா-மகாத்மாவின் மனைவி எழுப்பும் கேள்விகள்-மைதிலி சிவராமன்-பாரதி புத்தகாலயம்
22. மூவலூர் இராமாமிர்தம் வாழ்வும் பணியும்-பா.ஜீவசுந்தரி-புலம் வெளியீடு
23. பெண்ணுரிமை-ஒரு மார்க்சியப்பார்வை-மைதிலி சிவராமன். வைகை பதிப்பகம், மதுரை
24. பெண்-வன்முறையற்ற வாழ்வை நோக்கி-உ.வாசுகி-பாரதி புத்தகாலயம்
25. பத்தினித் தெய்வங்களும் பரத்தையர் வீதிகளும்-பிரேமா அருணாசலம்-சவுத் ஏசியன் புக்ஸ்,சென்னை
26. பெண்மை என்றொரு கற்பிதம்-ச.தமிழ்ச்செல்வன் -பாரதி புத்தகாலயம்
27. ஆண்கள் சமைப்பது அதனினும் இனிது-ச.தமிழ்ச்செல்வன்-வாசல் பதிப்பகம்
28. ஒரு சாப்பாட்டு ராமனின் நினைவலைகள்- ச.தமிழ்ச்செல்வன். பாரதி புத்தகாலயம்.
29. மீதமிருக்கும் சொற்கள்-அ.வெண்ணிலா-நியூசெஞ்சுரி புக் ஹவுஸ்

30. அப்போதும் இப்போதும் பெண்-புதிய ஜீவா-மருதா பதிப்பகம்
31. பாலின பாகுபாடும் சமூக அடையாளங்களும்-வ.கீதா/கிறிஸ்டி சுபத்ரா-பாரதி புத்தகாலயம்
32. கண்ணகி தொன்மம்-சமூக மானுடவியல் ஆய்வு-காலச்சுவடு
33. ஆண் பெண்ணெல்லாம் எழுத்தில் இல்லை-அம்பை-வம்சி மற்றும் பாரதி புத்தகாலயம்
34. குடும்பமும் அரசியலும்–சுப.வீரபாண்டியன்–தமிழ் முழக்கம்
35. நான் ஒரு பெண்-பெண்கள் தொடர்பான சரிநிகர் கட்டுரைகள்-பாரதி வெளியீட்டகம் ,தெகிவளை,இலங்கை
36. பெண்கதை என்னும் பெருங்கதை-கி.ராஜநாராயணன் – அன்னம்-தஞ்சாவூர்
37. பெண் எழுதும் காலம்-அ.வெண்ணிலா-அகநி-வந்தவாசி
38. ஒரு வாழ்க்கையின் துகள்கள் - மைதிலி சிவராமன் பாரதி புத்தகாலயம்
39. பெண்ணின் பெருமை-திரு.வி.க-மணிவாசகர் பதிப்பகம்
40. பெண்களும் சமூகமும்(வேத காலம் முதல்)-கவிஞர் அரங்கசாமி-ரேவதி பதிப்பகம்,தஞ்சை
41. மறக்கப்பட்ட பதிவுகள்-ப.பத்மினி-புலம்
42. பேசாத பேச்செல்லாம்-பாரதி தம்பி-விகடன் பிரசுரம்
43. பெண் எனும் பகடைக்காய்-பா.ஜீவசுந்தரி-தி இந்து வெளியீடு
44. டாக்டர் முத்துலட்சுமி ரெட்டி சுயசரிதை-தமிழில்-எஸ். ராஜலட்சுமி-அவ்வை இல்லம் வெளியீடு
45. நான் வித்யா-லிவிங்ஸ்மைல் வித்யா-கிழக்கு பதிப்பகம்
46. எனது கணவனும் ஏனைய விலங்குகளும்-ஜானகி லெனின் -தமிழில் கே.ஆர்.லெனின் -பாரதி புத்தகாலயம்
47. தொல் தமிழர் திருமண முறைகள்-சிலம்பு நா.செல்வராசு
48. மகளிர் தினம்: உண்மையான வரலாறு-இரா.ஜவகர்-பாரதி புத்தகாலயம்
49. பெண் - மொழி – புனைவு –முனைவர் க.பஞ்சாங்கம்
50. பெண்ணெனும் படைப்பு - சில மானுடவியல் குறிப்புகள்(மொ.பு)-முனைவர் க.பஞ்சாங்கம்
51. மகாகவி பாரதியாரின் பெண்ணியல் கட்டுரைகள் (தொ) – முனைவர் க.பஞ்சாங்கம்

52. ஹெலன் சிக்சு - புதிய பெண்ணியல் கோட்பாட்டாளர்-முனைவர் க.பஞ்சாங்கம்

53. தலித்துகள் - பெண்கள் - தமிழர்கள்.-. முனைவர் க.பஞ்சாங்கம்

54. அம்பையின் சிறுகதைகள்-காலச்சுவடு பதிப்பகம்

55. நெற்குஞ்சம்-சிறுகதைகள்-தேன்மொழி-மணற்கேணி

56. குட்டிரேவதி, மாலதி மைத்ரி, சுகிர்தராணி, சுகந்தி சுப்பிரமணியன், இளம்பிறை, வெண்ணிலா கனிமொழி, சக்திஜோதி, சிவகாமி, புதிய மாதவி, கலை இலக்கியா, ரத்திகா, ஆர்.நீலா உள்ளிட்ட பெண்கவிஞர்களின் கவிதைத்தொகுப்புகள்.

1. *The Second Sex-Simone de Beauvoir-Penguin books*

2. *Sacrificing Ourselves for Love-Jane Wegscheider Hyman and Esther R.Rome-The Crossing Press Freedom-California*

3. *A History of the Family-two volumes-Edited by Andre Burguiere and 3 thoers-Inroduced by Claud – Levi-Strauss -The Belknap Press of Harvard University Press Cambridge,Massachusetts*

4. *The History of Doing-An illustrated account of Movements for Women's Rights and feminism in India.1800-1990-Kali for Women*

5. *Towards Gender History-Images,Identities and Roles of North Indian Women-Kamalesh Mohan-AAKAR books*

6. *Women's studies in India –Edited by Marry E.John-Penguin books*

7. *Patriarchy-V.Geetha –published by Stree*

8. *Night of the New Moon-Encounters with Muslim Women in India-Penguin Books*

9. *Through the Gender Lens –Edited by Dr.A.L.Sharada and Nita Shirali-published by Laadli*

10. *In Love and Trouble-Stories of Black Women by Alice Walker-A Harvest Book*

11. *Borders and Boundaries-Women in India's Partition-Ritu Menon and Kamala Bhasin-Kali for Women*

12. *The Otherside of Silence-Voices from the Partition of India-Urvashi Butalia-Duke University Press*

13. *Millions on the Move-Govt of India Publication Division*

14. *The Partition –Govt of India Publication Division*

15. *We Sinful Women- Urdu Feminist Poetry- by Rukhsana Ahmad (Translator, Editor)-Women'sPress UK*
16. *Woman:Her History and her Struggle for Emancipation-Prof Dr.B.S.Chandrababu and Dr.Mrs.L.Thilagavathi-Bharathi Puthakalayam,chennai*
17. *A Century of Women-The History of women in britain and United states in the Twentieth Century-Penguin Books*
18. *Words and Women-Language and the Sexes-Cassey Miller and Kate Swift-Doubleday Publishing, 1976*
19. *Community,Genderand Violence-Subaltern Studies XI –edited by Partha Chatterjee and Predeep Jegannathan-Permanent Black Ravi Dayal Publishers,New Delhi*
20. *Women anf Values-Readings in Recent Feminist Philosophy-Marilyn Pearsall-Wadsworth Publishing company-california*
21. *Bitter Chocolate-Child Sexual Abuse in India- Pinki Virani-Penguin Books*
22. *Indelible Imprints-Daughters Write on Fathers-ed.by Priti T.Desai,Neela D'souza and Sonal Shukla-pub byStree*
23. *Women and Culture ed by KumKum Sangari and Sudesh Vaid-pub by Research Centre for Women's Studies,SNDT Women's University,Santa Cruz,Bambay-400049*
24. *Her Healing Heritage-Local Beliefs and Practices concerning Health of women and Children,A multi-state study in India-published by CHETNA,Ahmedabad*

25.*Women in Modern India-The new Cambridge History of India-Geraldine Forbes-Cambridge University Press*

26. *The Beauty Myth-Naomi Wolf-Vintage,London*
26. *Sense and Sensitivity –Media's engagement with gender issues-ed.by Dolly Thakore- pub.by Laadli*
27. *Women Writing in India(Two volumes) –ed by Susie Tharu and K.Lalitha-Oxford University Press*
28. *Modern Women Stories-ed by Patrica Craig –Oxford University Press*
29. *The Speaking Tree-A study of Indian Culture and Society-Richard Lannoy-Oxford University Press*
30. *Storylines –conversations with women writers-ed by Ammu Joseph and 4 others-pub by-Women's world India,ASMITHA and C Fonds*
31. *Facing the Mirror-Lesbian Writing from India-ed by Ashwini Sukthankar-Penguin books*

32. *Men are From Mars Women are from Venus-John Gray-Harper Element*

33. *My Girlhood-Taslima Nasrin-Kali for women*

34. *Fragments of a Life-Mythily Sivaraman-Zubaan-An Imprint of Kali for Women*

35. *Sisters,Comrades! By Kjersti Ericsson,pub by Workers' Communist Party of Norway thru' Oktober Publishing House*

36. *Lilavati's Daughters-ed by Rohini Godbole and Ram Ramaswamy-pub by Academy of Sciences (Bangalore)*

37. *Inferior- Angela Saini,Publisher: HarperCollins,UK*

38. *Hidden Figures-Margot Lee Shetterly-pub; Harper Collins*

39. *The Science Question in Feminism-Sandra Harding-Cornell University Press,Ithaca and London*

40. *Women in Science -50 Fearless Pioneers who changed the world –TEN SPEED PRESS,Berkley*

41. *Gender and Transformation-Vikalp Alternatives vol ix/1 and 2-2001-pub by Vikas Adhyayan Kendra,Mumbai*

42. *Social Movements ,Caste and Gender-Vikalp Alternatives vol VIII/1&2-2000*

43. *Women in USSR-progress publishers*

எசப்பாட்டு-52

என் தலையை வெட்டி எறியுங்கள்

எங்கள் எதிர் வீட்டில் ஒரு குடிகாரர் இருந்தார். ரொம்ப நல்லவர்-பகலில்..ராத்திரி 12 மணிக்கு மேல் வந்து சளம்பல் பண்ணுவதும் அவருடைய மனைவியைக் கதறக் கதறப் போட்டு அடிப்பதும் மிதிப்பதும் அப்பெண்மணி, பக்கத்து வீட்டாரின் ஈரக்குலை பதறும் அளவுக்குக் கூப்பாடு போடுவதும் அன்றாட நிகழ்வுகளாக இருந்தன. அக்கம் பக்கமுள்ள நாலைந்து வீட்டார் இவர்களால் தூக்கம் கெட்டு, நடுச்சாமத்தில் போய் பஞ்சாயத்துப் பண்ண வேண்டிய துயரம் நீடித்தது.. ஒருநாள் பொறுமையிழந்த அவர்கள் எல்லோரும் பகலில் அவர்கள் வீட்டுக்குப் போய், நீங்க வீட்டைக்காலி பண்ணிட்டு வேறே எங்காச்சும் போயிடுங்க.நாங்க யாரும் தூங்க முடியலே.இல்லாட்டி போலீஸ்லே புகார் கொடுக்கப்போறோம் என்று கறாராகச் சொல்லி விட்டனர். அந்தக்குடிகார அண்ணாச்சி "சரி, இனிமே எந்தச் சண்டை சத்தமும் இருக்காது" என்று சத்தியம் பண்ணி அனுப்பினார்.குடிகாரர் பேச்சை நம்ப முடியாமல்தான் எல்லோரும் திரும்பினோம்.

ஆனால் அன்று இரவு எந்தச் சத்தமும் இல்லை. அவ்வீட்டுப்பெண்ணின் கதறல் கேட்கவில்லை.அப்படியே ஒருவாரம் அமைதியான இரவுகளாகக் கழிந்தன.எல்லோருக்கும் நிம்மதியானது. அமைதி தவழும் குடும்பமாக அது மாறிவிட்டது என்று எல்லோரும் நம்பத்துவங்கினோம்.கொஞ்ச நாள் கழித்துத்தான் உண்மை மெல்ல வெளி வந்தது. கதவைப் பூட்டிக்கொண்டு பொண்டாட்டியின் வாயில் துணியைத் திணித்துவிட்டு இப்போ அடிக்கிறானாம்.அதனால் எந்தச் சத்தமும் வெளியே வருவதில்லை.

இது ஒரு குறியீட்டுக் கதை போல எனக்குப் படுகிறது.எல்லா வீடுகளுமே தம் வீட்டுப் பெண்களின் வாயில் துணியைக் கவ்வக்கொடுத்துவிட்டு அடிக்கிறமாதிரித் தோன்றுகிறது.துணி என்பது ஒரு குறியீடு. வெளிப்பார்வைக்கு அமைதிப்பூங்காவாகத் திகழும் வீட்டுப்பெண்கள் தாங்கள் சமமாக நடத்தப்படுவதில்லை என்பதை 'உணராமல் இருப்பது' ஒரு துணி.உணர்ந்தாலும் "இது நம்ம குடும்ப விசயம்" என்கிற துணியை வாயில் கவ்வி இருப்பார்கள் .ஏராளமான பெண்கள் "நான் நல்லாத்தானே இருக்கேன்" என்கிற அறியாமை அல்லது பொய்யைத் துணியாக வாயில் வைத்தடைத்திருப்பார்கள்.

இன்னும் பெரும்பாலான பெண்கள் "எங்க சார் அப்படியெல்லாம் கிடையாது..ரொம்ப நல்லவங்க..." என்கிற மூட நம்பிக்கையைத் துணியாகக் கவ்வி இருப்பார்கள். ..நானே விரும்பித்தான் இந்த வாழ்க்கையை வாழ்ந்துகொண்டிருக்கிறேன்...'என்பது இன்னும் ஒரு துணி. இது 'ஆண்டவன் எழுதின எழுத்து' என்பது பொதுவான ஒரு துணி. ஒட்டுமொத்தப் பண்பாடும் ஒரு துணிப்பந்தாகச் சுருண்டு போய்ப் பெண்ணின் வாயை அடைத்துக்கொண்டிருக்கிறது.

வரலாற்றின் பாதையில் ஆண்களும் பெண்களுமாகச் சேர்ந்து ஆண்களுக்குச்சாதகமான ஓர் உலகத்தை உருவாக்கி வைத்துவிட்டோம். பத்தாயிரம் ஆண்டுகளாகப் பழகிவிட்டதால் இந்த பேதம் இயல்பானது போலவும் அதற்கெதிராகப் பேசுவது குற்றம் போலவும் உணரத்தலைப்பட்டு விட்டோம்.அதை ஆண்களும் பெண்களும் இணைந்துதான் மீண்டும் சரி செய்ய முடியும்.அதில் ஆண் தன்னைச் சுயவிமர்சனம் செய்துகொள்வது முதறப்படியாக இருக்கிறது.ஆணுக்கும் பெண்ணுக்குமிடையிலான உரையாடல் மூலம் விவாதம் நடக்க வேண்டும். அது இன்னும் துவக்கப்படவே இல்லை.ஆணுக்கு நீண்ட காலச் சாதகங்கள் இருந்த காரணத்தால், ஆண்தான் இதில் முன் கை எடுக்க வேண்டும்.எனக்கு எதிராகப் பேச என் மனைவியையும் மகளையும் தாயையும் நான் தயார்ப்படுத்த வேண்டும்.பெண்களின் வாயில் உள்ள துணிப்பந்தைப் பிடுங்கித் தூர எறிந்து விட்டுப் பேசு... பெண்ணே பேசு...எனக்கெதிராகப் பேசு என்று உற்சாகப்படுத்த வேண்டியது ஆணின் வரலாற்றுக் கடமை.அதைச் செய்யாத ஆண் நான் என்றால், நானும் காலத்தின் முன் குற்றவாளிதான்.

'தி கிரேட் டிக்டேட்டர்' திரைப்படத்தில் சர்வாதிகாரியின் வேடத்திலிருக்கும் அப்பாவி சாப்ளின் வானொலியில் நாட்டு மக்களுக்கு ஆற்றும் உரையைக் கேட்கும்போதெல்லாம் அல்லது அவ்வுரையின் பிரதியை வாசிக்கும் போதெல்லாம் எனக்கு ஒரு கற்பனை மனதில் தோன்றிக்கொண்டே இருக்கும்.இந்திய நாட்டின் பெண்களையெல்லாம் ஒரு பெரிய மைதானத்தில் அமர வைத்து அல்லது தேசத்தையே மைதானமாகிப் பெண்களைக் கூட்டி வைத்து,என்னை மேடையேற்றி மைக் முன்னால் நிறுத்தி ஆண்களின் பிரதிநிதியாக நாட்டுப் பெண்களை நோக்கி உரையாற்றச் சொன்னால் நான் என்ன பேசுவேன்? கோடான கோடி வார்த்தைகள் நெஞ்சில் அலையடித்து மோதுகின்றன.அந்த உரையின் ஆரம்ப வார்த்தைகளை மட்டும் இங்கே தந்து இத்தொடரை நிறைவு செய்வோம்:

"முதலில் மன்னியுங்கள்.ஆதிக்கம் செலுத்துபவனாக இருக்க எனக்கு விருப்பமில்லை.காலத்தின் கைதியாக நான் இப்படி ஆகிவிட்டேன்.

மன்னியுங்கள். அன்பின் பேரால், காதலின் பேரால், கடமை என்னும் பேரால் உங்கள் சுயத்தை அழித்த குற்றவாளியாக நான் உங்கள் முன்னால் நிற்கிறேன். இந்த ஊர்களுக்கும் நகரங்களுக்கும் வருவதற்கு முன்னால் நாம் ஒருவருக்கொருவர் அன்பாகவும் அனுசரணையாகவும்தான் இருந்தோம். அப்போது நாம் ஆண்களாகவும் பெண்களாகவும் இல்லை. மனிதர்களாக இருந்தோம். வரும் வழியில் எங்கோ அந்த வாழ்வின் சமன்பாட்டைத் தொலைத்துவிட்டோம். தனிச்சொத்தை நான் கைக்கொண்டேன். கற்பெனும் சிறைக்குள் உங்களைத் தள்ளினேன். குடும்பம் என்பது ஆண்களுக்கான சேவைமையம் என்றாக்கினேன். சேவகர்களாக நீங்களே இருக்கச் செய்தேன். மன்னிப்பீர்களா?

உங்களை முகமற்றவர்களாக்கி வெறும் உடல்களாகப் பாவிக்கத்துவங்கினேன். எனக்குப் பாலூட்டிச் சீராட்டும் உடல். என் தலைகோதி உணவூட்டும் உடல். என் இச்சைகளைத் தணிக்கும் உடல்.

மன்னியுங்கள். . நீங்கள் புழங்கும் ஒவ்வொரு வெளியையும் நீங்கள் வாழத் தகுதியற்றதாக மாற்றிக்கொண்டே வந்தேன். சதுரங்கப்பலகையில் நீங்கள் அன்பெனும் காயை வைத்தபோது நான் துரோகத்தைக் கூசாமல் வைத்தாடினேன். நீங்கள் தோற்கடிக்கப்பட்டீர்கள்.

அப்பா என்று மடிமீது செல்லமாய் வந்தமர்ந்த உங்களைப் பாலியல் வன்கொடுமை செய்தேன். . எட்டு வயது நிரம்பாத உங்களை நான் என்னவெல்லாம் செய்துவிட்டேன்? மன்னிப்பு உண்டா இப்பாதகங்களுக்கு? என் கைகளால் என் முகத்திலறைந்து கதறி, கண்ணீரால் கழுவுகிறேன் உங்கள் மீது படிந்துள்ள ரத்தக்கறைகளை.

ஆனால் இப்படி வாழப் படைக்கப்பட்டவர்களல்ல நாம். என் தலை கெட்டுக் குட்டிச் சுவராகிவிட்டது. நீங்கள் எல்லோரும் சேர்ந்து வரலாற்றின் வாளெடுத்து வந்து இந்த என் தலையை வெட்டி வீழ்த்துங்கள். தேசம் நெடுகிலும் வெட்டி வீழ்த்தப்பட்டுக் கிடக்கும், ஒடுக்கப்பட்ட ஒரு சகோதரரின் தலையை என் உடம்பில் பொருத்துங்கள். இது இதிகாசகாலம் தொட்டு நம் நாட்டில் இயல்பாக நடப்பதுதானே. விடுதலைக்கு ஏங்கும் அந்தப் புதிய தலையுடன் நாம் இருவரும் கரம் கோர்த்துக் கால யந்திரத்தில் ஏறி வரலாற்றில் பயணிப்போம். நாம் தொலைத்தவற்றையெல்லாம் மீட்டு வர...”

தொடர்ந்து பேசித்தான் ஆக வேண்டும்... வீடுகளிலும் வெளிகளிலும்.. அரச சபைகளிலும்...

■

www.ingramcontent.com/pod-product-compliance
Lightning Source LLC
LaVergne TN
LVHW010921051026
849532LV00003B/793
* 9 7 8 9 3 8 8 1 2 6 5 7 1 *

www.ingramcontent.com/pod-product-compliance
Lightning Source LLC
LaVergne TN
LVHW010945051026
849532LV00003B/1145